"खोलवर चरत जाणारी, जीवन शुष्क आणि निरर्थक करून टाकणारी मूक वेदना"

नष्टनीड

मूळ बंगाली लेखक
रवीन्द्रनाथ टागोर

अनुवाद
नीलिमा भावे

मेहता पब्लिशिंग हाऊस

Please contact us at **Mehta Publishing House**, 1941, Madiwale Colony, Sadashiv Peth, Pune 411030.
© +91 020-24476924 / 24460313
Email : info@mehtapublishinghouse.com
production@mehtapublishinghouse.com
sales@mehtapublishinghouse.com
Website : www.mehtapublishinghouse.com

NASHTNEED Originaly written in Bengali by RAVINDRANATH TAGORE
Translated into Marathi Language by Neelima Bhave

नष्टनीड / दीर्घकथासंग्रह

अनुवाद : निलीमा भावे, २ झपुर्झा, साहित्य सहवास, कालेरकर मार्ग, वांद्रे, (पू) मुंबई – ५१

मराठी अनुवादाचे व प्रकाशनाचे हक्क मेहता पब्लिशिंग हाऊस, पुणे

प्रकाशक : सुनील अनिल मेहता, मेहता पब्लिशिंग हाऊस, १९४१ सदाशिव पेठ, माडीवाले कॉलनी, पुणे – ४११०३०.

अक्षरजुळणी : संध्या कुलकर्णी, १४७ शुक्रवार पेठ, पुणे – ४११००२.

मुद्रक : स्पेक्ट्रम ऑफसेट, डी-२/४, सत्यम इस्टेट, सीडीएसएसच्या मागे, एरंडवणे, पुणे – ४११००४.

मुखपृष्ठ : चंद्रमोहन कुलकर्णी

प्रथमावृत्ती : जून, २०१० / पुनर्मुद्रण : सप्टेंबर, २०१३

किंमत : ₹ १४०/-

ISBN 978-81-8498-119-3

प्रस्तावना

नष्टनीड, मालंच आणि दुई बोन या तीन्ही छोटेखानी कादंबऱ्यांचा विषय एकच आहे. विवाहाबाहेरची भावनांची गुंतवणूक. कधी पतीच्या भावनांची (मालंच, दुई बोन) तर कधी पत्नीच्या भावनांची (नष्टनीड). या तीन कादंबऱ्यांपैकी "नष्टनीड" ही कादंबरी अधिक प्रसिद्ध आहे. ती त्यावर आधारलेला. "चारुलता" या सत्यजितराय यांच्या चित्रपटामुळे. विवाहबाह्य संबंध हा टागोरांचा अभ्यासाचा विषय असलेला दिसतो. त्यांच्या आणखीही काही प्रसिद्ध-कमी प्रसिद्ध कथा कादंबऱ्यांमधून त्यांनी त्याचा शोध घेतला आहे. या विषयावर आधारलेल्या वेगवेगळ्या कथानकांमधून त्याची वेगवेगळी रूपं ते शोधताना दिसतात. मात्र या शोधामागे एक समान सूत्र असलेले जाणवले, ते टागोरांचे या प्रश्नाकडे पाहायच्या दृष्टीचे. ही सगळी कथानकं त्यातल्या व्यक्तिरेखांकरवी वेगवेगळ्या प्रकारे पुढे पुढे सरकत असताना टागोर कुठेही त्यांच्या वागण्याबद्दल चांगले-वाईट, योग्य-अयोग्य, नैतिक-अनैतिक असं मूल्यमापन करीत नाहीत. त्या संबंधात गुंतलेल्या व्यक्तींची त्यांच्या स्वत:च्या वर्तणुकीमुळे झालेली ती अनामिक होरपळ असते आणि त्या होरपळीच्या वेदना या कामी मूकपणे सहन करीत राहतात.

'नष्टनीड'मधली चारू तिचा पती भूपती स्वत:च्या कामात गर्क होऊन तिच्याकडे दुर्लक्ष करीत असल्यामुळे तिचा लांबचा दीर अमल यांच्याकडे ओढली जाते. 'मालंच'मधला आदित्य त्याची पत्नी नीरजा जिच्या लांबलचक आजारामुळे त्याची बालपणची सवंगडी सरला हिच्या सहवासात येतो. 'दुईबोन'मधला शशांकदेखील त्याची पत्नी शर्मिला हिच्या आजारपणामुळे त्याची मेहुणी उर्मीला हिच्या अधिक सहवासात येतो. (ही तिन्ही जोडपी अपत्यहीन असल्याचं टागोरांनी नोंदवलं आहे.)

चारू, आदित्य आणि शशांक हे आपापल्या जागी एकेका विशिष्ट परिस्थितीत सापडले आहेत आणि त्या परिस्थितीत त्यांच्या मनाचा कोंडमारा होतो आहे. या कोंडमाऱ्यातून बाहेर पडण्याचा मार्ग त्यांना त्यांच्या जवळच्याच व्यक्तीच्या सहवासात सापडतो. तो मार्ग आपल्याला नक्की कुठे नेणार आहे, याचं भान येण्याआधीच

त्यांनी त्या मार्गावर चालायला सुरुवात केलेली असते.

त्यांच्या या वाटचालीतले टप्पे त्यातल्या घटनांचा संदर्भ घेऊन टागोर आपल्यासमोर दृश्य स्वरूपात उभे करतात. ऋतु-प्रहर-वातावरण, आकाश-वायुलहरी-सुगंध, छायाप्रकाशाचा खेळ, वारा-पावसाचा खेळ, लांबून येणाऱ्या संगीताच्या लहरी, उन्हाच्या झळा आणि मृगजळ हा सगळा निसर्ग त्या व्यक्तीच्या त्या वेळच्या मन:स्थितीत प्रतिबिंबित झालेला असतो. या निसर्गाखेरीज आणखीही एकेक महत्त्वाचा अ-मानवी घटक या कथानकांमध्ये आहे. 'नष्टनीड'मधलं अमल आणि चारू यांनी एकमेकांच्या संगतीनं केलेलं लेखन, 'मालंच' मधलं आदित्य आणि सरला यांचं एकत्रितपणे वारंवार बागकाम आणि 'दुईबोन'मधल्या उर्मीलाच्या नवशिक्या, उत्साही सहभागानं घुसळून टाकलेला शशांकचा बांधकामाचा व्यवसाय. हे घटक या व्यक्तींना एकमेकांच्या जवळ ओढून आणतात आणि नंतर एकमेकांपासून दूरही करतात. अखेरीस त्यांच्या आयुष्याच्या शोकांतिकेला कारणीभूत होणारे घटक ठरतात.

त्रिकोणात अडकलेल्या या व्यक्तींच्या भावनांची गुंतागुंत सोडवण्यासाठी त्यांना मदत करू इच्छिणारी एकेक चौथी व्यक्तीही या प्रत्येक कथानकांमध्ये आहे. 'नष्टनीड'मधली मंदा, 'मालंच'मधला रमेन आणि 'दुईबोन'मधला नीरद हे आपापल्या परीने, प्रत्यक्षपणे किंवा अप्रत्यक्षपणे या रस्ता चुकलेल्या व्यक्तींना मदत करण्याचा प्रयत्न करतात. पण घडायचं ते घडतंच आणि ते घडणं अपरिहार्य असतं, कारण तो त्या त्या व्यक्तीच्या मूळ प्रवृत्तीचा परिणाम असतो. आणि यामुळेच इतके घटक समान असूनही यातली प्रत्येक कादंबरी वेगवेगळ्या प्रकारे आकार घेते आणि तिचा शेवटही वेगवेगळ्या तीव्रतेचा होतो.

चारू आणि अमल (नष्टनीड), आदित्य आणि सरला (मालंच) आणि शशांक आणि उर्मीला (दुईबोन) यांची एकमेकांमधली भावनांची गुंतवणूक वेगवेगळ्या कारणांनी घडून आली आहे आणि त्यांच्या त्यांच्या स्वभावधर्मानुसार ती वेगळ्या वेगळ्या पद्धतीने आकाराला आली आहे. गुंतवणुकीचा प्रत्येक प्रकार हा वेगळा आहे.

या कादंबऱ्या मूळ बंगालीत प्रसिद्ध झाल्या. त्याला आता ७०-७५ वर्षे होऊन गेली. त्या काळात त्यांचे विषय आणि त्यांची कथानकं विवाद्य ठरली होती यात आश्चर्य नाही. आजच्या वाचकांना साहित्यामध्ये विवाहबाह्य संबंधांचं चित्रच धक्कादायक वाटत नाही. उलट या कादंबऱ्यांच्या कथानकांमधल्या प्रेमभावनेची उत्कटता आणि तीव्रता यांची त्यांना कदाचित गंमतच वाटेल. आणि हे संबंध भावनांच्या पातळीवर राहिले याचं आश्चर्यही वाटेल! पण टागोरांचा या संबंधाकडे पाहण्याचा दृष्टिकोन आजच्या वाचकांना नक्कीच जवळचा वाटेल. टागोरांच्या कथा-कादंबऱ्यांमधून दिसणारी स्त्री-पुरुषांच्या मनोव्यापारांची अजोड समज त्यांना त्यांच्या काळाच्या कितीतरी पुढे आणते.

नष्टनीड

भूपतीला काही काम-धाम करण्याची आवश्यकता नव्हती. त्याच्याकडे भरपूर पैसा होता, शेती-भातीही चांगली होती, पण जात्याच त्याचा स्वभाव स्वस्थ बसण्याचा नव्हता. त्या आपल्या स्वभावाला अनुसरून त्यानं एक इंग्रजी वर्तमानपत्र सुरू केलं. त्यानंतर मग एवढा लांबलचक दिवस कसा घालवायचा, या संबंधीची त्याची तक्रार कायमची बंद झाली.

भूपतीला लहानपणापासून इंग्रजी लिहायची आणि बोलायची हौस होती. काही विशेष विषय हाताशी नसतानादेखील तो इंग्रजी वर्तमानपत्रांच्या वाचकांच्या सदरांकडे पत्र पाठवायचा, आणि बोलण्यासारखं जवळ काही नसलं तरी देखील एखाद्या सभेला जाऊन तिथे चार वाक्यं बोलून यायचा. त्याच्यासारखी पैसेवाली व्यक्ती आपल्या संस्थेत यावी म्हणून सार्वजनिक क्षेत्रातली नेते मंडळी त्याच्या इंग्रजी लिहिण्या-बोलण्याची अफाट तारिफ करीत असत. त्यामुळे या क्षेत्रातल्या आपल्या योग्यतेसंबंधी भूपतीचा आत्मविश्वास अधिकच वाढला होता.

एक दिवस त्याचा वकील मेव्हणा उमापती त्याला म्हणाला, "भूपती, तू एक इंग्रजी वर्तमानपत्र सुरू कर. या कामासाठी तुझ्याइतका योग्य माणूस दुसरा कुणी नाहीच, असं म्हटलं तरी चालेल." आणखीही असंच काही तो बोलत राहिला.

भूपतीच्या अंगात उत्साह संचारला. 'दुसऱ्यांच्या वर्तमानपत्रांकडे पत्र पाठवण्यात आपला काहीच मोठेपणा नाही. स्वतःच्या वर्तमानपत्रात आपण स्वतंत्रपणे आपली लेखणी मुक्तपणे चालवू शकतो,' त्यानं मनात म्हटलं. उमापतीची वकिली चालत नव्हतीच. तेव्हा त्याला मदतीला घेऊन भूपती संपादकाच्या पदावर आरूढ झाला. तेव्हा त्याचं वय फारच कमी होतं. लहान वयामध्ये संपादकाची नशा आणि राजकारणाची नशा फार लौकर डोक्यात जाते आणि त्या नशेमध्ये त्याला गुंगवून ठेवणारे लोकही त्याच्या आजूबाजूला अनेक होते. वर्तमानपत्र काढण्याच्या आणि चालवण्याच्या या नादात त्याचं भान हरपून गेलं होतं, आणि त्याच काळात त्याची

अल्पवयीन वधू चारुलता हळूहळू यौवनात पदार्पण करीत होती. एका वर्तमानपत्राच्या संपादकाला मात्र या उत्तेजनापूर्ण बातमीची गंधवार्तादेखील नव्हती. भारत सरकारचं सीमाविषयक धोरण हळूहळू आपला संयम सोडण्याकडे झुकत आहे, या विषयाकडे त्याचं सगळं लक्ष केंद्रित झालं होतं.

चारुलतेला आपल्या पतीच्या घरी काहीही काम नव्हतं. ज्या फुलाला कधीच फळ धरणार नसतं अशा फुलाचं फुलणं जसं निरर्थक असतं, तशीच निरर्थकता तिच्या लांबलचक, निष्क्रिय दिनक्रमात भरून राहिली होती.

अशा परिस्थितीत खरं तर पती-पत्नींची प्रेमक्रीडा रंगायला कसलंच बंधन नसतं. सांसारिक जीवनाच्या सर्व मर्यादा ओलांडून वेळी-अवेळी, उघड-छुप्या शृंगार चेष्टा सगळा रिकामा वेळ कारणी लावत असतात. पण हे सुख चारुलतेच्या नशिबी नव्हतं. वर्तमानपत्राचा पडदा दूर सारून आपल्या पतीला आपल्याजवळ ओढून घेणं चारुलतेला अशक्यप्राय होतं.

कधी एखादी नात्यातली स्त्री भूपतीला त्याच्या यौवनात पदार्पण केलेल्या पत्नीची आठवण करून द्यायची, आणि तिच्याकडे तो लक्ष देत नसल्याबद्दल त्याला टोकायची. अशाच एका प्रसंगी भूपती एकदम जाग आल्यासारखा म्हणाला, 'खरंच, चारूला कुणातरी मैत्रिणीची सोबत हवी. तिला बिचारीला दिवसभर करायला काहीच नसतं.'

त्यानंतर तो एक दिवस उमापतीला म्हणाला, ''तुझ्या बायकोला तू इकडे रहायला घेऊन ये ना. इथे चारूला तिच्या बरोबरीच्या कुणा बाईची सोबत नाही. तिला फार एकटं वाटत असेल.''

बोलायला बरोबरीची कुणी मैत्रीण नाही, एवढीच काय ती चारूच्या आयुष्यातली कमतरता आहे, असं ठरवून संपादक महाशयांनी आपल्या मेव्हण्याची बायको मंदाकिनी हिला आपल्याकडे रहायला आणलं आणि ते चारूच्या बाजूनं निश्चिंत झाले.

ज्या काळात पती आणि पत्नी रोज एक नव्या ओढीनं परस्परांकडे आकर्षित होत असतात, तो दांपत्यजीवनातल्या शृंगाराच्या उन्मेषांचा सोनेरी प्रभातकाळ भूपती आणि चारुलता यांच्या दांपत्यजीवनात कधी उगवलाच नाही. तो काळ एका अबोध, अचेतन अवस्थेत भूतकाळात केव्हा परिवर्तित झाला, कुणालाच कळलं नाही. नव्या अनुभवांचा आस्वाद न घेताच ती दोघं एकमेकांसाठी जुन्या परिचितांसारखी सवयीची होऊन गेली.

चारूलतेला जात्या लिहिण्या-वाचण्याची आवड होती. त्यामुळे दिवसाचा वेळ कसा घालवायचा असा प्रश्न तिला फारसा पडला नाही. तिनं स्वत: प्रयत्न करून इकडून तिकडून वाचण्यासाठी पुस्तकं गोळा केली होती. भूपतीचा आतेभाऊ अमल कॉलेजच्या तिसऱ्या वर्षात शिकत होता. त्याच्याकडून चारुलता पुष्कळदा

काही काही वाचून शिकून घेत असे. त्यासाठी तिला त्याची बरीच मनधरणी करावी लागत असे. त्याला बाहेर हॉटेलात खाण्यासाठी खर्चाचे पैसे द्यावे लागत असत. इंग्रजी पुस्तकं विकत घेण्यासाठी पैसे द्यावे लागत असत. अमल कधी कधी आपल्या मित्रांना घरी जेवायला बोलवायचा. त्याची सगळी व्यवस्था चारूला करावी लागायची. भूपतीची चारुलतेकडून कधीच कसलीच अपेक्षा नसायची. पण त्याचा आतेभाऊ अमल मात्र एवढंसं काहीतरी वाचल्या-शिकवल्याची किंमत तिच्याकडून सततच वसूल करून घेत असे. त्यावरून चारुलता कधी कधी त्याच्यावर खोटी खोटी रागावत असे. पण कुणाच्या तरी उपयोगी पडावं आणि त्या व्यक्तीनं प्रेमानं दिलेला त्रास सहन करावा ही तिची मानसिक गरज होऊन बसली होती.

एक दिवस अमल म्हणाला, 'वहिनी, आमच्या कॉलेजात शिकणारा जमीनदाराचा जावई भरतकाम केलेले मखमलीचे चढाव घालून कॉलेजात येतो. त्याची ती मिजास मला अजिबात सहन होत नाही. मला देखील मखमलीचे चढाव हवेत, नाही तर मी अनवाणी पायांनीच कॉलेजात जात जाईन.'

चारू म्हणाली, 'हो ना, जाशील तर काय झालं! मी इकडे मर मर मरून तुझ्यासाठी चढाव शिवू म्हणतोस! पैसे देते वाटलं तर, दुकानात जाऊन विकत आण.'

अमल म्हणाला, "तसं नाही चालणार."

चारूला चढाव शिवायचं माहीत नव्हतं. आणि ही गोष्ट तिला अमलसमोर कबूलही करायची नव्हती. पण तिच्याकडे कधी कुणी काही मागतच नसे. एकटा अमल काय तो मागायचा, त्यामुळेच त्यानं मागितलेली वस्तू त्याला न देणं तिला शक्य होत नसे. अमल ज्यावेळेस कॉलेजात असायचा, त्यावेळात चारू गुपचुप प्रयत्नपूर्वक मखमलीचं भरतकाम शिकून घ्यायला लागली. दरम्यान मखमलीच्या चढावांची आपली मागणी अमल पूर्णपणे विसरून गेला होता. अशातच एक दिवस संध्याकाळी चारूनं अमलला जेवायचं आमंत्रण करून बोलावून घेतलं.

उन्हाळ्याचे दिवस होते. गच्चीचा एक कोपरा स्वच्छ करून तिथे आसन मांडून तिनं अमलची जेवायला बसण्याची जागा तयार केली होती. वाऱ्यानं उडणारी धूळ ताटात पडू नये म्हणून ताटावर पितळेचं झाकण ठेवलं होतं. अमल कॉलेजचे कपडे बदलून हातपाय तोंड धुवून, ताजातवाना होऊन आला. आसनावर बसून त्यानं झाकण उचललं, पाहिलं तर ताटात दोन नवे कोरे मखमलीचे भरतकाम केलेले चढाव ठेवलेले होते. अमल चकित झाल्याचं पाहून चारुलता मोठ्यानं हसत सुटली.

चढाव मिळाल्यानंतर अमलच्या मागण्या आणखीनच वाढायला लागल्या. आज काय गळ्याभोवती गुंडाळायला मफ्लर पाहिजे. उद्या काय रेशमी रुमालाच्या कडांवर फुलांची नक्षी काढून पाहिजे, कधी खुर्चीच्या पाठीवर घालायला भरतकाम केलेलं कव्हर पाहिजे. प्रत्येक मागणीच्यावेळी चारुलता आढेवेढे घ्यायची,

रागावल्यासारखं करायची, आणि त्याची प्रत्येक हौस खूप प्रेमानं, खूप प्रयत्नपूर्वक पुरी करायची. अमल अधून मधून चौकशी करायचा, "काय वहिनी, कुठवर आलंय?"

चारू खोटं खोटं म्हणायची, "काय आलंय कुठवर? माझ्या तर लक्षातच नव्हतं."

पण अमल असा अर्धवट सोडणाऱ्यांपैकी नव्हता. तो रोज तिला आठवण करून द्यायचा, हट्ट धरायचा. त्याला चिडवण्यासाठी चारू बेपर्वाइ दाखवायची. विसरल्याचा बहाणा करायची आणि एक दिवस अचानक त्यानं मागितलेली वस्तू त्याच्या समोर ठेवून त्याच्या आनंदाकडे कौतुकानं पहायची.

पतीच्या संसारात चारूला आणखी कुणासाठीही काहीही करावं लागत नसे. पण अमल मात्र सतत तिच्याकडून काहीना काही करवून घेत असे. त्याच्या सगळ्या लहानमोठ्या आवडी निवडी पुरवण्यातच चारूच्या हृदयातल्या प्रेमाच्या ऊर्मी शांत होत असत.

भूपतीच्या घराच्या मागच्या बाजूला थोडीशी पडीक जमीन होती. त्या जमिनीवर करमळाचं झाड होतं. ही जमीन साफसूफ करून तिथे बाग तयार करण्यासाठी चारू आणि अमल यांची मिळून एक कमिटी तयार झाली होती. या कमिटीनं मोठ्या उत्साहानं बागेसाठी एक आराखडा तयार केला होता. अमल म्हणायचा, "वहिनी, या आपल्या बागेतल्या झाडांना पूर्वीच्या काळातल्या राजकन्यांप्रमाणे तू स्वतःच्या हातांनी पाणी घातलं पाहिजेस." चारू म्हणायची, "आणि या पश्चिमेकडच्या कोपऱ्यात छोटंसं कुंपण घातलं पाहिजे. तिथे हरणांची पिल्लं रहातील."

अमल म्हणायचा, "एखाददोन लहान लहान तळी खोदली पाहिजेत. तिथे बदकं रहातील."

हे ऐकून चारू उत्साहानं म्हणायची, "आणि त्या तळ्यात निळ्या कमळांची वेल लावू या. निळी कमळं पहायची मला खूप खूप इच्छा आहे."

अमल म्हणायचा, "तळ्यावर एक साकव बांधू या आणि तळ्याच्या काठाला घाट बांधू या. घाटावर एक लहानशी होडी पण ठेवू या."

चारू म्हणायची, "घाटाच्या पायऱ्या पांढऱ्या शुभ्र संगमरवराच्या असतील."

असे बेत चालत असताना अमल कागद, पेन्सिल, पट्टी, कंपास घेऊन खूप वेळ लावून बागेचा नकाशा तयार करत असे. त्या दोघांना आपल्या बोलण्यातून रोज नवीन नवीन कल्पना सुचत असत. असं करता करता बागेसाठी निदान वीस-पंचवीसतरी वेगवेगळे नकाशे तयार झाले. बगिचा तयार करायला किती खर्च येईल, त्याचा अंदाज घ्यायला सुरुवात झाली. पहिल्यांदा असं ठरलं होतं की चारूला दर महिन्याला हातखर्चासाठी जे पैसे मिळायचे त्यातून ती हळू हळू खर्च करून बाग उभी करेल. भूपतीला तर घरात कुठे काय चाललं आहे त्याची

खबरबातही नसायची. त्यामुळे बाग तयार झाल्यानंतर त्याला मुद्दाम तिथे बोलावून आश्चर्यचकित करावं, असं ठरलं. त्याला वाटलं असतं की अल्लादिनाच्या दिव्याच्या मदतीनं जपानमधून एक संपूर्ण तयार बाग अलगद उचलून इथे आणून ठेवली आहे.

पण अंदाजपत्रकात खूप काटछाट करून देखील बागेचा खर्च चारूच्या आवाक्यात येत नव्हता. त्यामुळे अमलनं पुन्हा नव्यानं नकाशा तयार करायला सुरुवात केली. तो म्हणाला, "तर मग वहिनी, हे तळं आपण काढूनच टाकू." चारू म्हणाली, "छे, छे, तळं काढून टाकून अजिबात चालणार नाही. त्या तळ्यात माझ्या निळ्या कमळांच्या वेली असणार आहेत."

अमल म्हणाला, "तर मग तुझ्या हरणांच्या रहाण्याच्या जागेवर पक्कं छप्पर नको करू या. तिथे साधं गवती छप्पर केलं तरी चालेल."

चारू रागावून म्हणाली, "तर मग मला हरणं नकोतच. ते सगळंच रद्द करून टाकू."

आधीच्या बेताप्रमाणे मॉरिशसहून लवंगेचं झाड, कर्नाटकातून चंदनाचं झाड आणि सिलोनमधून दालचिनीचं झाड, अशी रोपं आणायचं ठरलं होतं. त्याऐवजी अमलनं माणिकतलाहून काही नेहमीची साधी देशी झाडं आणण्याचा प्रस्ताव मांडला. ते ऐकून चारू तोंड वाकडं करून म्हणाली, "तर मग बागच नको."

खर्चाचा अंदाज कमी करण्याचा काही हा मार्ग नव्हता. पण खर्च कमी करण्याबरोबरच आपल्या हौसेलाही मुरड घालणं चारूला शक्य होत नव्हतं, आणि अमल तोंडानं काहीही म्हणाला तरी त्याला देखील ते फारसं पसंत नव्हतं. शेवटी तो म्हणाला, "वहिनी, दादाजवळ बागेचा विषय काढा, ते नक्की पैसे देतील."

चारू म्हणाली, "छे, त्यांना सांगितलं तर मग गंमत ती काय राहिली? आपण दोघंजण बाग तयार करू या. ते तर साहेबांचा माळी बोलावून विलायती बगिचा तयार करून देऊ शकतात. पण मग आपल्या बगिच्याचं काय होईल?" एक दिवस करमळाच्या सावलीत बसून चारू आणि अमल त्यांच्या बागेचे वास्तवात उतरू न शकणारे बेत आखून कल्पनेत विहार करण्याचं सुख अनुभवत होते. तेवढ्यात चारूची भावजय मंदा वरच्या मजल्यावरून त्यांना हाक मारून म्हणाली, "इतका वेळ तुम्ही दोघं तिथे खाली बसून काय करताय?"

चारू म्हणाली, "पिकलेली करमळं शोधतोय." मंदाच्या तोंडाला पाणी सुटलं. ती म्हणाली, "सापडली तर माझ्यासाठी पण घेऊन ये."

चारू हसली. अमलही हसला. त्यांच्या या सर्व बेत आखण्यामधला मुख्य आनंद हाच होता की तो आनंद त्या दोघांमधेच बंदिस्त होता. मंदामधे आणखी इतर गुण असतील किंवा नसतील, पण तिच्यामध्ये कल्पनाशक्ती अजिबात नव्हती. त्यामुळे असे सर्व बेत आखण्यामधलं सुख अनुभवायची क्षमता तिच्यामध्ये नव्हती.

प्रत्यक्षात उतरू न शकणाऱ्या त्या बागेच्या खर्चाचा अंदाजही कमी झाला नाही, आणि कल्पनेच्या वावड्याही उडायच्या थांबल्या नाहीत. करमळाच्या सावलीत बसण्याऱ्या कमिटीच्या सभा काही दिवस तशाच चालू राहिल्या. बागेत जिथे तळं असणार होतं, तिथे हरणं ठेवायची जागा असणार होती, तिथे दगडाचे चौथरे बांधले जाणार होते, त्या त्या जागी नकाशात अमलनं खुणा करून ठेवल्या होत्या.

त्यांच्या त्या संकल्पित बागेत करमळाच्या झाडाच्या भोवती काय प्रकारचं बांधकाम करायचं त्याच्या रेघा अमल एका लहानशा कुदळीनं जमिनीवर आखत होता, तिकडे पहाता पहाता चारूच्या मनात काय आलं कुणास ठाऊक, झाडाच्या सावलीत बसल्या बसल्या ती म्हणाली, 'अमल तुला जर चांगलं लिहिता येत असतं तर छान झालं असतं."

अमलनं विचारलं, "त्यात काय छान झाल असतं?" चारू म्हणाली, आपल्या बागेचं वर्णन करणारी एखादी गोष्ट मी तुझ्याकडून लिहवून घेतली असती. त्या गोष्टीत ते तळं, ती हरणांची रहाण्याची जागा, हे राय करमळाचं झाड हे सगळं काही आलं असतं, आणि आपल्या दोघांखेरीज दुसऱ्या कुणालाच त्यातली गंमत कळली नसती. तू एकदा लिहिण्याचा प्रयत्न करून पहा ना. तुला नक्की जमेल!

अमल म्हणाला, "समजा लिहिलं, तर तू मला काय देशील?" चारू म्हणाली, "तुला काय हवंय?"

अमल म्हणाला, "माझ्या मच्छरदाणीच्या किनारपट्टीवर मी वेलबुट्टी काढून देईन, त्या सबंध वेलबुट्टीचं भरतकाम तू रेशमाच्या धाग्यांनी करून द्यायचं." चारू म्हणाली, "तुझं म्हणजे सगळं जगावेगळं असतं. मच्छरदाणीच्या काठावर कसलं आलंय भरतकाम!"

त्यानंतर मच्छरदाणी या वस्तूला एका कुरूप पिंजऱ्यासारखं करून ठेवण्याच्या विरोधात अमल पुष्कळ काही बोलला. शेवटी तो म्हणाला की जगातल्या नव्याण्णव टक्के लोकांना सौंदर्यदृष्टी नसते. आणि कुरूपतेचे त्यांना क्लेश होत नाहीत, याचा मच्छरदाणी हा पुरावा आहे.

चारूला त्याचं बोलणं मनोमन पटलं आणि आपली दोन माणसांची कमिटी त्या नव्याण्णव टक्के लोकांमध्ये अंतर्भूत नाही याचा तिला आनंद झाला. ती म्हणाली, "अच्छा ठीक आहे, मी मच्छरदाणीच्या किनारपट्टीवर भरतकाम करून देईन, तू लिही."

अमल किंचित दबकत म्हणाला, तुला काय वाटतं, मला लिहिता येत नाही?"

चारू एकदम उत्तेजित होऊन म्हणाली, "म्हणजे तू नक्की काहीतरी लिहिलेलं आहेस. दाखव ते मला."

"आज राहू दे, वहिनी.", अमल म्हणाला.

"ते काही चालणार नाही," चारू म्हणाली, "आजच दाखवलं पाहिजे, शपथ आहे माझी, तुझं लिहिलेलं घेऊन ये." आपलं लेखन चारूला वाचायला देण्याच्या अनिवार इच्छेला अमलनं इतके दिवस प्रयत्नपूर्वक थोपवून धरलं होतं. आपण लिहिलेलं चारू समजून घेईल की नाही, तिला ते आवडेल की नाही या संकोचामुळे तो पाऊल उचलत नव्हता. आज आता ती लेखनाची वही आणून, किंचित लालसर चेहऱ्यानं, किंचित घसा खाकरत त्यानं वाचायला सुरुवात केली. चारूनं झाडांच्या बुंध्याला टेकून गवतावर पाय पसरले आणि ती ऐकायला लागली. लिहिण्याचा विषय होता, "माझी वही." अमलनं लिहिलं होतं, 'हे माझ्या पांढऱ्या शुभ्र कागदा, माझ्या कल्पनेनं अजून तुला स्पर्श केलेला नाही. भाग्यविधात्यानं सूतिकागृहात प्रवेश करण्यापूर्वीच्या नवजात अर्भकाच्या ललाटा प्रमाणे तू निर्मळ आहेस, रहस्यमय आहेस. ज्या दिवशी तुझ्या अखेरच्या पृष्ठावरच्या अखेरच्या ओळीवर 'उपसंहार' असं लिहिलं जाईल तो दिवस आज कुठे दृष्टिपथातही नाही. तुझ्या या पांढऱ्या शुभ्र कागदांना त्या शाईनं लिहिलेल्या समाप्तीवचनाची आज स्वप्नात देखील कल्पना करता येणार नाही.' असं बरंच काही त्यानं लिहिलं होतं.

चारू झाडाच्या सावलीत बसून स्तब्धपणे ऐकत होती. वाचन पुरं झाल्यावर थोडा वेळ गप्प राहून मग ती म्हणाली, "तुला लिहिता येत नाही, असं म्हणतोस ना तू!" त्यादिवशी त्या तरुतळी अमलनं साहित्याची मदिरा प्रथम प्राशन केली. साकी नवखी होती. चवही नवखी होती, आणि संध्याकाळची उतरती उन्हं लांबलचक सावल्यांमुळे रहस्यमय झाली होती.

चारू म्हणाली, "अमल, झाडावरची थोडी करमळं तोडून न्यावी लागतील, नाहीतर मंदाला काय सांगणार."

अरसिक मंदाला त्या दोघांच्या लिहिण्या-वाचण्याबद्दल आणि चर्चा-विवादाबद्दल काही सांगण्याचा प्रश्नच नव्हता. त्यामुळे करमळं तोडून घेऊन जावी लागली.

बाग तयार करण्याचा बेत त्यांच्या इतर अनेक बेतांप्रमाणे कल्पनेच्या सीमाविहीन क्षेत्रात केव्हा हरवून गेला ते अमल आणि चारू यांच्या लक्षातही आलं नाही.

आता अमलचं लेखन हाच त्यांच्या गप्पांचा आणि चर्चेचा मुख्य विषय झाला होता. अमल येऊन म्हणायचा, "वहिनी, एक खूप छान विषय डोक्यात आलाय."

चारू उत्साहित होऊन म्हणायची, "चल, आपण आमच्या दक्षिणेकडच्या

व्हरांड्यात जाऊन बसू. इथे आता मंदा विडा लावत येईल.''

तिकडच्या व्हरांड्यात चारू एका जुन्या वेताच्या खुर्चीत बसायची, आणि अमल व्हरांड्याच्या रेलिंगच्या पायथ्याशी असलेल्या कट्ट्यावर बसून पाय लांब पसरायचा. अमलचे लिहिण्याचे विषय फारसे स्पष्ट, ठोस नसायचे. त्यांच्याबद्दल नीटपणे काही सांगणं कठीण होतं. गोलगोल फिरत तो जे काही लिहायचा ते नीटपणे समजणं कुणालाही शक्य नसायचं, तो स्वत:च पुन्हा पुन्हा म्हणायचा, ''वहिनी, मला हे सगळं तुम्हाला नीट समजावून सांगता येत नाहीये.''

चारू म्हणायची, ''मला समजतंय बरंचसं. तू हेच सर्व लिही. वेळ दवडू नको.''

चारूला थोडं काही समजायचं, काही समजायचं नाही, काहीची ती कल्पना करायची, अमलच्या बोलण्यातल्या आवेगानं उत्तेजित व्हायची, मनातल्या मनात काहीतरी रचायची – या सगळ्यातूनच तिला खूप आनंद मिळायचा, आणि अमलकडून आणखी काही ऐकण्यासाठी ती उतावळी व्हायची.

दुपारची बैठक झाली की लगेच संध्याकाळी ती अमलला विचारायची, '''किती लिहून झालं?''

अमल म्हणायचा, ''एवढ्याश्या वेळात काय लिहिणार?''

की लगेच दुसऱ्या दिवशी सकाळी ती किंचित नाराजीच्या स्वरात विचारायची, ''हे काय, तू त्यातलं काही लिहिलं नाहीस?''

अमल म्हणायचा, ''जरा दमानं घे, थोडा विचार करू दे.''

चारू रागानं म्हणायची, ''झालंच तर मग!''

सकाळचा राग संध्याकाळपर्यंत आणखी वाढायचा, आणि चारू अमलशी अबोला धरायची. तेव्हा मग अमल खिशातून रुमाल काढतोय असं भासवत लिहिलेले काही कागद बाहेर काढायचा.

चारूचा अबोला एका क्षणात सुटायचा, आणि ती उचंबळून म्हणायची, ''म्हणजे लिहिलंयस तू! माझ्याशी खोटं बोलतोस! चल दाखव काय लिहिलंयस.''

अमल म्हणायचा, ''अजून लिहून पुरं नाही झालेलं. आणखी थोडं लिहून मग वाचून दाखवेन.''

चारू हट्ट धरायची, ''ते काही नाही. आत्ताच वाच.''

अमलला देखील खरं तेव्हाच वाचायचं असायचं, पण चारूला थोडं चिडवल्याखेरीज तो वाचायला सुरुवात करायचा नाही. आधी तो सगळे कागद हातात घेऊन ते नीट एकावर एक लावत असे, नंतर दोन चार ठिकाणी पेन्सिलीनं दुरुस्त्या करत असे, तोपर्यंत चारूचं चित्त जलभारानं ओथंबलेल्या मेघाप्रमाणे एका रोमांचक अधीरतेनं भरून जाऊन त्या कागदांवर झुकायला लागलेलं असे.

अमलनं दोन चार परिच्छेद लिहिले असले तरी ते लगेच चारूला वाचून दाखवावे लागत. बाकीच्या न लिहिलेल्या मजकुरावर त्या दोघांमधे चर्चा आणि कल्पना केल्या जात असत.

इतके दिवस ती दोघं आकाशपुष्पं वेचत होती, आता काव्यपुष्यांची रोपं लावल्यानंतर त्यांना खतपाणी घालण्यात ते बाकीचं सगळं काही विसरून गेले.

एक दिवस संध्याकाळी अमल कॉलेजातून परत आला तेव्हा त्याच्या कुर्त्याचा खिसा जरा नेहमीपेक्षा जड वाटत होता. अमल घरात शिरत होता तेव्हाच चारूनं तिच्या खोलीच्या खिडकीतून त्याचा भरलेला खिसा पाहिला होता.

एरव्हीच्या दिवशी अमल कॉलेजमधून आल्यानंतर लगेच घरात आतल्या खोलीत जात असे. आज आपला भरलेला खिसा घेऊन तो बाहेरच्याच खोलीत बसला. चारूनं तिच्या खोलीच्या उंबऱ्यापाशी येऊन दोन तीनदा टाळ्या वाजवल्या, पण त्या कुणीच ऐकल्या नाहीत. चारूला राग आला. तिनं मन्मथ दत्तांचं एक पुस्तक उचललं आणि व्हरांड्यात जाऊन ते वाचायचा प्रयत्न करायला लागली.

मन्मथ दत्त नव्या दमाचे लेखक होते. त्यांची शैली बरीचशी अमलसारखी होती, त्यामुळे अमल कधी त्यांना बरं म्हणत नसे. कधी कधी मुद्दाम वेडेवाकडे उच्चार करून तो चारूला त्यांचं लेखन वाचून दाखवत असे. मग चारू अमलच्या हातातून त्यांचं पुस्तक ओढून घेत असे, आणि लांब फेकून देत असे.

आत्ता अमलच्या पावलांचा आवाज ऐकून चारूनं मुद्दाम मन्मथ दत्तांचं "कलकंठ" नावाचं पुस्तक नाकासमोर धरलं आणि अगदी मन लावून ते वाचायला लागली.

अमल व्हरांड्यात आला तरी चारूनं त्याच्याकडे लक्ष दिलं नाही. अमल म्हणाला, "काय वहिनी, कसलं एवढं वाचन चाललंय?"

चारूकडून काही उत्तर आलं नाही. तेव्हा अमलनं खुर्चीच्या मागे जाऊन पुस्तकाचं नाव पाहिलं, आणि म्हणाला, "ओ, हो, मन्मथ दत्तांचं "गालगुंड."

चारू म्हणाली, "वाचू दे मला, उगीच त्रास नको देऊ."

तिच्यामागे उभं राहून अमल वेडावून दाखवण्याच्या स्वरात पुस्तकातला मजकूर वाचायला लागला, "मी गवत आहे, तुच्छ गवत; हे रक्तवर्ण राजवेष धारण केलेल्या अशोकवृक्षा, मी केवळ गवत आहे. मला फुलं येत नाहीत, माझी सावली पडत नाही, मी माझं मस्तक उंच करू शकत नाही, वसंतऋतूतला कोकीळ माझ्या अंगाखांद्यावर बसून आपल्या मधुर स्वरानं जगाला मोहून टाकत नाही - तरीदेखील हे अशोकवृक्षा, तुझ्या या फुलांनी बहरलेल्या उंच फांद्यांमुळे तू माझी उपेक्षा करू नको. मी तुझ्या पायाशी पडलेलं गवत असलो तरी तू मला तुच्छता दाखवू नको."

पुस्तकातला एवढा मजकूर वाचल्यानंतर अमलनं त्या मजकुराचं विडंबन करून बोलायला सुरुवात केली, "मी केळ्यांचा घड आहे, कच्च्या केळ्यांचा घड,

हे घराच्या छपरावर पसरलेल्या भोपळेदादा, मी केवळ एक कच्च्या केळ्यांचा घड आहे.''

चारूचा राग या विडंबन वक्तव्यापुढे टिकू शकला नाही, तिला हसू आवरेना. पुस्तक बाजूला टाकून देऊन ती अमलला म्हणाली, ''तू फार मत्सरी स्वभावाचा आहेस हं, एक स्वत:चं लेखन सोडलं तर काहीच तुझ्या पसंतीला उतरत नाही.''

अमल म्हणाला, ''तू फारच मोठ्या मनाची आहेस, गवत मिळालं तरी गिळून टाकशील.''

चारू म्हणाली, ''ते राहू दे, चेष्टा नको. खिशात काय आहे ते दाखव पाहू.''

अमल म्हणाला, ''काय असेल, अंदाज कर.''

बराच वेळ टोलवाटोलवी करून अमलनं शेवटी आपल्या खिशातून ''सरोरूह'' या प्रसिद्ध मासिकाचा अंक बाहेर काढला.

चारूनं पाहिलं, अंकात अमलचा तो ''वही'' नावाचा लेख प्रसिद्ध झाला होता.

चारू गप्प झाली. अमलला वाटलं होतं की त्याची वहिनी त्याचा लेख प्रसिद्ध झालेला पाहून खूप खुष होईल. पण तसं काही चिन्ह दिसेना. तेव्हा तोच म्हणाला, ''सरोरूह'' मध्ये उगीच कसला तरी लेख प्रसिद्ध होत नाही.

अमलनं ही बढाई मारली होती. खरं तर ''चालून जाईल'' या सदरात मोडण्याजोगा कोणताही लेख संपादक नाकारत नाही. पण अमल चारूला पटवून देऊ लागला की ''सरोरूह'' चे संपादक फार चिकित्सक आणि चोखंदळ आहेत. शंभर लेखांमधून एखादा लेख निवडतात.

हे सगळं ऐकून चारूनं आनंदित होण्याचा प्रयत्न केला, पण तो फारसा सफल झाला नाही. आपल्या मनावर कसला आघात झाला आहे त्याचाही शोध घेण्याचा तिनं प्रयत्न केला पण तिला तसं कोणतंच सुसंगत कारण सापडलं नाही.

अमलचं लेखन हे अमल आणि चारू या दोघांचं मिळून असायचं. अमल लेखक आणि चारू त्याची वाचक. या दोघांमधलं हे गुपित हाच त्या लेखनाचा खरा आनंद होता. हे लेखन आता सगळे लोक वाचतील, त्यातले काही लोक त्यांची प्रशंसाही करतील या विचारानं आपल्या मनाला इतक्या यातना का होताहेत हे चारूला स्वत:लाही नीटसं समजत नव्हतं. पण लेखकाची तहान एकच एक वाचक फार काळ भागवू शकत नाही. अमलनं त्याचे लेख छापवून आणायला सुरुवात केली. त्याचं कौतुकही होऊ लागलं.

अधूनमधून चाहत्यांची पत्रंही येऊ लागली. ती पत्रं अमल त्याच्या वहिनीला दाखवत असे. त्याचा चारूला आनंदही व्हायचा, आणि वैषम्यही वाटायचं. आता अमलला लिहिण्यासाठी उत्तेजन द्यायला तिच्या प्रेरणेची आणि प्रयत्नांची गरज राहिली नव्हती. अमलला अधूनमधून स्त्री-वाचकांची नावं न देता लिहिलेली पत्रं

यायला लागली. त्यावरून चारू त्याची थट्टा करायची, पण त्यात तिला काही आनंद मिळायचा नाही, त्यांच्या दोघांच्या कमिटीचं बंद दार उघडून बंगालमधले वाचक त्या दोघांमधे येऊन उभे राहिले होते.

एक दिवस भूपती असाच शिळोप्याच्या वेळी म्हणाला, "अगं चारू, आपला अमल इतकं चांगलं लिहितो हे मला माहीतच नव्हतं."

भूपतीच्या तोंडून अमलची स्तुती ऐकून चारूला आनंद झाला, अमल भूपतीचा आश्रित होता, पण इतर आश्रितांपेक्षा तो किती वेगळा आहे हे आपल्या नवऱ्याच्या लक्षात आलंय याबद्दल चारूला स्वत:चा विशेष गौरव वाटायचा. तिला मनात आलं की आपण कशासाठी अमलवर इतकी माया करतो, हे आपल्या नवऱ्याच्या आता लक्षात येतंय. आपण तर फार पूर्वीपासून अमलची योग्यता जाणली आहे. अमलला कोणीही अवमानानं वागवू शकत नाही.

चारूनं भूपतीला विचारलं, "तुम्ही त्याचं लेखन वाचलंय?"

भूपती म्हणाला, "हो, म्हणजे नीट नाही सगळं वाचलं. तेवढा वेळ मिळाला नाही. पण आमच्या निशिकांतनं वाचून त्याची खूप तारीफ केली. निशिकांतला बंगाली साहित्याची चांगली समज आहे."

भूपतीच्या मनात अमलबद्दल आदर निर्माण व्हावा, ही चारूची आंतरिक इच्छा होती.

•

उमापद भूपतीला समजावून सांगत होता की त्यानं आपल्या वर्तमानपत्राबरोबर वाचकांना भेटवस्तूही द्याव्यात. भेटवस्तू दिल्यामुळे वर्तमानपत्र काढण्यात होणाऱ्या तोट्याचं रूपांतर नफ्यात कसं काय होईल ते काही भूपतीला समजत नव्हतं.

चारू खोलीत आली आणि उमापदला पाहून परत फिरली. थोड्यावेळानं पुन्हा परत येऊन तिनं पाहिलं तर दोघेजण हिशोबासंबंधात काहीतरी वाद घालत होते. चारूला पुन्हा आलेली पाहून उमापद काहीतरी निमित्त काढून खोलीच्या बाहेर गेला. भूपती हिशोबाचे आकडे डोक्यात घोळवत कपाळावरून हात फिरवत बसला.

चारू खोलीत येऊन म्हणाली, "अजून तुमचं काम संपलं नाही वाटतं? हा एवढा एक कागद घेऊन तुम्ही रात्रंदिवस काय एवढं बोलत असता, मला कळतच नाही."

भूपतीनं थोडंस हसून हिशोबाचा कागद बाजूला सारला. त्याला मनात वाटलं, "चारूकडे लक्ष द्यायला आपल्याला अजिबात वेळ होत नाही हे काही बरोबर नाही.

त्या बिचारीकडे वेळ घालवण्याचं काहीच साधन नाही.''

मग तो मृदुस्वरात तिला म्हणाला, ''आज तुला काही अभ्यास दिसत नाही. तुझे गुरुजी बेपत्ता झाले वाटतं! तुमच्या शाळेची उलटीच तऱ्हा आहे - विद्यार्थिनी वह्या-पुस्तकं घेऊन हजर आणि मास्तर गायब! हल्ली अमल तुला पूर्वीप्रमाणे नियमितपणे शिकवत नाहीसं दिसतं!''

चारू म्हणाली, ''मला शिकवण्यात त्याचा वेळ वाया घालवणं बरोबर आहे वाटतं! तुम्ही अमलला एखादा सामान्य शिकवणीचा मास्तर समजता की काय?''

भूपतीनं चारूच्या कमरेभोवती हात वेढून तिला जवळ ओढलं आणि म्हटलं, ''ही काय सामान्य शिकवणी म्हणायची की काय! तुझ्यासारख्या वहिनीची शिकवणी घेण्याची संधी मला मिळाली असती तर ...''

चारू म्हणाली, ''बस्स झालं. आणखी नका काही बोलू. नवऱ्याचं कर्तव्य करणं लांब राह्यलं, आणि हे भलतंच काहीतरी...''

भूपतीला जरासा धक्का बसला. सावरून घेत तो म्हणाला, ''ठीक आहे, उद्यापासून तुला मी शिकवत जाईन, आणि बघू तुझी पुस्तकं, आत्तापर्यंत तुला काय काय येतंय ते पाहू या.''

चारू म्हणाली, ''पुष्कळ शिकवलंत. आता आणखी शिकवायची गरज नाही, इकडे तुमच्या वर्तमानपत्राचा हिशोब कोण पाहील? त्या हिशोबाखेरीज दुसरीकडे तुमचं लक्ष थोडंच लागणार आहे?''

भूपती म्हणाला, ''नक्की लागेल, आता यापुढे माझ्या मनाला, तुला ज्या बाजूला वळवायचं असेल त्या बाजूला ते वळेल.''

चारू म्हणाली, ''ठीक आहे, तर मग अमलचा हा लेख वाचून पहा, किती सुंदर लिहिलाय त्यानं. संपादकांनी अमलला पत्रात लिहिलंय की हा लेख वाचून नवगोपालबाबूंनी त्याला ''बंगालचा रस्किन'' असं नाव दिलंय.

हे ऐकल्यानंतर भूपतीनं किंचित दबावाखाली आल्यासारख्या भावनेनं लेख हातात घेतला. कागद उघडून लेखाचं नाव वाचलं – ''आषाढातला चंद्र''

गेले दोन आठवडे भूपती भारत सरकारच्या अंदाजपत्रकाचा तपशीलवार अभ्यास करत होता, मोठी मोठी आकडेमोड करत होता. हे सर्व आकडे शंभर पायांच्या घोणीप्रमाणे त्याच्या मेंदूच्या खोबणीत इकडे तिकडे सरपटत होते. अशा स्थितीत असताना अचानक बंगाली भाषेत लिहिलेला ''आषाढातला चंद्र'' या नावाचा लेख वाचून काढण्याची त्याची मानसिक तयारी नव्हती. आणि लेखसुद्धा काही फारसा लहान नव्हता.

लेखाची सुरुवात अशी होती – ''आज का बरं आषाढातला चंद्र रात्रभर ढगांच्या आड लपून इकडून तिकडे फिरतो आहे! जणू काही त्यानं स्वर्गातून

काहीतरी वस्तू चोरून आणली आहे, आणि हा चोरीचा डाग लपवायला त्याच्यापाशी जागा नाही. फाल्गुन महिन्यात जेव्हा आकाशाच्या एखाद्या कोपऱ्यात देखील ढगांचा वीतभरसुद्धा तुकडा नव्हता तेव्हा हाच चंद्र सगळ्या जगाच्या नजरेसमोर लाजलज्जा सोडून मोकळ्या आकाशात स्वत:चं प्रदर्शन करीत होता, आणि आजचं हे त्याचं अर्धस्फुट हास्य बालकाच्या स्वप्नासारखं, प्रियेच्या स्मृतीसारखं, सुरसम्राज्ञी शचीच्या केसात गुंफलेल्या मोत्यांच्या माळेसारखं...''

भूपती डोक्यावरून हात फिरवत म्हणाला, ''चांगलं लिहिलं आहे. पण हे सर्व मला का दाखवतेस. हे सगळं कवित्व मला थोडंच समजणार आहे.''

चारूनं आखडून भूपतीच्या हातातून कागद काढून घेतला, आणि म्हणाली, ''मग तुम्हाला काय समजतं?''

भूपती म्हणाला, ''मी व्यवहारी जगात वावरतो. मला माणूस समजतो.''

चारू म्हणाली, ''माणसांची गोष्ट साहित्यात लिहीत नाहीत वाटतं.''

भूपती म्हणाला, ''चुकीची लिहितात. शिवाय माणूस प्रत्यक्ष समोर असताना कल्पनेनं लिहिलेल्या गोष्टीमध्ये त्याला शोधायची काय गरज आहे?''

असं म्हणून भूपतीनं चारुलतेची हनुवटी धरली, आणि म्हटलं, ''आता मी असं तुला समजून घेत असताना त्यासाठी मेघनाद वध, कविकंकवचंडी असलं काही वाचण्याची काय गरज आहे?''

'आपल्याला कविता समजत नाही.' असं भूपती काहीशा आढ्यतेनं म्हणायचा. पण अमलचं लेखन नीट न वाचतासुद्धा अमलबद्दल भूपतीच्या मनात आदर होता. तो मनात म्हणायचा, 'सांगण्यासारखं जवळ काहीही नसतानादेखील एवढं सगळं वारेमाप रचून सांगायचं, ही गोष्ट मला या जन्मात जमली नसती. अमलमध्ये एवढा मोठा गुण आहे, हे कुणाला माहीत होतं?'

आपण स्वत: रसिक असल्याचा त्याचा दावा नव्हता, पण साहित्याबद्दल त्याला प्रेम होतं. एखादा गरीब लेखक त्याच्या मागे लागला, तर त्याचं पुस्तक छापण्याचा खर्च भूपती त्याला देत असे, आणि त्याला फक्त एवढंच सांगत असे की मला त्याचं प्रकाशन करायला सांगू नको. सगळी लहान-मोठी बंगाली मासिकं आणि साप्ताहिकं; गाजलेली आणि न गाजलेली, वाचनीय असलेली आणि नसलेली देखील पुस्तकं तो विकत घेत असे. तो म्हणायचा, मी हे सगळं वाचत नाहीच, पण जर विकतही घेतलं नाही, तर पाप करायचं आणि प्रायश्चित्त मात्र घ्यायचं नाही, अशासारखं होईल. तो पुस्तक वाचतच नसल्यामुळे वाईट पुस्तकांबद्दल देखील त्याचं वाईट मत नसायचं. त्याची लायब्ररी त्यामुळे बंगाली पुस्तकांनी भरपूर भरलेली होती.

अमल भूपतीला त्याच्या इंग्रजी प्रूफरीडिंगच्या कामात मदत करायचा. एकदा

एका कागदावरचं हस्ताक्षर नीट लागत नसल्यामुळे तो कागद घेऊन तो खोलीत आला. भूपती हसून म्हणाला, "अमल, तू आषाढातला चंद्र, आणि भाद्रपदातला भरलेला तलाव यांच्याबद्दल हवं ते लिही, माझी त्याला काही हरकत नाही. मी कुणाच्या स्वातंत्र्यावर घाला घालू इच्छित नाही. पण माझ्या स्वातंत्र्यावर ही घाला कशाला? तू जे लिहितोस ते मी वाचलंच पाहिजे, ही तुझ्या वहिनीची बळजबरीच झाली."

अमल हसून म्हणाला, "वहिनी, माझ्या लेखाचा उपयोग तुम्ही असा दादावर अत्याचार करण्यासाठी कराल हे मला माहीत असतं, तर मी लिहिलंच नसतं."

साहित्यामध्ये अजिबात रुची नसणाऱ्या भूपतीला आपल्या अंतरीच्या भावना व्यक्त करणारा लेख वाचायला सांगण्यात चारूनं आपल्या लेखनाची किंमत कमी केली, याचा अमलला राग आला. अमलची नाराजी त्याचक्षणी चारूच्या लक्षात आली, आणि तिच्या मनाला ती फार लागली. विषयाला हलकं-फुलकं वळण द्यावं, या हेतूनं ती भूपतीला म्हणाली, "या तुमच्या भावाचं एकदा लग्न करून टाका बघू. म्हणजे त्याच्या लिहिण्याचा उपद्रव तुम्हाला सहन करावा लागणार नाही."

भूपती म्हणाला, "आजकालची मुलं आमच्या वेळेसारखी बावळट नसतात. ती कविताही करतात, आणि व्यवहारज्ञानही जाणतात. तू का नाही तुझ्या धाकट्या दिराला लग्न करण्यासाठी राजी करू शकलीस!"

चारू तिथून निघून गेल्यावर भूपती अमलला म्हणाला, "अमल, मी या वर्तमानपत्राच्या कामात गुंतलेला असतो. चारू बिचारी एकटी पडते. मी तरी काय करू सांग. तू जर तिला काही लिहिण्या-वाचण्याच्या कामात गुंतवून ठेवू शकलास तर बरं होईल." अधूनमधून तिला इंग्रजी कवितांचा अनुवाद करून ऐकवलास तर तिला ते आवडेल, आणि तिला त्याचा उपयोगही होईल. चारूला साहित्याची खूप आवड आहे."

अमल म्हणाला, "हे खरं आहे, वहिनींनी जर आणखी बरंच काही वाचलं, तर त्या स्वत: देखील चांगलं लिहू शकतील, याची मला खात्री आहे."

भूपती हसून म्हणाला, "ती पुढची गोष्ट झाली. तशी काही माझी अपेक्षाही नाही. पण चारूला बंगाली साहित्यातलं चांगलं-वाईट माझ्यापेक्षा जास्त चांगलं कळतं, हे नक्की."

अमल म्हणाला, "त्यांची कल्पनाशक्ती तीव्र आहे. स्त्रियांमध्ये हे पहायला मिळत नाही."

भूपती म्हणाला, "पुरुषांमधेदेखील कमीच पहायला मिळतं. त्याचा पुरावा मी स्वत:च आहे. ते राहू दे. पण तू तुझ्या वहिनीला जर या कामात गुंतवून ठेवू शकलास, तर मी तुला काहीतरी इनाम देईन."

अमलनं विचारलं, "काय देशील, ऐकू तर दे."

भूपती म्हणाला, "तुझ्या वहिनीसाठी एक जोडीदारीण शोधून आणून देईन."

अमल म्हणाला, "म्हणजे तिची पण शिकवणी घेत बसावं लागेल! सगळं आयुष्य काय कुणाला ना कुणाला तरी कशात तरी गुंतवून ठेवण्यातच काढू की काय?"

दोघे भाऊ आधुनिक काळात वावरणारे होते. एकमेकांशी त्यांचं बोलणं अगदी मोकळेपणाचं असे.

वाचक वर्गामध्ये मान्यता मिळाल्यामुळे अमल आजकाल ताठ मानेनं वावरायला लागला होता. आधी तो शाळेतल्या विद्यार्थ्यासारखा वावरायचा, आता तो समाजाचा प्रतिष्ठित नागरिक झाला होता. अधूनमधून तो सभांमधे साहित्यविषयक निबंध वाचायचा. संपादक आणि संपादकांचे प्रतिनिधी त्याच्या घरी येऊ लागले होते. त्यांच्याकडून त्याला जेवणाची आमंत्रणं यायची. निरनिराळ्या संस्थांचा सभासद किंवा अध्यक्ष होण्याबद्दल विनंत्या व्हायच्या. भूपतीच्या घरातले नोकरचाकर आणि लांबचे जवळचे नातेवाईक यांच्या नजरेत त्याचं स्थान एकदम उंचावलं होतं.

इतके दिवस मंदाकिनी त्याला विशेष महत्त्व देत नसे. त्याच्या आणि चारूच्या गप्पागोष्टींना आणि हसण्या खिदळण्याला ती पोरकटपणा समजून त्या सगळ्याकडे दुर्लक्ष करीत असे. आणि पानाची गिलोरी गालात सरकवून घरकामाला लागत असे. स्वत:ला ती त्या दोघांपेक्षा श्रेष्ठ, आणि घर चालवण्यासाठी अत्यावश्यक समजत असे.

अमल सारखाच पान खात असायचा. पान लावण्याचं काम मंदाकडे होतं, त्यामुळे पानांचा विनाकारण अपव्यय होतो, असं अमलला वाटायचं. चारूशी संगनमत करून मंदाच्या पानाच्या डब्यातली पानं पळवून आणणं हा त्या दोघांचा आवडता खेळ होता. पण अर्थातच मंदाला त्या दोघांच्या या चोरीच्या मामल्यात काही गंमत वाटणं शक्यच नव्हतं.

खरी गोष्ट अशी की एका आश्रिताला दुसरा आश्रित नजरेसमोरही सहन होत नाही. अमलसाठी म्हणून मंदाला घरात जे काही जास्तीचं काम करायला लागायचं ते करण्यात तिला कमीपणा वाटायचा. चारू अमलच्या बाजूची असल्यामुळे मंदा तोंडानं काही बोलू शकत नसे. पण अमलचा अपमान करण्याचा प्रयत्न मात्र ती सारखी करीत असे. संधी मिळाली की नोकरचाकरांबरोबर देखील ती अमलची निंदा करणं सोडत नसे, आणि ती मंडळीदेखील त्यात सामील होत असत.

अमलचं स्थान समाजात जेव्हा उंचावायला लागलं, तेव्हा मंदा एकदम सावध झाली. अमल आता पूर्वीचा राहिला नव्हता. पूर्वी त्याच्या वागण्यात असलेला संकोच आणि नम्रपणा नाहीसा झाला होता. दुसऱ्याचा अपमान करण्याचा अधिकार जणू काही आता त्याला प्राप्त झाला होता. जगात प्रतिष्ठा मिळाल्यामुळे जो पुरुष नि:शंकपणे आणि नि:संकोच स्वत:चा मोठेपणा मिरवतो, ज्या पुरुषाच्या हातात काही विशिष्ट अधिकार आलेला असतो असा सामर्थ्यवान पुरुष, स्त्रीची नजर सहजपणे स्वत:कडे आकर्षित करतो. मंदानं जेव्हा पाहिलं की अमलला सगळीकडून मानसन्मान मिळतो आहे, तेव्हा तिनं देखील मान वर करून अमलच्या उंचावलेल्या मस्तकाकडे पाहिलं. अमलच्या तरुण चेहेऱ्यावरच्या नव्यानं प्राप्त झालेल्या गौरवाच्या तेजानं तिला मोहून टाकलं. एका नवीनच अमलला जणू काही ती पहात होती.

आता पानाची चोरी करायची गरज राहिली नाही. अमलला प्रसिद्धी मिळाल्यामुळे चारूचं आणखी एक नुकसान झालं, ते हे. त्यांच्या छोट्या छोट्या कट-कारस्थान करण्यामधली सगळी गंमत निघून गेली. पानं अमलकडे आपण होऊन पाठवली जायला लागली, जितकी त्याला लागतील तितकी.

त्याशिवाय, त्या दोघांच्या आपापसातल्या गुपितांमधून मंदाकिनीला नाना प्रयत्नांनी दूर ठेवण्यात त्यांना जो आनंद मिळायचा तोदेखील नाहीसा होऊ लागला. मंदाला दूर ठेवणं त्यांना कठीण व्हायला लागलं. अमल समजत असे की चारू हीच काय ती हुषार, समंजस आहे आणि तीच एकटी आपली मैत्रीण होऊ शकते. ही गोष्ट मंदाला कधीच आवडत नसे. पूर्वी तिला ते ज्या तुच्छतेनं वागवीत त्याची सव्याज परतफेड करायला ती आता सज्ज झाली. अमल आणि चारू समोरासमोर येणार म्हटलं की काही ना काही निमित्त काढून ती त्यांच्यामध्ये यायची आणि त्यांच्या भेटीला आपल्या सावलीचं ग्रहण लावायची. मंदामधे झालेल्या या बदलाची तिच्यामागे अमलपाशी चेष्टा करण्याची संधीदेखील चारूला मिळणं कठीण झालं.

त्या दोघांच्या दरम्यान मंदाचा झालेला हा अनाहूत प्रवेश चारूला जितका त्रासदायक वाटत असे, तितका अमलला वाटत नसे, हे नमूद करणं आवश्यक आहे. जी स्त्री आपल्याबद्दल पूर्णपणे उदासीन होती तिचं मन हळूहळू आपल्याकडे वळतं आहे, या गोष्टीमुळे त्याला आतल्याआत एका पुलकित भावनेचा अनुभव येऊ लागला होता.

तरी पण चारू जेव्हा मंदा दुरून दिसली की कुजबुजत पण तीक्ष्ण स्वरात म्हणायची, "ही बघ आली", तेव्हा अमल देखील तिला दुजोरा देत म्हणायचा, "नाराज झालेली दिसते आहे." आपण दोघं सोडून जगातल्या इतर कुणाही लोकांशी संबंध ठेवण्याबद्दल असहिष्णुता ही त्यांची सवय होऊन गेली होती. अमलला ती सवय अचानक सोडून देणं शक्य नव्हतं, मंदाकिनी जवळ आल्यावर

अमल मुद्दाम सौजन्यपूर्वक तिला म्हणायचा, "मंदावहिनी, आज तुमच्या पानाच्या चंचीत काही चोरीला गेल्यासारखं दिसलं का!"

मंदा म्हणायची, "जेव्हा हवं असेल तेव्हा लगेच मिळत असताना चोरी करायची काय गरज?"

अमल म्हणायचा, "हवं असेल तेव्हा आयतं मिळण्यापेक्षा चोरून घेण्यात जास्त मजा असते."

मग मंदा विषय बदलून म्हणायची, "तुम्ही काय वाचत होता ते वाचा नं. थांबलात का? मला ऐकायला आवडतं."

यापूर्वी कधी मंदानं 'तिला वाचलेलं ऐकायला आवडतं' असं म्हटलं नव्हतं. काळाचा महिमा, दुसरं काय!

साहित्याची गोडी नसलेल्या मंदासमोर अमलनं आपलं लेखन वाचून दाखवावं, हे चारूला अजिबात आवडत नसे. अमलला मात्र वाटायचं की मंदानं देखील त्यानं लिहिलेलं ऐकावं.

चारू म्हणायची, "अमलनं एका कादंबरीवरची समीक्षा लिहून आणली आहे, त्यातलं तुला काय..."

मंदा म्हणायची, "समज, आहे मी अडाणी, पण म्हणून ऐकलेल्यातलं काय काहीच समजणार नाही?"

हे बोलणं चालू असताना अमलला एक जुनी गोष्ट आठवली. चारू आणि मंदा पत्त्यांचा डाव मांडून बसल्या होत्या. अमल त्याचे लिहिलेले कागद घेऊन खोलीत आला. चारूला वाचून दाखवण्यासाठी तो उतावळा झाला होता आणि त्यांचा खेळ संपत नाहीये हे पाहून नाराज होत होता. शेवटी तो म्हणाला, "तुम्ही खेळत बसा वहिनी, मी अखिलबाबूंना लेख ऐकवून येतो."

चारू अमलची शाल घट्ट धरून म्हणाली, "ए, थांब ना, चाललास कुठे," आणि घाईघाईनं स्वतःवर हार घेऊन तिनं डाव संपवला.

मंदा म्हणाली, "आता तुमचं वाचन सुरू होणार असेल! मी जाते तर मग."

चारू सज्जनपणा दाखवत म्हणाली, "का गं, ऐक ना तू पण."

मंदा म्हणाली, "नाही बाबा, तुमच्या या सर्व बडबडीतलं मला काहीही समजत नाही. मला झोपच यायला लागते." असं म्हणून आपला पत्त्यांचा खेळ अर्ध्यावर सोडायला लागला त्यावरून त्या दोघांवर नाराज होऊन ती तिथून निघून गेली.

तीच मंदा आज कादंबरीची समीक्षा ऐकायला उत्सुक होती. अमल म्हणाला, "मग चांगलंच आहे की मंदावहिनी, तुम्ही माझं वाचलेलं ऐकणार हे तर माझं सौभाग्य आहे," असं म्हणून त्यानं पान पलटून पुन्हा पहिल्यापासून वाचायला

सुरुवात केली. लेखाच्या सुरुवातीला त्यानं बऱ्याच काव्यमय भाषेत प्रास्ताविक केलं होतं, ते वगळून पुढे वाचणं त्याला बरोबर वाटेना.

चारू लागलीच म्हणाली, "भाऊजी, तुम्ही म्हणाला होतात लायब्ररीतून जुनी मासिकं आणून देईन म्हणून."

अमल म्हणाला, "आज नव्हतो आणणार."

चारू म्हणाली, "आजच तर आणणार होता. छान! विसरलात म्हणायचं."
अमल म्हणाला, "विसरेन कसा, तू तर म्हणाली होतीस..."

चारू म्हणाली, "ठीक आहे, नका आणू. तुम्ही वाचत बसा. मी जाते. परेशला लायब्ररीत पाठवते." असं म्हणून चारू तिथून उठली.

अमलच्या मनात शंकेची पाल चुकचुकली. मंदा मनातल्या मनात सर्व काही समजली आणि एका क्षणात तिचं मन चारू संबंधीच्या विषारी भावनेनं भरून गेलं. चारू निघून गेल्यानंतर अमलदेखील उठून जाईल या विचारानं मंदा किंचित हसून म्हणाली, "जा भाऊजी, समजूत काढा. चारू नाराज झाली आहे. तुमचं लिहिलेलं मला वाचून दाखवलंत तर तुमची धडगत नाही."

यानंतर तिथून उठून जाणं अमलसाठी आणखीनच कठीण झालं. चारूवरच्या किंचित रागानं अमल म्हणाला, 'का, त्यात काय अडचण आहे,' असं म्हणून त्यानं लेखाची पानं पसरून ती वाचायला सुरुवात केली.

मंदानं आपल्या दोन्ही हातांनी तो लेखाचा कागद झाकला आणि म्हणाली, "राहू दे, भाऊजी, नका वाचू," एवढं म्हणून डोळ्यांतले अश्रू आवरीत ती दुसरीकडे निघून गेली.

चारू कुणाकडे तरी जेवायला गेली होती. मंदा खोलीत बसून वेणी घालत होती, "वहिनीऽ" अशी हाक मारत अमल खोलीत आला. मंदाला नक्की माहीत होतं की, चारू आज बाहेर जेवायला जाणार असल्याचं अमलला ठाऊक होतं. ती हसून म्हणाली, "वा, अमलबाबू, कुणाला शोधत आलात, आणि कुणाला पाहिलंत! कसलं तुमचं नशीब!" अमल म्हणाला, "जसा डावीकडचा चारा, तसाच उजवीकडचा, गाढवाला काय, दोन्ही सारखेच आवडतात." असं म्हणून तो तिथेच बसला. मंदाला म्हणाला, "मंदावहिनी, तुमच्या गावाकडच्या गोष्टी सांगा. मला आवडतील ऐकायला."

आपल्या लेखनासाठी विषय गोळा करायला म्हणून अमल सगळ्या लोकांचं बोलणं रस घेऊन ऐकत असे. म्हणूनच तो हल्ली मंदाकडे पूर्वीसारखं साफ दुर्लक्ष

करीत नसे. मंदाचं पूर्वायुष्य, तिचे विचार-भावना यांना आता त्याच्या लेखी महत्त्व आलं होतं. तिचं जन्मगाव कोणतं, ते कसं होतं, तिचं बाल्य कसं गेलं, तिचं लग्न केव्हा झालं या सगळ्या गोष्टी तो तिला खोदून खोदून विचारायला लागला. मंदाच्या अतिसामान्य आयुष्याबद्दल इतकं कुतूहल आत्तापर्यंत कोणी दाखवलं नव्हतं. मंदा खुषीत येऊन आपली सगळी माहिती भडाभडा सांगायला लागली. मधे मधे ती म्हणायची, ''मी काय बडबड करते आहे ते मलाच कळत नाहीये.''

अमल तिला उत्तेजन देत म्हणायचा, ''मला आवडतंय तुम्ही सांगताय ते. बोलत रहा अशाच.''

मंदाच्या वडिलांचा एक कारकून होता. त्याला एकच डोळा होता. तो त्याच्या दुसऱ्या बायकोबरोबर नेहमी भांडायचा, आणि कधीकधी रागाच्या भरात उपाशी रहायचा. शेवटी भूक अनावर झाली की गुपचुप मंदाच्या वडिलांकडे येऊन काहीतरी खायचा. एक दिवस त्याच्या दुसऱ्या बायकोनं त्याला उपासाचा गाजावाजा करून दुपारी कुणाच्यातरी घरी जेवताना पाहिलं. त्यानंतर जे काही महाभारत घडलं त्याची गोष्ट मंदा सांगत होती. आणि अमल ती लक्षपूर्वक ऐकत होता. ऐकता ऐकता हसतही होता. असं सगळं चालू असताना चारू खोलीत आली.

गप्पांचा धागा तुटला. तिच्या येण्यामुळे जमून आलेल्या बैठकीच्या रंगाचा भंग झाला. चारूला ते स्पष्टपणे जाणवलं.

अमलनं विचारलं, ''वहिनी, इतक्या लौकर कशी परत आलीस?''

चारू म्हणाली, ''तेच पहातेय, जरा जास्तच लौकर परत आले आहे.'' असं म्हणून ती परत जायला निघाली.

अमल म्हणाला, ''चांगलंच केलंस. नाहीतर मला वाटतं होतं आता केव्हा येतेस कोण जाणे. मन्मथ दत्तांचं ''सांध्यपक्षी'' नावाचं नवं पुस्तक तुला वाचून दाखवायला आणलं होतं.

चारू म्हणाली, ''सध्या राहू दे. मला काम आहे.''

अमल म्हणाला, ''काय काम आहे, मला सांग. मी करून टाकतो.''

चारूला माहीत होतं की अमल आज पुस्तक विकत घेऊन तिला वाचून दाखवण्यासाठी आणणार आहे. तिनं ठरवलं होतं की अमलच्या मनात मत्सर जागा करण्यासाठी आपण मन्मथ दत्तांच्या लेखनाची खूप तारीफ करायची. मग अमल ते पुस्तक विडंबन केल्यासारखं वाचून दाखवेल, आणि त्याचं सगळं सौंदर्य विद्रूप करून टाकेल. हे सगळे बेत मनात घोळवत ती उतावळी होऊन, मेजवानीच्या घरच्या यजमानांची विनंती अव्हेरून प्रकृती बरी नसल्याचं कारण सांगून तिथून निघाली होती. आता तिला तीव्रतेनं वाटायला लागलं, ''आपण जिथे होतो तिथेच बऱ्या होतो. लौकर निघून आलो ही चूकच झाली.''

मंदादेखील काही कमी बेशरम नाही. खोलीत अमलबरोबर एकांतात बसून दात दाखवून हसते आहे. लोक बघतील तर काय म्हणतील, पण या बाबतीत मंदाला काही म्हणावं हे चारूला कठीण गेलं असतं. कारण, मंदानं जर तिला तिचंच उदाहरण दिलं असतं तर! पण खरं तर ती गोष्ट वेगळी होती, आणि ही गोष्ट वेगळी! चारू अमलला लिहिण्यासाठी उत्तेजन द्यायची, त्याच्याशी त्याच्या लेखनाबद्दल चर्चा करायची, पण मंदाला तर या गोष्टींची माहिती देखील नव्हती! एका सरळ साध्या तरुणाला आपल्याकडे खेचून घेण्यासाठी ती जाळं टाकत होती! या भयंकर संकटातून अमलला वाचवणं चारूचंच तर कर्तव्य होतं! या मायाविनीच्या मनातला हेतू कसा बरं समजावून सांगावा? आणि असं काही ऐकल्यानंतर त्या मोहापासून अमल परावृत्त न होता उलटंच काहीतरी झालं तर?

बिचारा माझा दादा! तो माझ्या नवऱ्याच्या वर्तमानपत्रासाठी रात्रंदिवस खस्ता खातोय, आणि ही मंदा एका कोपऱ्यात बसून अमलला मोहात पाडण्याचे बेत रचते आहे. दादा बरा निश्चिंतपणे आहे. मंदावर त्याचा केवढा विश्वास! हा सगळा प्रकार स्वत:च्या डोळ्यांनी पाहिल्यानंतर चारूला स्वस्थ बसणं कसं शक्य आहे? ती तर फार मोठी चूक होईल. आधी अमल ठीकठाक होता. जेव्हापासून तो लिहायला लागला, आणि त्याला त्याच्या लेखनाबद्दल नाव मिळायला लागलं, तेव्हापासून हा सगळा अनर्थ सुरू झाला आहे. चारूनंच तर त्याच्या लेखनाला सुरुवात करून दिली होती. कोणत्या मुहूर्तावर तिनं त्याला प्रोत्साहित केलं होतं कोण जाणे. आता काही पूर्वीसारखा त्यांच्यावर तिचा जोर चालला नसता. आता अमलला चार चौघांकडून होणाऱ्या स्तुतीची सवय लागली होती. कमी जास्त झालं तर त्याला आता काही फरक पडणार नव्हता.

चारूच्या लक्षात आलं की तिच्या हातातून निसटून इतर पाच जणांच्या संपर्कात आल्यामुळेच अमलच्या बाबतीत ही स्थिती आली आहे. चारूला आता तो स्वत:च्या बरोबरीची समजत नाही. तिला त्यानं आता मागे टाकलं आहे. आता तो लेखक आणि चारू केवळ एक वाचक आहे. याच्यावर काहीतरी उपाय शोधावाच लागेल.

कसा तो माझा सरळ साधा अमल, ती मायाविनी मंदा, आणि गरीब बिचारा माझा दादा!

त्यादिवशी आषाढातल्या पहिल्या पहिल्या मेघांनी आकाश भरून आलं होतं. खोलीत अंधार दाटून आला होता, म्हणून चारू तिच्या उघड्या खिडकीशी बसून

खूप वाकून काहीतरी लिहीत होती. अमल पाऊल न वाजवता केव्हा तिच्यामागे येऊन उभा राहिला ते तिला कळलं नाही. पावसाळी ढगांमधून स्रवणाऱ्या मंद प्रकाशात चारू लिहीत राहिली, अमल वाचायला लागला. जवळच अमलचे एक-दोन छापून आलेले लेख पडलेले होते. चारूच्या दृष्टीनं ते लेख म्हणजे लेखनकलेचा एकमेव आदर्श होते.

"आणि तू काय म्हणतेस, तुला लिहिता येत नाही, म्हणून! अचानक अमलचा आवाज ऐकून चारू चांगलीच दचकली. घाईघाईनं तिनं आपली लिहायची वही लपवली, आणि म्हणाली, "हे तुझं चुकलंय हं."

अमल म्हणाला, "काय चुकलं माझं?"

चारू म्हणाली, "लपून छपून का वाचत होतास?"

चारूनं तिचा लिहिलेला लेख फाडून टाकायला सुरुवात केली. अमलनं खस्कन् तिच्या हातातून वही काढून घेतली. चारू म्हणाली, "तू जर ते वाचलंस तर तुझ्याशी जन्मभराची कट्टी."

अमल म्हणाला, "तू जर वाचू दिलं नाहीस, तर तुझ्याशी जन्मभराची कट्टी."

चारू म्हणाली, "माझी शपथ आहे, भाऊजी, वाचू नका."

शेवटी चारूलाच हार पत्करावी लागली. कारण, खरंतर अममला आपलं लेखन दाखवण्यासाठी तिचं मन तडफडत होतं. पण प्रत्यक्ष दाखवण्याची वेळ आली की आपल्याला इतका संकोच वाटेल, असं तिला वाटलं नव्हतं.

अमलनं तिची खूप मनधरणी करून शेवटी ते वाचायला सुरुवात केली तेव्हा लाजेनं चारूचे हातपाय बर्फासारखे गार पडले. "मी पान तयार करून आणते," असं म्हणून ती ते निमित्त करून घाईघाईनं शेजारच्या खोलीत निघून गेली.

अमलनं सगळं लिहिलेलं वाचून संपवलं. आणि शेजारच्या खोलीत जाऊन तो चारूला म्हणाला, "झकासच झालंय."

चारू पान लावत होती, त्यात काय घालायचं ते विसरून म्हणाली, "पुरे झालं! आणखी चेष्टा करू नको! दे माझी वही."

अमल म्हणाला, "आता वही नाही देणार. हे सगळं कॉपी करून छापायला पाठवेन."

चारू म्हणाली, "हो तर! छापायला पाठवशील का? ते काही चालायचं नाही." चारू बरेच आढेवेढे घ्यायला लागली. अमलनेही आपला हट्ट सोडला नाही. तो सारखा म्हणत राहिला की लेख बाहेर छापायला देण्यासारखा वठला आहे. शेवटी चारू हार पत्करून म्हणाली, "तुझ्याशी वाद घालण्यात अर्थ नाही. एकदा एक गोष्ट धरलीस की ती सोडत म्हणून नाहीस."

अमल म्हणाला, "एकदा दादाला दाखवून घेतो."

हे ऐकल्याबरोबर चारू हातातलं तयार झालेलं पान दूर फेकून जागेवरून झट्‌कन उठली. अमलच्या हातातून वही काढून घेण्याचा प्रयत्न करीत म्हणाली, "मुळीच नाही. त्यांना वाचून दाखवायचं नाही. माझ्या लिहिण्याबद्दल तू जर त्यांच्याजवळ काही बोललास तर मी पुन्हा एक अक्षरदेखील लिहिणार नाही."

अमल म्हणाला, "वहिनी, तुम्ही उगीचच गैरसमज करून घेतलाय. दादा तोंडानं काहीही म्हणोत, तुमचं लेखन वाचून त्यांना खूप आनंद होईल."

चारू म्हणाली, "होत असेल, त्यांच्या आनंदाशी माझा संबंध नाही."

चारूनं स्वत:च्या मनाशी प्रतिज्ञा केली होती, की आपण लिहायचं, आणि अमलला आश्चर्यचकित करायचं. मंदापेक्षा आपण फार वेगळ्या आहोत हे सिद्धच करून दाखवायचं. गेले काही दिवस ती बरंच काही लिहीत होती, आणि फाडून टाकत होती. जे लिहायची ते हुबेहूब अमलच्या लेखासारखं व्हायचं. जवळ जवळ परिच्छेदच्या परिच्छेद त्याच्या लेखामधून उचलले गेलेले असायचे. आणि तेवढाच भाग वाचायला चांगला वाटायचा, बाकी सगळं लेखन नवशिकेपणाचं असायचं. ते सर्व वाचलं तर अमल नक्की मनातल्या मनात हसेल या कल्पनेनं चारूनं ते सगळं लेखन बारीक बारीक तुकडे करून तळ्याच्या पाण्यात फेकून दिलं होतं, उगीच त्यातला एखादा भागसुद्धा अमलच्या हातात पडू नये म्हणून.

तिचा पहिला लेख होता "श्रावणातला मेघ." तिला वाटत होतं की आपण खूप काहीतरी नवीन लिहिलं आहे - आपल्या भावनांच्या जलसिंचनानं अभिषेक केलेलं. थोडं भानावर आल्यानंतर तिच्या लक्षात आलं की हे सगळं तर अमलच्या "आषाढातला चंद्र" या लेखाच्या भोवती भोवती फिरलं आहे. अमलनं लिहिलं होतं, "हे चंद्रा, तू असा ढगाच्या आड लपून चोरासारखा का फिरतो आहेस?" चारूनं लिहिलं होतं, "सखी कादंबिनी, तू अचानक कुठून आलीस, आणि आपल्या निळ्या अंचलाखाली चंद्राला लपवून कुठे पळून चालली आहेस?" आणि असंच आणखी.

अमलच्या प्रभावापासून सुटका करून घेण्याचे सर्व उपाय खुंटल्यानंतर चारूनं आपल्या लेखाचा विषयच बदलून टाकला. चंद्र, मेघ, प्राजक्त, कोकिळा हे सगळं बाजूला सारून तिनं "कालीतला" या नावाचा एक लेख लिहिला. तिच्या माहेरच्या गावी, झाडांच्या सावल्यांनी झाकोळलेल्या तळ्याच्या काठी एक कालीचं देऊळ होतं. त्या देवळासंबंधीचं तिचं लहानपणीचं भयमिश्रित कुतूहल, त्या संबंधीच्या चमत्कारिक आठवणी, त्या जागृत देवीच्या शक्तीसंबंधी गावात प्रचलित असलेल्या प्राचीन काळापासून चालत आलेल्या आख्यायिका या सगळ्यांचा मिळून तिनं तो लेख लिहिला होता. लेखाच्या सुरुवातीच्या भागात अमलच्या आषाढातल्या चंद्राची कृत्रिम काव्यात्मकता डोकावत होती, पण पुढे पुढे तो लेख अगदी सहज, सरळ

पद्धतीनं लिहिला गेला होता आणि लेखनाच्या शैलीत खेडेगावाकडची भाषा आणि तिचा ठसका प्रतिबिंबित झाला होता.

अमलनं जबरदस्तीनं चारूच्या हातातून काढून घेतलेला लेख हाच होता. लेख वाचून अमलचं असं मत झालं होतं की लेखाची सुरुवात चांगली होती, पण सुरुवातीची काव्यमयता पुढे टिकली नव्हती. पण लेख एकूण ठीक होता. पहिल्याच प्रयत्नाच्या मानानं लेखिकेचा उपक्रम प्रशंसेला पात्र होता.

चारू म्हणाली, ''भाऊजी, चला आपण एक मासिक सुरू करू या. कशी वाटते कल्पना?''

अमल म्हणाला, ''पैसा नसेल तर ते मासिक चालणार कसं?'' चारू म्हणाली, ''आपल्या या मासिकासाठी काहीही खर्च येणार नाही. छापायचं तर नाहीच आहे. हातानं लिहून काढू. त्यात तुम्ही आणि मी यांच्याखेरीज आणखी कुणाचं लिहिलेलं द्यायचं नाही, कुणाला वाचायलाही द्यायचं नाही. फक्त दोन प्रती काढायच्या एक तुमच्यासाठी, एक माझ्यासाठी.''

हे बोलणं काही दिवसांपूर्वी झालं असतं, तर अमल आनंदानं नाचायला लागला असता. पण आता गुप्ततेबद्दल त्याचा उत्साह कमी झाला होता. लोकांसमोर सादर न करण्याच्या लेखनात आता त्याला रस नव्हता. पण तरीदेखील त्या दोघांमधल्या त्या पूर्वीच्या काळाची बूज राखण्यासाठी त्यानं या प्रस्तावाबद्दल अनुकूलता दाखवली. म्हणाला, ''ही खूपच गंमत होईल.''

चारू म्हणाली, ''पण वचन दे, की आपल्या या मासिकाखेरीज दुसरीकडे कुठेही तू तुझं लेखन प्रसिद्ध करायला देणार नाहीस.''

अमल म्हणाला, ''मी असं काही ठरवलं तर संपादकमंडळी मला मारायलाच धावतील.''

चारू म्हणाली, ''तुला काय वाटतं, मारण्याचं अस्त्र माझ्याकडे नाही?''

शेवटी चारूच्या मनासारखं झालं. दोन लेखक, दोन संपादक, आणि दोन वाचक यांची मिळून कमिटी बसली. अमल म्हणाला, मासिकाचं नाव ठेवू या ''चारूपाठ'', चारू म्हणाली, ''नाही, त्याचं नाव असेल ''अमला.''

या नवीन उद्योगामध्ये चारू मधल्या काही दिवसातल्या तिच्या मनोवेदना विसरून गेली. त्यांच्या मासिकात मंदाचा शिरकाव होण्यासाठी फट नव्हती, आणि बाहेरच्या लोकांसाठी देखील त्याची दारं बंद होती.

एक दिवस भूपती येऊन चारूला म्हणाला, "चारू, तू लेखिका होशील, याचं पूर्वीतर कधी काही लक्षण दिसलं नव्हतं."

चारू चमकली. तिचा चेहरा लाल झाला, म्हणाली, "मी? आणि लेखिका? कोण म्हणालं हे तुम्हाला?" मी काही लेखिका-बिखिका नाही."

भूपती म्हणाला, "मुद्देमालासकट पकडलंय. पुरावा माझ्या हातात आहे." असं म्हणून भूपतीनं "सरोरुह" चा अंक बाहेर काढून तिला दाखवला. चारूनं बघितलं, जे लेखन तिनं तिचं आणि अमलचं गुपित म्हणून त्याच्या हस्तलिखित मासिकात जपून ठेवलं होतं ते सर्व लेखन लेखक-लेखिकेच्या नावासकट सरोरुहमध्ये प्रसिद्ध झालं होतं.

आपण कौतुकानं पिंजऱ्यात ठेवून वाढवलेल्या आपल्या पक्ष्याला कुणीतरी पिंजऱ्याचं दार उघडून उडवून लावावं तसं चारूला वाटलं. भूपतीला आपलं गुपित कळलं, म्हणून वाटलेला संकोच विसरून अमलच्या विश्वासघातकीपणाबद्दल ती मनातल्या मनात त्याच्यावर अतिशय संतापली.

"आणखी हे देखील पहा," असं म्हणून 'विश्वबंधू' या वर्तमानपत्राचा अंक भूपतीनं चारूसमोर धरला. त्यात "अलीकडल्या बंगाली साहित्याचं स्वरूप" या शीर्षकाचा लेख प्रसिद्ध झाला होता. चारूनं हातानं ते वर्तमानपत्र दूर सारलं, आणि म्हणाली, "हे वाचून मी काय करू?" अमलवरच्या रागामुळे तिचं मन दुसरीकडे कुठे स्थिर होत नव्हतं. भूपती आग्रह करीत म्हणाला, "एकदा वाचून तर पहा."

चारूनं नाईलाजानं त्या लेखातल्या मजकूरावर नजर टाकली. लेख खूप कडक शब्दात लिहिलेला होता. आजकाल प्रचलित झालेल्या भावविवश गद्यलेखनावर त्यात टीका केली होती. अमल आणि मन्मथ दत्त यांच्या लेखन शैलीचा भरपूर उपहास केला होता, आणि त्याच्या तुलनेत नवीन लेखिका श्रीमती चारुलता हिची अकृत्रिम भाषाशैली, लेखनातली रसपूर्णता, आणि रचनेचं कौशल्य यांची खूप प्रशंसा केली होती. पुढे असंही लिहिलं होतं की अमल आणि कंपनीने या लेखनपद्धतीचं अनुसरण केलं तरच त्यांना साहित्याच्या क्षेत्रात यश मिळेल, नाहीतर ते पूर्णपणे असफल ठरतील, यात काही शंका नाही.

भूपती हसून म्हणाला, "यालाच म्हणतात गुरुला हरवण्याची विद्या."

आपल्या लेखनाची ही जाहीर प्रशंसा वाचून चारूला खरं तर आनंद व्हायचा, पण त्याचक्षणी उलट तिच्या मनाला त्रास व्हायला लागला. तिला आनंद वाटेच ना. प्रशंसेचं अमृतपात्र ओठापाशी आणता आणताच तिनं ते ढकलून फेकून दिलं.

तिच्या लक्षात आलं की तिचा लेख मासिकात छापवून आणून तिला आश्चर्य चकित करायचं असं अमलनं ठरवलं असावं. आणि त्याबरोबर तिच्या लेखांची स्तुती करणारी समीक्षा पण छापवून आणली की दोन्ही एकत्र पाहून चारूचा राग

शांत होईल, आणि लिहिण्याचा उत्साहदेखील वाढेल. पण जेव्हा ही स्तुतीपूर्ण समीक्षा प्रसिद्ध झाली तेव्हाच तो ती तिला दाखवायला अगत्यानं का घेऊन आला नाही? या तिच्या स्तुतीमुळे अमलवर आघात झाला असावा आणि चारूला ती दाखवू नये म्हणूनच त्यानं ते वर्तमानपत्र कुठेतरी लपवून ठेवलं असावं. चारूनं स्वत:च्या आनंदासाठी अगदी लपूनछपून एक लहानसं साहित्याचं घरटं रचलं होतं. त्या लहानशा घरट्यावर स्तुतीरूपी शिलावर्षाव होऊन त्यातल्या एका मोठ्या शिळेच्या आघातानं ते घरटं आपल्या जागेवरून उखडून जायची वेळ आली होती. चारूला हे अजिबात आवडलं नाही.

भूपती निघून गेल्यावर चारू तिच्या झोपायच्या खोलीतल्या पलंगावर मूकपणे बसून राहिली. तिच्यासमोर 'सरोरुह' आणि 'विश्वबंधु' यांचे अंक पडले होते.

वही हातात घेऊन अमल पावलांचा आवाज न करता चारूला एकदम चकित करण्यासाठी तिच्यामागच्या बाजूनं खोलीत आला. जवळ येऊन पाहिलं तर विश्वबंधुचं समीक्षेचं पान उघडून चारू ते वाचण्यात गढून गेली होती.

अमल उलट्या पावली तसाच काही आवाज न करता परत निघाला. 'माझ्यावर टीका केलीय. आणि तिच्या लेखाची तारीफ केलीय या आनंदात चारू भानावर देखील नाहीये.' एका क्षणात अमलच्या चित्तवृत्ती पालटून गेल्या. त्या मूर्खाची समीक्षा वाचून चारू स्वत:ला आपल्यापेक्षा श्रेष्ठ समजायला लागली आहे, असा पक्का ग्रह करून घेऊन अमल चारूवर अतिशय रागावला. त्याला वाटलं की खरंतर ती समीक्षा वाचून चारूनं त्या वर्तमानपत्राचा तो कागद बारीक बारीक तुकडे करून जाळून टाकायला हवा होता.

चारूवर रागावून अमल मंदाच्या खोलीकडे आला, आणि दारात उभं राहून त्यानं मोठ्यानं हाक मारली, "मंदावहिनी."

मंदा म्हणाली, "या भाऊजी, काही कल्पना नसताना तुमची भेट झाली. आज माझं भाग्यच उघडलं म्हणायचं."

अमल म्हणाला, "माझं थोडं नवीन लेखन वाचून दाखवू? ऐकाल?"

मंदा म्हणाली, "कितीतरी दिवसांपासून "वाचून दाखवेन, वाचून दाखवेन" म्हणत आशा लावून ठेवली होतीत, पण दाखवलं काही नाही. नकोच ते, उगाच कुठे कुणी रागावून बसलं तर तुमचीच कंबक्ती ओढवेल! माझं काय!

अमल जरा तिखट स्वरात म्हणाला, "कोण राग धरून बसेल? आणि का म्हणून राग धरून बसेल? त्याचं बघू काय ते, तुम्ही आत्ता ऐका तर खऱ्या."

मंदा झट्दिशी ऐकायच्या तयारीत बसली. अमल घसा खाकरून, स्वर लावून पुऱ्या तयारीनिशी वाचायला लागला.

अमलचं लेखन मंदासाठी अगदीच परकं होतं. त्याचा कसलाच काही आगापिछा

तिच्या आवाक्यात नव्हता. म्हणून चेहरा हसतमुख ठेवून जरा जास्त लक्ष देत असल्याच्या आविर्भावात ती ऐकायला लागली. वाचनाच्या उत्साहात अमलचा कंठस्वर अधिकाधिक उंच होत चालला.

तो वाचत होता - ज्याप्रमाणे अभिमन्यू आईच्या पोटात असताना व्यूहप्रवेश कसा करायचा ते शिकला होता पण व्यूहातून बाहेर कसं पडायचं ते शिकला नव्हता, त्याचप्रमाणे नदीचा प्रवाह डोंगरदऱ्या, शिळा विवरं यांच्यामधून केवळ पुढे पुढे जात रहाणं शिकला होता, परत मागे वळायला शिकला नव्हता. हाय रे नदीचा प्रवाह, हाय तारुण्य, हाय काळ, हाय संसार, तुम्हाला फक्त पुढे पुढे जात रहाणं माहीत आहे. ज्या मार्गावर स्मृतींची सोन्याच्या कोंदणात जडवलेली चमचमती रत्नं विखुरलेली आहेत त्या मार्गाकडे तुम्ही कधीही परत जाऊ शकत नाही. माणसाचं मनच फक्त काय ते मागे वळून पहातं. जगाचा अनंत विस्तार मागच्या दिशेला नजर देखील टाकत नाही.

अमलचं वाचन चालू होतं तेव्हाच मंदाच्या खोलीच्या दारात एक सावली पडली. मंदानं ती सावली पाहिली. पण आपल्याला काही दिसलंच नाही, असं भासवत ती अनिमिष नजरेनं अमलच्या चेहऱ्याकडे पहात संपूर्ण मन लावून त्याचं वाचन ऐकत राहिली.

सावली जागची हलून दूर झाली.

चारू वाट बघत होती की अमल आल्याबरोबर ती त्याच्यासमोर विश्वबंधूची भरपूर निंदा करील, आणि आपलं गुप्त ठेवायचं ठरवलेलं लेखन छापायला दिल्याबद्दल अमलला पण भरपूर दूषणं देईल. अमलची येण्याची वेळ टळून गेली तरी तो आला नव्हता. चारूनं एक लेख लिहून ठेवला होता, तोही अमलला वाचून दाखवणार होती. अमल गुपचुप तिच्यामागे येऊन उभा राहिला आणि परत गेला. तेव्हा ती खरं तर तो लेख वाचत होती.

इतक्यात कुठून तरी अमलचा आवाज ऐकू आला. तो मंदाच्या खोलीत होता वाटतं. बाणानं विद्ध झाल्यासारखी ती झटक्यात उठली. पावलांचा आवाज न करता ती खोलीच्या दारात येऊन उभी राहिली. अमल जो लेख मंदाला वाचून दाखवत होता तो लेख चारूनं अजून त्याच्याकडून ऐकला नव्हता. अमल वाचत होता - ''माणसाचं मनच फक्त काय ते मागे वळून पहातं. जगाचा अनंत विस्तार मागच्या दिशेला नजरही टाकीत नाही.''

चारू ज्या नि:शब्दपणे आली होती तितक्या नि:शब्दपणे परत जाऊ शकली नाही. आज लागोपाठ झालेल्या दोन-तीन आघातांनी तिचं चित्त विचलित झालं होतं. अमल जे वाचतो आहे त्यातलं एक अक्षरदेखील मंदाला समजत नाहीये, आणि अमल अत्यंत मूर्खासारखा तिला ते सगळं वाचून दाखवण्यात तृप्तीचा

आनंद मिळवतो आहे. या गोष्टीचा मोठ्यांदा ओरडून धिक्कार करण्याची तिला तीव्र इच्छा झाली. पण काही न बोलता केवळ रागानं पाय आपटत परत जात तिनं आपली प्रतिक्रिया व्यक्त केली. आपल्या खोलीत जाऊन चारूनं जोरात दार आपटून बंद केलं.

अमल क्षणभर वाचायचा थांबला. मंदानं कुत्सित हसून चारूच्या खोलीच्या दिशेनं इशारा केला. अमल मनातल्या मनात म्हणाला, "हा वहिनीचा काय जुलूम आहे? ती काय मला तिचा विकत घेतलेला गुलाम समजतेय का? तिच्याखेरीज कुणालाही मी माझं लेखन वाचून दाखवू शकत नाही?" अशा विचारानं त्यानं आपला आवाज आणखी मोठा केला आणि तो पुन्हा मंदाला वाचून दाखवायला लागला.

वाचन संपल्यावर तो चारूच्या खोलीसमोरून बाहेर निघून गेला. जाताना एकदा त्यानं वळून पाहिलं, खोलीचं दार बंद होतं. त्याच्या पावलांच्या आवाजावरून चारूला कळलं की अमल तिची खोली ओलांडून निघून गेला आहे. खोलीसमोर क्षणभर सुद्धा थबकला नाहीये. संतापाच्या अतिरेकामुळे तिला धड रडूदेखील येईना. तिनं आपल्या नवीन लेखनाची वही बाहेर काढली, तिच्यातलं एकेक पान फाडून त्याचे तुकडे तुकडे केले आणि त्या सगळ्या तुकड्यांचा एक ढीग केला. कुठल्या कुमुहूर्तावर हे सगळे लेखनाचे बेत आखले गेले होते, कोण जाणे.

संध्याकाळची वेळ होती. व्हरांड्यातल्या कुंडीमधून जुईच्या फुलांचा सुवास येत होता. विखुरलेल्या ढगांमधून दिसणाऱ्या मुलायम आकाशात तारे चमकत होते. आज चारूनं केस विंचरले नव्हते, कपडे बदलले नव्हते. ती अंधारातच खिडकीजवळ बसली होती, खिडकीतून येणाऱ्या मंद वाऱ्याबरोबर तिचे मोकळे केस हलकेच उडत होते, आणि आपल्या डोळ्यांमधून अशी अश्रूंची धारा का वहाते आहे, हे तिचं तिलादेखील कळत नव्हतं.

अशावेळी भूपतीनं खोलीत प्रवेश केला. त्याचा चेहरा अगदी उतरून गेला होता. त्याचं हृदय जड झालं होतं. ती भूपतीच्या येण्याची नेहमीची वेळ नव्हती. दुसऱ्या दिवशीच्या अंकासाठी मजकूर लिहून, त्याची प्रुफं तपासून झोपायच्या खोलीत यायला त्याला बहुधा उशीर होत असे. पण आज संध्याकाळ सरता सरताच चित्ताला काही सांत्वन मिळेल या आशेनं तो चारूकडे आला होता.

खोलीत दिवा लावलेला नव्हता. उघड्या खिडकीतून येणाऱ्या क्षीण प्रकाशात भूपतीला खिडकीपाशी बसलेली चारू अस्पष्ट दिसली. तो सावकाशपणे तिच्यामागे

येऊन उभा राहिला. चारू एखाद्या पुतळ्यासारखी कडक होऊन बसून राहिली होती. भूपतीनं किंचित आश्चर्य वाटून हाक मारली, ''चारू,'' ...

भूपतीचा आवाज ऐकून ती चमकून घाईघाईनं उठली. भूपती आल्याचं तिला कळलं नव्हतं. चारूच्या केसांमधून आपली बोटं फिरवीत स्नेहानं भिजलेल्या स्वरात त्यानं विचारलं, ''अंधारात एकटीच का बसली आहेस, चारू? मंदा कुठे गेली?''

चारूनं ज्या ज्या गोष्टींची अपेक्षा केली होती, त्यातलं काहीच आज सबंध दिवसात घडलं नव्हतं, तिला वाटलं होतं, अमल येऊन आपली क्षमा मागेल - ज्यासाठी मनाची तयारी करून ती वाट पहात होती. अशावेळी भूपतीच्या अनपेक्षितपणे कानावर आलेल्या आवाजामुळे ती स्वत:ला आणखी सावरू शकली नाही. तिला एकदम रडू फुटलं.

भूपती गडबडून गेला, काळजीत पडला आणि त्यानं विचारलं, ''चारू, काय झालंय चारू?''

काय झालं, ते सांगणं कठीण होतं. असं मोठंसं झालं तरी काय! विशेष काहीच झालं नव्हतं. अमलनं त्याचं नवीन लेखन प्रथम तिला वाचून न दाखवता, मंदाला वाचून दाखवलं होतं या गोष्टीबद्दल ती भूपतीजवळ काय तक्रार करणार होती? ऐकून भूपतीला हसूच आलं असतं. या मामुली घटनेत एका गंभीर तक्रारीचं कारण जिथे कुठेतरी दडलेलं होतं, ते शोधून बाहेर काढणं चारूच्या क्षमतेच्या बाहेर होतं. आपल्याला विनाकारण इतकं दु:ख का होतं आहे हेच नीट न कळल्यामुळे तिच्या मनाला जास्तच यातना होत होत्या.

भूपती म्हणाला, ''सांग ना चारू, तुला काय झालंय? माझ्याकडून तुझ्याबाबतीत काही चूक झाली का? तुला माहीतच आहे, या वर्तमानपत्र काढण्याच्या जंजाळात मी किती गुंतला गेलो आहे ते. माझ्याकडून तुझ्या मनावर काही आघात झाला असला, तर तो मी जाणीवपूर्वक केलेला नाही, याचा विश्वास बाळग.''

भूपती जो प्रश्न विचारत होता, त्याचं उत्तर चारूकडे नव्हतं, त्यामुळे चारू आतल्या आत अस्थिर झाली. तिला वाटायला लागलं, भूपती तिला एकटीला सोडून इथून जाईल, तरच तिची धडगत आहे.

त्याच्या दुसऱ्या प्रश्नाचंसुद्धा चारूकडून काही उत्तर मिळालं नाही, तेव्हा तो पुन्हा प्रेमभरानं तिला म्हणाला, ''मी तुझ्याकडे वारंवार येऊ शकत नाही हा माझा अपराध आहे, पण आता यापुढे असं होणार नाही. आजपासून आता मी रात्रंदिवस वर्तमानपत्राचा विचार करणार नाही. तुला जेव्हा मी हवा असेन, तेव्हा मी तुझ्याजवळ असेन.''

चारू चुळबुळ करत म्हणाली, ''ते कारण नाहीये.''

भूपती म्हणाला, ''मग काय कारण आहे?''

आणि असं म्हणून तो पलंगावर बसला. आता चारूला आपला वैताग लपवता येईना. ती म्हणाली, "ते सगळं आत्ता राहू दे. रात्री बोलू."

भूपती क्षणभर स्तब्ध झाला. आणि मग म्हणाला, "ठीक आहे, आत्ता राहू दे." असं म्हणून तो सावकाश उठला आणि बाहेर निघून गेला. तो जे काही तिला सांगायला आला होता, ते बोलणं राहूनच गेलं.

भूपती काहीसा नाराज झाला, हे चारूला कळल्याशिवाय राहिलं नाही. तिच्या मनात आलं, त्याला परत बोलवावं. पण बोलावून सांगणार काय? तिला आपल्या कोरड्या वागण्याचा पश्चात्ताप झाला, पण त्यावरचा उपाय सापडला नाही.

रात्र झाली. चारूनं आज विशेष लक्ष घालून भूपतीचं रात्रीचं भोजन तयार केलं आणि हातात पंखा घेऊन ती त्याची वाट पहात बसली. त्याचवेळी मंदाच्या उंच स्वरात नोकराला मारलेल्या हाका तिच्या कानावर आल्या. "व्रज, व्रज," नोकरानं हाकेचं उत्तर दिल्यावर तिनं विचारलं, "अमलबाबूंचं जेवण झालंय का?" व्रज म्हणाला, "झालं आहे." मंदा म्हणाली, "जेवण झालंय तरी तू त्यांचं पान का घेऊन गेला नाहीस?" आणि या चुकीबद्दल ती व्रजला बरंच काही अद्वातद्वा बोलली. त्याचवेळी भूपती खोलीत येऊन जेवायला बसला. चारू त्याला वारा घालायला लागली.

चारूनं आज ठरवलं होतं की भूपतीशी आज खूप प्रेमानं आणि उत्साहानं वेगवेगळ्या विषयांवर गप्पा मारायच्या, काय काय बोलायचं तेदेखील तिनं आधीपासून ठरवून ठेवलं होतं. पण मंदाच्या आवाजानं तिची मन:स्थिती पूर्ण बिघडवून टाकली. भूपती जेवत असताना ती त्याच्याशी एक शब्ददेखील बोलू शकली नाही. भूपतीदेखील खूप उदास झालेला दिसत होता. त्याचं जेवणाकडे अजिबात लक्ष नव्हतं. चारूनं फक्त एकदा त्याला विचारलं, "नीट जेवत का नाही?" भूपती प्रत्युत्तर करत म्हणाला, "जेवतोय तर खरा."

संभाषण तिथेच संपलं.

रात्री झोपायच्या खोलीत आल्यावर भूपतीनं विचारलं, "आज रात्री तू मला काय सांगणार होतीस?"

चारू म्हणाली, "हे बघा, काही दिवसांपासून मंदाचं वागणं जरा बिघडलं आहे. तिला यापुढे इथे न ठेवलेलं बरं."

भूपती म्हणाला, "का? असं काय केलं तिनं?"

चारू म्हणाली, "अमलशी ती असं काही वागते, की पहाणाऱ्याला संकोच होतो."

भूपती हसत सुटला, म्हणाला, "हॅ, तुला वेड लागलंय! अमल मुलगा आहे कोवळा, आत्ताच्या काळातला."

चारू म्हणाली, "तुम्हाला घरात काय चाललंय त्याची काही खबरबात नसते. फक्त बाहेरच्या बातम्या गोळा करत फिरत असता. बाकी काही असो, पण मला माझ्या दादाची काळजी वाटते. तो जेवलाय की नाही, याची सुद्धा चौकशी मंदा करीत नाही, आणि अमलच्या पानात चुना कमी लावला गेला तर नोकराचाकरांवर आरडाओरडा करून घर डोक्यावर घेते."

भूपती म्हणाला, "तुम्ही बायका फार संशयी स्वभावाच्या असता."

चारू रागानं म्हणाली, "असू दे. आहे मी संशयी. पण या घरात असं सगळं निलाजरेपणाचं वागणं मी चालू देणार नाही, सांगून ठेवते."

चारूच्या या बिनबुडाच्या शंकाकुशंकांचं भूपतीला मनातल्या मनात हसू आलं, आणि बरंदेखील वाटलं.

एक पतिव्रता धर्म पाळणारी गृहिणी आपला संसार पवित्र रहावा, आपल्या दांपत्य जीवनाला कसल्याही काल्पनिक कलंकाचा देखील कणभरसुद्धा स्पर्श होऊ नये यासाठी विशेष सतर्क रहाते. तिच्या त्यावेळच्या संशयी नजरेतदेखील माधुर्य आणि गरिमा असतो.

भूपतीनं अतीव प्रेमानं आणि आदरानं चारूच्या कपाळाचं चुंबन घेतलं आणि तो म्हणाला, "या बाबतीत आणखी काही करण्याची गरज पडणार नाही. उमापद पुन्हा वकिली सुरू करण्यासाठी मयमेनसिंहला चालला आहे. मंदालाही बरोबर घेऊन जाईल."

शेवटी हा बोचरा विषय संपवण्यासाठी, आणि स्वत:ची सकाळपासूनची चिंतित मन:स्थिती सुधारण्यासाठी भूपतीनं टेबलाच्या खणातून चारूची वही बाहेर काढली, आणि तो तिला म्हणाला, "तू काय लिहिलंय ते मला वाचून दाखव ना चारू."

चारूनं त्याच्या हातातून वही काढून घेत म्हटलं, "तुम्हाला हे सगळं आवडणार नाही, तुम्ही थट्टा कराल."

भूपतीला चारूचं हे बोलणं काहीसं लागलं, पण ते लपवून तो हसून म्हणाला, "अच्छा, नाही मी थट्टा करणार, इतकं गप्प बसून ऐकेन की तुला वाटेल मला झोपच लागलीय की काय."

पण भूपतीचं काही चाललं नाही. बघता बघता ती वही इतर कागदपत्रांखाली दडपली गेली.

भूपती चारूला सगळ्या गोष्टी सांगू शकत नव्हता. उमापद भूपतीच्या वर्तमानपत्राचा कार्यकारी संचालक होता. वर्गणी गोळा करणं, छापखान्याची आणि इतर देणी चुकवणं, कर्मचाऱ्यांचे पगार देणं, या सगळ्याची जबाबदारी उमापदवर होती.

एक दिवस अचानक भूपतीच्या नावे कागदाच्या व्यापाऱ्याकडून वकिलाची नोटीस आली. भूपती आश्चर्यचकित झाला. नोटीशीत लिहिलं होतं की भूपतीकडून कागदवाल्याला २७०० रुपयांचं येणं होतं. भूपतीनं उमापदला बोलावून विचारलं, "हा काय प्रकार आहे. कागदाचे पैसे तर मी तुझ्याकडे दिलेले होते. आणखी फार फार तर चार-पाचशे रुपये राहिले असतील. एवढी मोठी रक्कम बाकी कशी राहिली?"

उमापद म्हणाला, "नक्की त्यांची हिशोबात काहीतरी चूक झालेली आहे." पण हे प्रकरण फार काळ दबून राहिलं नाही. काही दिवसांपासून उमापद अशाप्रकारची पैशाची अफरातफर करायला लागला होता. केवळ कागदवाल्याचंच नाही, तर भूपतीच्या नावानं त्यानं बाजारात अनेक लोकांची देणी करून ठेवली होती. गावाकडे त्यानं घर बांधायला काढलं होतं. त्याला लागलेल्या बऱ्याच सामानाची बिलंदेखील त्यानं भूपतीच्या नावानं काढली होती. बरीचशी कागदाच्या पैशांमधून भागवली होती. जेव्हा तो पुराव्यासहित पकडला गेला, तेव्हा बेपर्वाईनं म्हणाला, "मी काही कुठे पळून नाही चाललो, हळूहळू सगळ्याची परतफेड करीन. तुझं एका पैशाचं देणं जरी माझ्यावर राहिलं तर माझं नाव उमापद नाही."

त्याचं नाव कोणतं राहील, त्यातून भूपतीची वेदना शांत होणार नव्हती. पैशाचं नुकसान झालं या गोष्टीमुळे भूपती फारसा व्यथित झाला नव्हता, पण अचानक बसलेल्या या विश्वासघातकीपणाच्या धक्क्यामुळे तो जणू काही एका सुस्थिर सुरक्षित जगातून शून्य अवकाशात ढकलला गेला होता.

त्यादिवशी तो नेहमीपेक्षा वेगळ्या वेळी चारूच्या खोलीत गेला होता. या जगात निदान एक तरी अढळ विश्वासाचं स्थान आहे याचा क्षणभर तरी अनुभव घेण्यासाठी त्याचं हृदय व्याकूळ झालं होतं. त्यावेळी स्वतःच्या दुःखात बुडालेली चारू खोलीतला दिवा मालवून खिडकीजवळ बसली होती.

उमापद दुसऱ्याच दिवशी मयमेनसिंहला जायला निघाला. बाजारातल्या घेणेकऱ्यांना त्याच्या जाण्याची खबर मिळण्याआधीच त्याला इथून सटकायचं होतं. भूपतीनं तिरस्कारपूर्वक उमापतीशी अबोला धरला होता. त्याची ही मौनावस्था उमापदला इष्टापत्तीच वाटली.

अमल आला तेव्हा त्याला दिसलं की मंदा सामानाची आवराआवर करते आहे. त्यानं विचारलं, "मंदावहिनी, काय चाललं आहे? सामान बांधण्याची गडबड कशासाठी?"

मंदा म्हणाली, "जायला तर लागणारच केव्हातरी. कायम थोडंच इथे रहायचंय!"

अमलनं विचारलं, "जाणार आहात कुठे?"

मंदा म्हणाली, "गावी." अमल म्हणाला, "का? इथे काय त्रास आहे?" मंदा म्हणाली, "मला काय त्रास असणार? तुम्हा सगळ्यांबरोबर रहात होते, आनंदातच होते, पण त्याचा इतरांना त्रास व्हायला लागला." असं म्हणून तिनं चारूच्या खोलीकडे पाहिलं.

अमल गंभीर झाला. काही बोलला नाही. मंदा म्हणाली, "छी, छी, किती शरमेची गोष्ट आहे. भूपती बाबूंना कोण जाणे काय वाटलं."

अमलनं या बोलण्यावरही काही प्रतिक्रिया व्यक्त केली नाही. एवढं मनात समजला की चारूनं दोघांसंबधी भूपतीला जे सांगायला नको असं काहीतरी सांगितलेलं आहे.

अमल घरातून बाहेर पडला, आणि रस्त्यावर फेऱ्या घालायला लागला. त्याच्या मनात आलं, या घरात पुन्हा पाऊल टाकू नये. दादानं जर वहिनींच्या बोलण्यावर विश्वास ठेवून मला अपराधी ठरवलं तर मंदा ज्या मार्गानं गेली त्याच मार्गानं मलाही जावं लागेल. मंदाला जायला सांगणं ही एका प्रकारानं आपल्यासाठीही निघून जाण्याची सूचना आहे, फक्त ती तोंडानं बोलून दिलेली नाही, एवढंच. याच्यानंतर काय करायचं ते अगदी स्पष्ट आहे - एक क्षणही इथे थांबायचं नाही. पण दादांच्या मनात आपल्याबद्दल काही वेडंवाकडं येईल, हे शक्यच नाही. इतके दिवस त्यांनी एका गाढ विश्वासानं आपल्याला आपल्या घरात ठेवून घेतलं होतं, आणि आपली सर्व प्रकारे काळजी घेतली होती. त्यांच्या या विश्वासाला तडा जाईल असं आपण काहीही केलेलं नाही हे दादाला समजावून सांगितल्याखेरीज आपण इथून कसं जायचं?

भूपती डोक्याला हात लावून विचार करत बसला होता. नातेवाईकांचा कृतघ्नपणा, घेणेकऱ्यांचा तगादा, वेडेवाकडे हिशोब आणि रिकामी तिजोरी या साऱ्यांनी मिळून त्याच्या डोक्यात फेर धरला होता. त्याच्या या व्यथित मनःस्थितीत सहभागी व्हायला दुसरा कुणी जोडीदार नव्हता. कर्ज आणि मनस्ताप या दोघांचा मुकाबला त्याला एकट्यालाच करायचा होता.

याचवेळी अमल पावसाच्या जोरदार सरीसारखा वेगानं खोलीत शिरला. भूपती आपल्या विचारात गढलेला होता, त्यानं चमकून, त्याच्याकडे पाहिलं. आणि विचारलं, "काय झालंय अमल?" एकदम त्याच्या मनात आलं, 'अमल आणखी एखादी जास्त वाईट बातमी घेऊन आलाय की काय!'

अमल म्हणाला, "दादा, तुझ्या मनात माझ्याबद्दल कसली शंका उत्पन्न झाली आहे का?"

भूपती आश्चर्यचकित होऊन म्हणाला, "तुझ्याबद्दल शंका?" मात्र मनातल्या मनात त्याला वाटून गेलं, जगाचं जे वागणं आपण पहातो आहे, त्यात एक दिवस अमलबद्दलही आपल्या मनात किंतू आला तर आश्चर्य वाटायला नको.

अमलनं विचारलं, "वहिनीनं माझ्या वागण्याबद्दल तुमच्याजवळ काही तक्रार केली का?"

भूपती सुटकेचा श्वास सोडून मनात म्हणाला, 'हात्तिच्या, असा प्रकार आहे तर, चला बचावलो.' त्याला वाटत होतं, आज इतके धक्के बसले, त्यात आणखी एक मोठा धक्का बसणार बहुतेक.

एरव्हीच्या वेळी भूपतीनं अमलच्या बोलण्याची चेष्टा केली असती. आज त्याच्या मनाला तेवढी उभारी नव्हती. तो एवढंच म्हणाला, "वेड लागलंय का तुला?"

अमलनं पुन्हा विचारलं, "वहिनींनी काही सांगितलं नाही?"

भूपती म्हणाला, "तुझ्यावर तिची मर्जी आहे. समजा एखादा शब्द बोलली तरी त्याचा राग धरून बसण्याचं काही कारण नाही."

अमल म्हणाला, "काहीतरी नोकरी-व्यवसाय शोधण्याकरता मी इथून दुसरीकडे जावं म्हणतो."

भूपती रागावून म्हणाला, "अमल, तू काय पोरकटासारखं बोलतो आहेस, काही कळतंय का? आत्ता आधी शिक्षण पूर्ण कर. नोकरी-बिकरीचं नंतर पहाता येईल."

अमल उतरलेल्या चेहऱ्यानं तिथून निघून गेला. भूपती त्याच्या वर्तमानपत्राच्या वर्गणीदारांची यादी घेऊन तीन वर्षांच्या जमाखर्चाचा हिशेब मांडायला बसला.

अमलनं ठरवलं की वहिनीला जाब विचारायचा. या गोष्टीचा सोक्षमोक्ष लावल्याखेरीज रहायचं नाही. वहिनीला जे काही कडकपणे सुनवायचं त्याची तो मनातल्या मनात उजळणी करायला लागला.

मंदा गेल्यावर चारूनं ठरवलं की अमलला आपण होऊन बोलावणं पाठवून त्याचा राग शांत करायचा. पण बोलावण्यासाठी एखाद्या लेखाचं निमित्त असायला हवं. अमलच्या एका लेखाचं अनुकरण करून तिनं "अमावस्येचा प्रकाश" या नावाचा एक लेख लिहिला होता. चारूच्या इतकं नक्की लक्षात आलं होतं की चंद्रावर लिहिलेलं अमलला आवडत नसे. चंद्र ही जणू त्याच्या मालकीची वस्तू होती.

पूर्णिमा आपला सगळा प्रकाश इकडेतिकडे विखरून टाकते हे कारण देऊन चारूनं तिच्या लेखी पूर्णिमेची खूप निंदा केली होती. तिनं लिहिलं होतं, अमावस्येच्या अंतहीन अंधारामध्ये सोळा कलांच्या चंद्राचा प्रकाश एकेका स्तरावर रोखून ठेवला जातो. त्याचा एक किरणही वाया जात नाही. म्हणूनच पूर्णिमेच्या प्रभेपेक्षा अमावस्येचा काळिमा अधिक परिपूर्ण असतो - इत्यादी. अमल स्वत:चं सगळं लेखन सगळ्यांच्या समोर आणतो, चारू तसं करीत नाही. पूर्णिमा आणि अमावस्या यांच्या चारूनं केलेल्या तुलनेत या गोष्टीचाही आभास होताच.

इकडे या कुटुंबातली तिसरी व्यक्ती, म्हणजे भूपती, त्याच्या अंगावर कोसळलेल्या कर्जातून मुक्ती मिळवण्यासाठी त्याचा जिवलग मित्र मतिलाल याच्याकडे गेला होता.

मतिलालला त्याच्या अडचणीच्या वेळी भूपतीनं काही हजार रुपये कर्जाऊ दिले होते. त्यादिवशी अत्यंत नाइलाजानं तो ते पैसे मागायला गेला होता. मतिलाल स्नान करून उघड्या अंगानं पंख्याखाली बसला होता, आणि एका लाकडी पेटीवर कागद ठेवून अगदी बारीक अक्षरात सहस्त्र दुर्गानाम लिहीत होता. भूपतीला पाहून तो अतिशय प्रेमपूर्ण स्वरात म्हणाला, "ये. ये. आजकाल तर तू नजरेसच पडत नाहीस."

पैशांची गोष्ट ऐकल्यानंतर मतिलाल खोल विचारात बुडाल्यासारखं भासवून म्हणाला, "कोणत्या पैशांबद्दल बोलतोयस? आता इतक्यात मी तुझ्याकडून काही घेतलंय का?"

भूपतीनं तारीख वर्ष तपशील सांगून त्याची आठवण जागी केली, तशी तो म्हणाला, "ओ, त्याला तर इतकी वर्ष होऊन गेली. ते कर्ज तर आता बाद झालंय."

भूपतीच्या चारी दिशा अंधारून आल्या. जगाचा मुखवटा गळून पडलेला चेहरा पहाताना भीतीनं त्याच्या अंगावर काटा उभा राहिला. अचानक पुराचा लोंढा आल्यावर घाबरलेली व्यक्ती जशी एखाद्या उंच जागी आसरा घ्यायला धावत सुटते तशा वेगानं बाहेरच्या खोट्या जगापासून भूपती त्यांच्या झोपायच्या खोलीत आला. मनात म्हणाला, "बाकी काहीही होवो, पण चारू मला फसवणार नाही."

तो खोलीत शिरला त्यावेळी चारू पलंगावर बसून, आणि मांडीवर उशी ठेवून त्या उशीवरच्या वहीत खाली वाकून काहीतरी लिहीत होती. भूपती तिच्या अगदी जवळ येऊन उभा राहिला तेव्हा कुठे ती भानावर आली आणि तिनं घाईघाईनं वही आपल्या मांडीखाली लपवली.

मन जेव्हा व्याकूळ असतं तेव्हा लहानशा आघातानं देखील तीव्र वेदना होतात. चारूनं जरा जास्तच घाईनं तिची वही लपवली हे भूपतीच्या मनाला लागलं. भूपती सावकाशपणे पलंगावर चारूच्या शेजारी बसला. लेखनाच्या ओघात असा

अनपेक्षितपणे आलेला व्यत्यय, आणि भूपतीपासून आपले लेखन लपवण्याची झालेली घाई, यामुळे काहीशा गोंधळून गेलेल्या चारूला काही बोलायला सुचलं नाही.

त्यादिवशी भूपतीकडे स्वतःचं असं काही सांगायला - बोलायला नव्हतं. तो रिक्त हस्तानं चारूकडे याचक म्हणून आला होता. तिनं काळजी वाटून प्रेमानं विचारलेला एखादा प्रश्न, एखादा स्पर्श देखील त्याच्या जखमी, घायाळ मनावर फुंकर घालायला पुरेसा झाला असता. पण चारूच्या मनात त्या तेवढ्या क्षणापुरती देखील कुठलीही त्याच्याबद्दलची प्रेमभावना त्याला आणि तिलाही सापडली नाही. दोघंही गप्प बसून राहिली, आणि खोलीतली शांतता अधिकच गडद होऊन गेली.

थोडावेळ असाच गेला. भूपती निःश्वास टाकून पलंगावरून उठला, आणि हळूहळू खोलीबाहेर गेला. त्याचवेळेस अमल मनात खूप राग धरून वेगानं चारूच्या खोलीकडे येत होता. वाटेत त्याला भूपती दिसला. भूपतीचा पांढरा फटफटीत पडलेला चेहरा पाहून तो काळजी वाटून थबकला, आणि म्हणाला, "दादा, तुमची तब्येत बरी नाही का?"

अमलचा प्रेमळ स्वर कानावर पडताक्षणी भूपतीला एकदम आतून गदगदून आलं. थोडा वेळ तो काही बोलू शकला नाही. मग प्रयत्नपूर्वक स्वतःला सावरून तो आर्द्र स्वरानं म्हणाला, "काही नाही रे, अमल, मला सांग हल्ली इतक्यात तुझा लेख कुठे छापून आला आहे?"

अमलनं जे काही रागारागानं बोलायचं ठरवलं होतं ते कुठल्याकुठे गेलं. घाईघाईनं चारूच्या खोलीत येऊन त्यानं विचारलं, "वहिनी, दादाला काय झालंय, सांग."

चारू म्हणाली, "कुठे काय, माझ्या तर काही लक्षात आलं नाही. बहुतेक दुसऱ्या वर्तमानपत्रात यांच्या वर्तमानपत्राला शिवीगाळ केली असेल."

अमलनं मान हलवली.

अमल न बोलावता आला. अगदी सहजपणे बोलायला लागला यामुळे चारूचं मन शांत झालं. लगेचच तिनं लेखाबद्दल सांगायला सुरुवात केली, म्हणाली, "आज मी 'अमावस्येचा प्रकाश या नावाचा लेख लिहीत होते. चपळाई करून तो लपवला नसता तर यांनी पाहिल्यासारखाच होता."

चारूची खात्री होती की तिचा नवा लेख पहाण्यासाठी अमल झटापट करेल. त्या अपेक्षेनं तिनं आपली वही हातात खेळवलीही होती. पण तसं झालं नाही. अमलनं तीव्र नजरेनं काहीवेळ चारूच्या चेहऱ्याकडे पाहिलं – त्याच्या काय लक्षात आलं, त्यानं काय विचार केला, कोण जाणे. काहीसा चकित होऊन, बावरून, स्तंभित होऊन तो उठून उभा राहिला. जणुकाही डोंगरातल्या वाटेवरून चालता

चालता अचानक ढग बाजूला सरावे, आणि आपण एका हजार फूट खोल असणाऱ्या दरीत पाय टाकण्याच्या बेतात होतो, असं चालणाऱ्याच्या लक्षात यावं, तसं त्याला झालं. काहीही न बोलता अमल खोलीतून बाहेर निघून गेला.

अमलच्या या विचित्र वर्तणुकीचा अर्थ चारूला समजला नाही.

दुसऱ्या दिवशी भूपती पुन्हा नेहमीपेक्षा वेगळ्या वेळी आतल्या खोलीत आला, आणि त्यानं चारूला बोलावून घेतलं. म्हणाला, "चारू, अमलसाठी एक खूप चांगली मुलगी सांगून आली आहे."

चारूचं लक्ष दुसरीकडे होतं. ती म्हणाली, "चांगलं काय आलं आहे?"

भूपती म्हणाला, "चांगली मुलगी."

चारू म्हणाली, "का माझ्यात काय वाईट आहे?"

भूपती मोठ्यानं हसायला लागला, "तुझ्यात काय वाईट आहे, ते अजून अमलला विचारलेलं नाही. आणि समजा तू जरी अमलला आवडत असलीस तरी माझा देखील तुझ्यावर थोडासा हक्क आहे, तो मी सहजासहजी सोडणार नाही." चारू एकदम गडबडून गेली. म्हणाली, "शी; तुम्ही काय बोलाल त्याचा नेम नाही. तुम्ही तर म्हणालात की, तुमच्यासाठी मुलगी सांगून आली आहे." चारूचा चेहरा लाल झाला होता.

भूपती म्हणाला, "तसं असतं तर काय ताबडतोब तुला सांगायला आलो असतो! इनाम मिळणं तर शक्यच नव्हतं!

चारू म्हणाली, "अमलसाठी स्थळ आलंय? छानच झालं. मग आता उशीर कशाला?"

भूपती म्हणाला, "वर्धमानचे प्रसिद्ध वकील रघुनाथबाबू त्यांच्या मुलीचं लग्न अमलशी लावून देऊन त्याला विलायतेला शिकायला पाठवायला तयार आहेत."

चारूनं आश्चर्यचकित होऊन विचारलं, "विलायतेला?"

भूपती म्हणाला, 'हो विलायतेला."

चारू म्हणाली, "अमल विलायतेला जाणार? छानच झालं म्हणायचं. छान झालं, चांगलंच झालं. हे सगळं आता तुम्ही त्याला सांगा."

भूपती म्हणाला, "मी सांगण्याआधी तू जर त्याला बोलावून सगळं समजावून सांगितलंस, तर बरं होईल."

चारू म्हणाली, "मी त्याला हजारवेळा समजावून सांगितलंय. तो माझं ऐकत

नाही. आता मी नाही आणखी काही सांगणार.''

भूपती, ''तुला काय वाटतं? अमल या लग्नाला तयार होणार नाही?''

चारू म्हणाली, ''यापूर्वीदेखील पुष्कळ वेळा प्रयत्न करून पाहिला, तो अजिबात तयार झाला नाही.''

भूपती म्हणाला, ''पण यावेळचा हा प्रस्ताव नाकारणं त्याच्या दृष्टीनं योग्य होणार नाही. मला बरंच कर्ज झालेलं आहे. मी आता अमलसाठी पूर्वीसारखा खर्च करून त्याला आपल्या घरी ठेवून घेऊ शकणार नाही.''

भूपतीनं अमलला बोलावणं पाठवलं, अमल आल्यावर तो त्याला म्हणाला, ''वर्धमानचे वकील रघुनाथबाबू यांच्या मुलीचं स्थळ तुझ्यासाठी सांगून आलं आहे. ते म्हणतायत की लग्न झाल्यावर ते तुला विलायतेला पाठवतील. तुझं काय म्हणणं आहे?''

अमल म्हणाला, ''तुम्हाला मान्य असेल, तर माझी याला काही हरकत नाही.''

अमलचं बोलणं ऐकून भूपती आणि चारू दोघांनाही आश्चर्य वाटलं. विचारताक्षणी तो तयार होईल असं दोघांपैकी कुणालाच वाटलं नव्हतं.

चारू थट्टा केल्यासारखं दाखवत तीव्र स्वरात म्हणाली, ''दादाला मान्य असलं की लागलीच या महाशयांनाही मान्य असणार! माझा कुठेच काही संबंध नाही वाटतं! दादावरची एवढी भक्ती इतके दिवस कुठे लपली होती भाऊजी?''

अमलनं उत्तरादाखल, थोडंसं हसण्याचा प्रयत्न केला.

अमल काही उत्तर देत नाही असं पाहून त्याला चिडवण्यासाठी ती दुप्पट तीव्रतेनं म्हणाली, ''त्यापेक्षा सरळ कबूल का करत नाहीस, तुलाच लग्न करायची इच्छा आहे म्हणून! इतके दिवस सोंग करत रहायची काय गरज होती, लग्न करायचं नाही, करायचं नाही म्हणत! पोटात एक आणि ओठात एक.''

भूपती काहीसं टोचून म्हणाला, ''अमलनं इतके दिवस तुझ्यामुळेच आपली इच्छा दडपून ठेवली होती. जाऊ घरात येणार म्हणून तुला मत्सर वाटायला लागला तर!''

भूपतीचं हे बोलणं ऐकून चारूचा चेहरा लाल झाला. गडबडीनं ती मोठ्यांदा म्हणाली, ''मत्सर? हा काय प्रकार आहे? मला नाही कुणाचा मत्सर वाटत. माझ्याबद्दल असं काही बोलून तुम्ही बरं केलं नाही.''

भूपती म्हणाला, ''कमाल झाली! स्वतःच्या बायकोची थट्टासुद्धा मी करायची नाही का?''

चारू म्हणाली, ''मुळीच नाही, अशी थट्टा मला आवडत नाही.''

भूपती म्हणाला, ''बरं बाबा! फार मोठा अपराध झाला. क्षमा कर. बरं ते असो.

पण हे लग्न ठरलं असं समजायचं का?''

अमल म्हणाला, ''हो.''

चारू म्हणाली, ''मुलगी बरी वाईट कशी आहे ते बघायला जाण्याइतकासुद्धा उशीर सहन होत नाहीये वाटतं! तू इतका उतावळा झालायस हे कळूसुद्धा दिलं नाहीस!'' भूपती म्हणाला, ''अमल तुला मुलगी बघायची असेल, तर त्याची व्यवस्था करीन, मी चौकशी केली आहे, मुलगी सुंदर आहे.'' अमल म्हणाला, ''बघण्याची काही गरज वाटत नाही.''

चारू म्हणाली, ''त्याचं बोलणं काय ऐकता? असं कधी झालंय? मुलगी न बघताच लग्न होईल? त्याला नसेल बघायची, तर आपण दोघं तरी बघून येऊ.''

अमल म्हणाला, ''नाही दादा, यासाठी उगीच दिवसगत करण्याची काही गरज मला वाटत नाही.''

चारू म्हणाली, ''बरं बाबा, उशीर झाला तर उगीच छाती फाटायला नको. तू बाशिंग डोक्यावर बांधून आत्ताच बाहेर पड कसा! तुझं सात राजांच्या संपत्तीइतकं मौल्यवान माणिक दुसऱ्या कुणी पळवून न्यायला नको!''

नाना प्रकारानं थट्टा केली तरी चारू अमलला विचलित करू शकली नाही.

तरी देखील तिनं आपला प्रयत्न सोडला नाही. ती म्हणाली, ''विलायतेला जाण्यासाठी तू अगदी उतावळा झालायस नं? का रे बाबा, इथे काय आम्ही तुला मारत होतो, की बांधून ठेवत होतो? आजकालच्या मुलांना हॅट कोट घालून साहेबासारखं सजल्याखेरीज चैन पडत नाही. भाऊजी, विलायतेहून परत आल्यावर आमच्यासारख्या काळ्या माणसांना ओळखू तरी शकाल की नाही?''

अमल म्हणाला, ''तसं असेल तर विलायतेला जायचंच कशाला?'' भूपती हसून म्हणाला, ''काळा रंग विसरण्यासाठीच तर सात समुद्र ओलांडून जायचं! पण तू काळजी करू नको चारू, मी आहे नं! काळ्या रंगाच्या भक्तांचा तुटवडा पडणार नाही!'' अमल लग्नाला तयार झाल्यामुळे भूपतीला आनंद झाला. त्यानं लगेच वर्धमानला पत्र पाठवलं. लग्नाचा दिवस ठरला.

या दरम्यान वर्तमानपत्र बंद करण्यात आलं. भूपतीला त्याचा खर्च भागवता येईनासा झाला होता. जगजागृती करण्याच्या कार्यात भूपती इतकी वर्षं रात्रंदिवस गुंतलेला होता, त्या कामाचं एका क्षणात विसर्जन करावं लागलं. बारा वर्षं भूपतीचं सर्व आयुष्य, सर्व प्रयत्न एका विशिष्ट मार्गानं, विशिष्ट दिशेनं चालले होते. ते सर्व

अचानक एका ठिकाणी येऊन पाण्यामध्ये पडले. यासाठी भूपतीची जराही मानसिक तयारी झालेली नव्हती. अचानक अडवल्या गेलेल्या आपल्या इतक्या वर्षांच्या प्रयत्नांना तो आता कुठे घेऊन जाणार होता? ते त्याचे प्रयत्न अनाथ, उपाशी बालकांप्रमाणे त्याच्या चेहऱ्याकडे पहायला लागले. भूपतीनं त्यांना आपल्या अंत:पुरात आणून एका दयाळू, सेवापरायण स्त्रीपाशी नेऊन उभं केलं.

या स्त्रीच्या मनात त्यावेळी काय विचार चालले होते? ती मनातल्या मनात म्हणत होती, "अमलचं लग्न होणार ही तर चांगलीच गोष्ट आहे. पण इतके दिवस आमच्याजवळ राहून आम्हाला सोडून, परक्या घरी लग्न करून विलायतेला निघून जायचं या विचारानं त्याच्या मनात एकदासुद्धा, जरासुद्धा, चलबिचल झाली नाही? इतके दिवस त्याची आम्ही काळजी घेतली, त्याला आराम होईल असं पाहिलं, आणि आता आम्हाला सोडून जाण्याची वेळ आली तर असा काही कंबर बांधून तयार झाला आहे की जणू काही तो या संधीची वाटच पहात होता. तोंडानं मात्र गोड बोलतो, प्रेम दाखवतो, माणसाला ओळखणं कठीण हेच खरं. कुणाला ठाऊक होतं की जो माणूस इतकं चांगलं लिहितो त्याचं हृदय अगदी रिकामं आहे?

आपल्या भावभरित हृदयाशी अमलच्या रिकाम्या हृदयाची तुलना करून त्याला कमी ठरवण्याचा चारूनं खूप प्रयत्न केला, पण तो सफल झाला नाही. आतल्या आत एक वेदना तिला विद्ध करीत राहिली, काट्यासारखी सलत राहिली. "आज ना उद्या अमल इथून जाईल. त्यानंतर कोण जाणे किती दिवस त्याची भेट होणार नाही. आमच्या दोघांमध्ये जे अंतर पडलं आहे, ते मिटवून टाकण्याची संधीच मिळाली नाही." चारूला सारखं वाटत होतं की अमल आपण होऊन येईल, आपली दोघांची इतक्या दिवसांची संगत अशी मोडणार नाही, पण अमल आलाच नाही.

शेवटी जायचा दिवस जेव्हा अगदी जवळ आला तेव्हा चारूनं स्वत:च त्याला बोलावणं पाठवलं. अमलनं उत्तर पाठवलं, "थोड्या वेळानं येतो." चारू त्यांच्या त्या नेहमीच्या दक्षिणेकडच्या व्हरांड्यातल्या खुर्चीवर जाऊन बसली. सकाळपासून आकाशात मेघ दाटून आले होते. चारूनं तिचे मोकळे केस जरासे पसरले आणि ते उचलून डोक्यावर धरून ती हातात पंखा घेऊन थकलेल्या देहानं स्वत:ला थोडाथोडा वारा घालायला लागली. बराच वेळ गेला. तिच्या हातातला पंखा हलायचा बंद झाला, राग, दु:ख, अधीरेपणा हे सगळं तिची छाती फोडून बाहेर येऊ पहात होतं. मनातल्या मनात ती म्हणत होती, नाही आला अमल, तर त्यात काय मोठं झालं? पण त्याचवेळी कुठूनही पावलांचा आवाज आला तरी तिचं मन दाराच्या दिशेनं धाव घेत होतं. लांबवर चर्चच्या घड्याळात अकराचे टोले पडले. भूपती आता स्नान आटपून जेवायला येईल. अजून अर्धा तास अवकाश आहे, अजूनही अमल येऊ शकतो. कसंही करून का होईना आपल्या मधला इतके दिवस

चाललेला नि:शब्द कलह आज मिटवून टाकायलाच हवा – सध्या चाललं आहे त्या पद्धतीनं अमलला निरोप देणं शक्य नाही. या समवयस्क दीर-भावजयीमध्ये जो एक सुदीर्घ मधुर संबंध होता – अनेक प्रकारचे भावविभ्रम होते, कधी रुसवा, कधी प्रेमाचं भांडण, कधी एका अबोल समजूतदारपणे जाणलेली एकमेकांची सुख दु:ख या सगळ्यांचा मिळून गुंफत गेलेला एक शीतल सावली देणारा लताकुंज - अमल काय ते सगळं आता मातीत टाकून खूप दिवसांकरता खूप दूरवर निघून जाईल? त्याला जरादेखील दु:ख होणार नाही? त्या लताकुंजाच्या मुळाशी अखेरचं जलसिंचन देखील करून जाणार नाही – त्या दोघांच्या इतक्या दिवसांच्या दीर-भावजयीच्या संबंधाचं अखेरचं अश्रु सिंचन?

अर्धा तास होऊन गेला. चारूनं आपल्या केसांचा अंबाडा सोडला आणि मोकळे केस बोटांभोवती गुंडाळण्याचा सोडण्याचा चाळा तिनं सुरू केला. डोळ्यांतले अश्रू आवरणं कठीण व्हायला लागलं. नोकर येऊन म्हणाला, "मा, बाबूंसाठी शहाळं काढून द्यायचं आहे."

चारूनं आपल्या पदराच्या टोकाला बांधलेली कोठीच्या खोलीची किल्ली नोकराच्या पायापाशी फेकली. तो आश्चर्यचकित होऊन किल्ली घेऊन निघून गेला.

चारूच्या हृदयात दबलेला हुंदका कंठाशी यायला लागला.

थोड्यावेळानं भूपती प्रसन्न चेहऱ्यानं जेवणासाठी आला. चारू पंखा घेऊन जेवणघरात गेली तेव्हा तिला दिसलं की भूपतीबरोबर अमलही आला आहे. तिनं त्याच्याकडे न पाहिल्यासारखं दाखवलं.

अमलनं विचारलं, "वहिनी, मला बोलावलं होतं?"

चारू म्हणाली, "नाही, आता काही गरज नाही."

अमल म्हणाला, "तर मग मी जातो. मला अजून बरंच सामान आवरायचं आहे."

चारूनं आता अमलकडे एक जळजळीत दृष्टिक्षेप टाकला आणि म्हणाली, "जा."

अमलनं एकदा चारूकडे पाहिलं, आणि तो निघून गेला.

भूपती जेवण झाल्यानंतर काही वेळ चारूबरोबर घालवत असे. आज देण्याघेण्याचे हिशोब चुकवण्याच्या कामात भूपती बराच व्यग्र होता. आज त्याला फार वेळ थांबता येणार नव्हतं म्हणून तो काहीसा अपराधी भावनेनं म्हणाला, "आज खूप काम पडलंय. आज मी जास्त वेळ थांबू शकणार नाही."

चारू म्हणाली, "जा की तर मग."

भूपतीला वाटलं, चारूला राग आला आहे. तो म्हणाला, "म्हणजे काही अगदी आत्ताच गेलं पाहिजे असं नाही. थोडा आराम करून जाईन." असं म्हणून

तो खाली बसला. त्यानं पाहिलं चारू गप्प गप्प आहे. भूपती बराच वेळ बसून राहिला. पण त्याला तिच्याशी संभाषण सुरू करता आलं नाही. बराच वेळ प्रयत्न चालू ठेवून शेवटी तो म्हणाला, अमल तर उद्या चालला आहे. तुला काही दिवस खूप एकटं एकटं वाटेल.''

चारू त्याला काही उत्तर न देता काही तरी आणण्याचं निमित्त करून तिथून चटदिशी उठून दुसऱ्या खोलीत गेली. काहीवेळ तिची वाट पाहून भूपती बाहेर निघून गेला.

आज अमलकडे पाहिल्यावर चारूच्या लक्षात आलं होतं की गेल्या काही दिवसात तो बराच हडकला आहे. त्याच्या चेहऱ्यावरचा तारुण्याचा तरतरीतपणा अजिबात नाहीसा झाला आहे. याचं चारूला एकीकडे बरं वाटलं, आणि एकीकडे वाईटही वाटलं. लौकरच होणाऱ्या ताटातुटीच्या विचारानं अमलला यातना होत आहेत याबद्दल तिच्या मनात काही संदेह राहिला नाही. पण मग अमल असा का वागतो आहे? का तो दूर पळायला पहातोय? निरोपाचा हा क्षण तो का असा मुद्दाम होऊन कडवट करून टाकतोय?

बिछान्यावर पडून विचार करता करता ती अचानक चमकून उठून बसली, तिला एकदम मंदाची आठवण झाली. असं तर नाही, की अमल मंदावर प्रेम करतोय? मंदा निघून गेल्यामुळे तर अमल असा छी: छी: अमलचं मन काय असं असेल? इतकं क्षुद्र? इतकं पापी? एका विवाहित स्त्रीवर त्याचं मन जाईल? अशक्यच! आपल्या मनातल्या कुशंकेला तिनं प्रयत्नपूर्वक दूर सारण्याचा प्रयत्न केला पण शंका तिच्या मनाला कुरतडतच राहिली.

अशातच निरोपाची वेळ आली. ढग पांगले नाहीत. अमल येऊन भरलेल्या गळ्यानं म्हणाला, ''वहिनी, माझी निघण्याची वेळ झाली आहे. आजपासून तुम्ही दादाकडे पहा, त्याची काळजी घ्या. त्याच्यावर फार मोठं संकट आलेलं आहे. तुमच्याखेरीज त्याला आधार देणारं कोणी नाहीये.''

त्यादिवशी भूपतीचा काळजीयुक्त म्लान चेहरा पाहिल्यानंतर अमलनं इकडे तिकडे चौकशी करून त्याच्यावर ओढवलेल्या परिस्थितीची माहिती करून घेतली होती. आपल्या दुर्दशेला भूपती एकटाच अबोलपणे तोंड देत होता, त्याला कुठूनही मदत किंवा सांत्वन मिळत नव्हतं, तरीदेखील त्यानं आपल्यासारख्या त्याच्यावर अवलंबून असलेल्या आश्रिताला आपल्या संकटाची झळ पोचू दिली नव्हती याचा विचार मनात आल्यावर अमल एकदम अंतर्मुख झाला होता. चारूचं वागणं, आपलं वागणं यांचा विचार मनात येऊन त्याची कानशिलं लाल झाली होती, तो भावनावेगानं स्वत:शी म्हणाला होता, ''चुलीत गेला तो आषाढातला चंद्र आणि अमावस्येचा प्रकाश! मी बॅरिस्टर होऊन आलो आणि दादाला मदत केली तरच मी

स्वतःला मर्द म्हणवून घेईन.''

कालची रात्र सारा वेळ जागी राहून चारूनं विचार करून ठरवून ठेवलं होतं की निरोप घ्यायच्या वेळी अमलशी काय बोलायचं. अहंकार आणि उदासी यांच्या मिश्रणानं घासून घासून आपले शब्द तिनं मनातल्या मनात लखलखीत आणि धारदार करून ठेवले होते. पण प्रत्यक्ष निरोप द्यायची वेळ आली तेव्हा तिच्या तोंडून एक शब्दही बाहेर पडला नाही. ती एवढंच म्हणाली, ''पत्र लिहिशील ना अमल?''

अमलनं तिच्या पायांवर मस्तक ठेवून तिला प्रणाम केला. चारू धावतच खोलीत गेली आणि तिनं दार बंद करून घेतलं.

भूपती वर्धमानला गेला, आणि अमलचं लग्न झाल्यानंतर त्याला विलायतेला रवाना करून घरी परतला.

भूपतीचा स्वभाव दुसऱ्यावर चटकन विश्वास ठेवण्याचा होता. गेल्या काही दिवसांत चारी बाजूंनी झालेल्या आघांतामुळे त्याच्या मनात जगाच्या व्यवहाराच्या बाबतीत वैराग्याची भावना निर्माण झाली होती. सभासंमेलनांना जाणं, चार लोकांमध्ये मिसळणं, या कशात त्याचं मन लागेनासं झालं होतं, त्याला वाटायला लागलं, या सगळ्यामध्ये गुंतून मी इतके दिवस स्वतःचीच फसवणूक करीत होतो. आयुष्यातले सुखाचे दिवस वाया घालवले, आणि महत्त्वाचं सर्व काही कचऱ्याच्या टोपलीत फेकून दिलं.

भूपती मनातल्या मनात म्हणाला, ''वर्तमानपत्र बंद पडलं, ते चांगलंच झालं. सगळ्या बंधनातून मुक्त झालो. संध्याकाळच्या वेळी आता अंधार पडायला लागणार असं दिसल्यावर पक्षी जसे घरट्याकडे परत फिरतात, तसाच भूपती त्याचं इतक्या दिवसांचं कामाचं क्षेत्र सोडून घरात चारूच्या खोलीत आला. त्यानं मनाशी ठरवलं, ''बस झालं. आता आणखी कुठे जायचं नाही. आता हाच माझा मुक्काम. जे कागदाचं जहाज घेऊन इतके दिवस खेळत होतो, ते तर बुडालं, चला आता घरी.''

सगळ्या पुरुषांप्रमाणे भूपतीची देखील एक सर्वसामान्य धारणा होती की आपल्या पत्नीचं प्रेम मिळवण्यासाठी प्रयत्न करावे लागत नाहीत. पत्नीचं प्रेम ध्रुवताऱ्यासारखं जागच्या जागी अढळ असतं. ते वाऱ्यानं विझत नाही, किंवा तेलाची अपेक्षा करत नाही. त्यामुळे बाहेरच्या आयुष्यात पडझड सुरू झाली तेव्हा घरातल्या एखाद्या भिंतीला तडा गेला की काय हे पहाण्याचं देखील भूपतीच्या मनात आलं नाही.

भूपती संध्याकाळच्यावेळी वर्धमानहून घरी परत आला. लौकर लौकर हातपाय धुऊन त्यानं घाईघाईनं जेवण आटपलं. अमलच्या लग्नाची आणि विलायतेला जाण्याची सगळी हकिकत ऐकायला चारू साहजिकपणे खूप उत्सुक असेल असं त्यानं गृहीत धरलं होतं. त्यामुळे त्यानं स्वत:ची कामं उरकायला आज अजिबात वेळ लावला नाही. भूपती झोपायच्या खोलीत जाऊन बिछान्यावर आडवा झाला आणि गुडगुडीचे लांबलचक झुरके घ्यायला लागला. चारू अजूनही आली नव्हती. मागची कामं आवरत असेल, असं त्याला वाटलं. तो खूप दमला होता. गुडगुडी ओढता ओढता त्याला झोप यायला लागली. अधूनमधून तो दचकून जागा व्हायचा. चारू आलीय का ते पहायचा. पण चारू अजूनही का बरं येत नव्हती? शेवटी न राहवून त्यानं चारूला बोलवायला पाठवलं. ती आल्यावर त्यानं विचारलं, "चारू, आज इतका उशीर का झाला?"

चारू त्याच्या प्रश्नाचं उत्तर न देता म्हणाली, "हो, आज उशीर झाला."

चारू आपल्याला खूप प्रश्न विचारील याची भूपती वाट पहात राहिला. चारूनं काहीच विचारलं नाही. चारूच्या वागण्यानं भूपती किंचित गोंधळून गेला. तिला अमलबद्दल काहीच वाटत नव्हतं की काय? अमल जोपर्यंत इथे होता तोपर्यंत त्याच्याशी तिचा कितीतरी हास्यविनोद चालत असे आणि तो गेल्यावर त्याच्याबद्दल ती इतकी उदासीन झाली? तिचं हे विचित्र वागणं भूपतीच्या मनाला लागलं. त्याला वाटलं याचा अर्थ असा आहे का की चारूच्या हृदयात भावनांचा खोलपणा नाही? ती केवळ हास्यविनोद करू शकते, प्रेम नाही करू शकत? बाईच्या जातीला इतका कोरडा स्वभाव चांगला नाही.

चारू आणि अमल यांच्या मैत्रीमुळे भूपतीला आनंद होत असे. त्या दोघांचं लहान मुलांसारखं भांडणं, एकत्र होणं, खेळणं, खलबतं करणं याचं त्याला कौतुक वाटायचं. अमलशी चारू नेहमी ज्या प्रेमळपणानं वागत असे, त्यातून भूपतीला चारूचा मृदु-स्निग्ध स्वभाव प्रतीत व्हायचा, आणि त्याचा त्याला मनापासून आनंद वाटायचा. पण आजच्या चारूच्या वागण्यानं त्याला वाटायला लागलं की पूर्वीचं ते सगळं वरवरचं होतं की काय? चारूच्या हृदयात कुठेच त्याचे बंध निर्माण झाले नव्हते? भूपतीला वाटलं, चारूला जर हृदयच नसेल, तर त्याला स्वत:लादेखील कुठे आश्रय मिळेल?

चारूच्या वागण्याचा अंदाज घेण्यासाठी भूपतीनं विचारलं, चारू, तू ठीक आहेस नं? तुझी तब्येत तर खराब नाही?

चारूनं जेवढ्यास तेवढं उत्तर देत म्हटलं, "ठीक आहे."

भूपती म्हणाला, "चला, अमलचं लग्न तर आटपलं."

चारूनं त्यावर योग्य काही तरी बोलण्याचा खूप प्रयत्न केला, पण तिच्या

तोंडून काही बाहेर पडलं नाही. ती अगदी स्तब्ध बसून राहिली.

भूपतीच्या कधी कुणाच्या वागण्यातले बारकावे लक्षात येत नसत. पण अमलच्या जाण्याचं त्याला खोलवर दुःख वाटत होतं, त्यामुळे चारूचं त्याबाबतीतलं औदासिन्य त्याच्या मनावर आघात करून गेलं. त्याला खरंतर वाटत होतं की चारूचं मन देखील अमलच्या जाण्यानं आपल्या सारखंच जड झालं असेल आणि अमलच्या आठवणी काढत गप्पा मारत आपल्या दोघांचंही मन हलकं होईल.

भूपती म्हणाला, "मुलगी दिसायला चांगली आहे. तुला झोप लागलीय का चारू?"

चारू म्हणाली, "नाही."

भूपती म्हणाला, "अमल बिचारा एकटाच गेला. त्याला जेव्हा मी गाडीत बसवलं तेव्हा तो लहान मुलासारखा रडायला लागला. ते पाहून मी पण माझे अश्रू आवरू शकलो नाही. गाडीत दोन साहेब लोक बसले होते. पुरुष माणसं अशी रडताना बघून त्यांना फारच गंमत वाटली."

झोपायच्या खोलीतला दिवा विझवलेला होता. अंधारात चारू बिछान्यावर भूपतीकडे पाठ करून झोपली होती. ती अचानक घाईघाईनं उठून निघून गेली. भूपतीनं आश्चर्यचकित होऊन विचारलं, "चारू, तुला बरं नाहीये का?"

तिच्याकडून काही उत्तर आलं नाही, तेव्हा तोही उठला, शेजारच्या व्हरांड्यातून दबलेल्या हुंदक्यांचा आवाज ऐकून तो घाबरून घाईघाईनं तिथे पोचला. त्याला दिसलं की चारू जमिनीवर पालथी पडून आपलं रडणं दाबून धरण्याचा प्रयत्न करते आहे.

तिच्या शोकाचा हा दुर्दम्य आवेग पाहून भूपती आश्चर्यचकित झाला. त्याला वाटलं, चारूला समजून घेण्यात आपली चूक झाली. चारूचा स्वभाव इतका भिडस्त आहे की माझ्याजवळ देखील आपल्या हृदयातली वेदना ती उघड करू शकत नाही. ज्यांचा स्वभाव असा असतो त्यांचं प्रेमही गाढ असतं आणि त्यांची वेदनाही खोल असते. चारूचं प्रेम सर्वसाधारण स्त्रियांसारखं बाहेरून तितकं दिसत नाही, भूपतीला ते मनातल्या मनात लक्षपूर्वक जाणवलं. भूपतीनं चारूच्या प्रेमाचा आविष्कार कधीच पाहिला नव्हता. त्याचं कारण आता त्याच्या लक्षात आलं. तिचं प्रेम आतल्या दिशेनंच तिचं मन व्यापत होतं. भूपतीला स्वतःला देखील आपल्या भावना प्रकट करणं जमत नसे. चारूच्या स्वभावातदेखील तिच्या हृदयातला आवेग आत खोलवर नेण्याची गंभीरता आहे हे पाहून त्याला खूप समाधान झालं.

भूपती चारूच्या शेजारी बसून काही न बोलता तिच्या पाठीवरून सावकाश हात फिरवायला लागला. सांत्वन कसं करायचं ते त्याला माहीत नव्हतं. त्याला हेही समजलं नाही की जेव्हा कोणी व्यक्ती अंधारात बसून आपलं दुःख गळा दाबून

नष्ट करू पहात असते तेव्हा त्या घटनेला कोणी साक्षीदार असलेलं त्या व्यक्तीला आवडत नाही.

भूपतीनं जेव्हा त्याचं वर्तमानपत्र बंद करून टाकलं, तेव्हा त्यानं स्वत:च्या भविष्यकालीन आयुष्याबद्दल आपल्या मनात काही एक योजना आखली होती. हे त्यानं पक्क ठरवलं होतं की कोणत्याही प्रकारचं अनिश्चित, आणि अतिपरिश्रमांची गरज असणारं काम हातात घ्यायचं नाही. लिहायचं, वाचायचं, चारू जवळ बसून प्रेमाच्या चार गोष्टी करायच्या, आणि गृहस्थाची रोजची लहानमोठी कामं करीत आयुष्य घालवायचं. त्यानं ठरवलं होतं की जे सुख सगळ्यात सुलभ आणि सुंदर असतं, पवित्र आणि निर्मळ असतं, प्राप्त करायला, उपभोगायला योग्य असतं, अशा सहजलभ्य सुखाचे दीप आयुष्याच्या कानाकोपऱ्यात प्रज्वलित करून जीवनात शांतीचा अनुभव घ्यायचा. हास्य-विनोद, गप्पा-टप्पा, एकमेकांचं मनोरंजन करण्यासाठी लहान सहान बेत आखणं यासाठी जास्त प्रयत्न लागत नाहीत, त्यातून मिळणारा आनंद मात्र अपरिमित असतो.

प्रत्यक्षात त्यानं पाहिलं - सहजसुख सहजपणे मिळत नाही. जी गोष्ट पैसे देऊन विकत घेता येत नाही, ती जर आपल्याजवळ आधी नसेल तर ती कुठूनही कोणत्याही मार्गानं मिळवण्याचा काहीही उपाय नसतो.

भूपतीला अनेक प्रयत्न करून सुद्धा चारूपर्यंत पोचता आलं नाही. त्यासाठी त्यानं स्वत:लाच दोष दिला. "बारा वर्षं नुसतं वर्तमानपत्र चालवत बसलो, पत्नीशी कशा गप्पा मारायच्या ती कला हरवूनच टाकली." दिवेलागणी झाली की भूपती मुद्दाम आतल्या खोलीत जायचा. तो एखाद दोन गोष्टी बोलायचा, चारू दोनेक गोष्टी बोलायची. त्यानंतर काय बोलायचं ते भूपतीला कळतच नसे. आपल्या या कमतरतेचा भूपतीला फार संकोच वाटत असे. पत्नीशी गप्पा मारणं ही गोष्ट अगदी सहजसोपी आहे असं त्याला वाटलं होतं, पण अडाणी माणसासाठी ती तितकीच कठीण होती. सभेमध्ये भाषण करणं यापेक्षा सोपं होतं. रोजची संध्याकाळची वेळ आपण हास्य, विनोद, प्रेमालाप यांनी रमणीय करू असं त्याला वाटलं होतं. तीच संध्याकाळची वेळ घालवणं ही त्याच्यासाठी एक समस्या होऊन बसली होती. थोडावेळ गप्प बसून राहिल्यानंतर भूपतीला वाटायचं, आता उठून जावं, पण उठून गेलं तर चारूला काय वाटेल या विचारानं तो उठूही शकत नसे. कधी म्हणायचा, "चारू, आपण पत्ते खेळू या?" यातून सुटका नाही असं पाहून चारू म्हणायची

"अच्छा," मग अत्यंत अनिच्छेनं ती पत्ते आणायची, पिसायची, वाटायची, आणि चुका करत करत डाव हरायची. त्या खेळात कसलाच आनंद नसायचा.

भूपतीनं, बराच विचार करून एक दिवस चारूला विचारलं, "मंदाला इकडे बोलावून घ्यायचं का? तू फार एकटी पडली आहेस."

मंदाचं नाव ऐकल्याबरोबर चारू भडकून उठली, म्हणाली, "नाही, मंदाची मला गरज नाही."

भूपती हसला. मनातल्या मनात त्याला आनंदही झाला. सतीच्या व्रताचं पालन करण्यात जरादेखील कसूर करणाऱ्या स्त्रिया पतिव्रता स्त्रियांना सहन होत नाहीत.

संतापाच्या पहिल्या भरातून सावरल्यावर चारूनं विचार केला की मंदा असली तर ती भूपतीला बरीच आनंदात ठेवू शकेल. भूपतीला तिच्याकडून जे मानसिक सुख हवं होतं ते ती अजिबात देऊ शकत नव्हती. आणि याचा तिला त्रास व्हायचा. भूपती जगाचे बाकी सर्व व्यवहार सोडून एकट्या चारूकडून त्याच्या आयुष्यातला सगळा आनंद मिळवण्याचा प्रयत्न करीत होता. हा त्याचा सतत चाललेला प्रयत्न, आणि स्वतःच्या अंतःकरणातलं रितेपण या दोन्हीचा अनुभव येत राहिल्यामुळे चारू काहीशी भयभीत झाली होती. हे सर्व असं किती दिवस चालणार? भूपती दुसरा काही उद्योग का करीत नाही? आणखी एखादं वर्तमानपत्र का काढत नाही? भूपतीचं मनोरंजन आजपर्यंत चारूला कधी करावं लागलं नव्हतं. भूपतीनं तिच्याकडून कसल्याही सेवेची अपेक्षा केली नव्हती. कोणत्याही सुखाची मागणी केली नव्हती. - चारूला कधीच त्यानं एक उपयोग करून घेण्याची वस्तू मानलं नव्हतं. आज अचानक आपल्या आयुष्याचा सर्व अर्थ चारूच्या सहवासात शोधण्याच्या प्रयत्नात त्याला कुठेच काही थारा सापडत नव्हता. भूपतीला काय हवं आहे, काय केल्यामुळे त्याला समाधान मिळेल ते चारूला नीटसं माहीत नव्हतं, आणि माहीत असतं तरी त्याप्रमाणे करणं चारूसाठी सहज नव्हतं.

भूपती जर या दिशेनं जरा सावकाश पावलं टाकीत पुढे गेला असता, तर कदाचित चारूला ते तितकं कठीण गेलं नसतं. पण अचानक एक दिवस दिवाळखोर होऊन त्यानं आपली रिकामी झोळी तिच्यासमोर पसरल्यामुळे ती गोंधळून गेली.

चारू म्हणाली, "ठीक आहे, मंदाला बोलावून घ्या. ती असली की तुम्हाला गप्पा मारायला बरं होईल."

भूपती हसून म्हणाला, "माझ्याशी गप्पा मारायला! काही गरज नाही."

भूपती निराश होऊन मनात म्हणाला, "मी फार रूक्ष माणूस आहे. कितीही प्रयत्न केला तरी मी चारूला सुख देऊ शकत नाही."

भूपतीनं साहित्यकृती वाचायला सुरुवात केली. त्याचे मित्र कधी घरी आले की त्यांना भूपती टेनिसन, बायरन, बंकिमचंद्र, असे सगळं वाचताना दिसायला लागला,

त्याच्यामधे अशी अचानक उद्भवलेली साहित्याची आवड पाहून मित्र त्याचीच चेष्टा करायचे, भूपती हसून म्हणायचा, "बाबांनो, बांबूला देखील फुलं येतात, फक्त केव्हा येणार ते सांगता येत नाही."

एक दिवस संध्याकाळी भूपती आतल्या खोलीत आला आणि खोलीतला मोठा दिवा लावून काहीशा संकोचानं इकडे तिकडे करत राहिला. मग म्हणाला, "चारू, तुला काही वाचून दाखवू?" चारू म्हणाली, "दाखवा नं?"

भूपती म्हणाला, "काय वाचू."

चारू म्हणाली, "जे तुम्हाला वाचावंसं वाटेल ते."

चारूनं ऐकण्याचा फारसा उत्साह न दाखवल्यामुळे भूपती थोडा खट्टू झाला, पण तरी सगळं धाडस गोळा करून म्हणाला, "टेनिसनची एक कविता भाषांतरित केली आहे, ती ऐकवतो." चारू म्हणाली, "ऐकवा."

सगळ्यावर पाणी पडलं. संकोच आणि निरुत्साह यांच्यामुळे भूपतीला वाचण्यात अडथळे येत राहिले. योग्य बंगाली प्रतिशब्द सुचले नाहीत. चारूची शून्यात लागलेली नजर पाहून तो मनात समजला की त्याच्या वाचण्याकडे तिचं अजिबात लक्ष नाहिये. संध्यादीपानं प्रकाशमय झालेली ती लहानशी खोली, संध्याकाळच्या वेळचा तो नीरव एकांत त्याला वाटलं होतं तसा सजीव होऊन उठला नाही.

आणखी एक-दोनदा प्रयत्न करून भूपतीनं अखेर चारूबरोबर साहित्यचर्चा करण्याचा प्रयत्न सोडून दिला.

खूप मोठा घाव बसल्यानंतर सुरुवातीला स्नायू जसे बधिर होऊन जातात, आणि वेदना एकदम जाणवत नाहीत, त्याप्रमाणे अमलपासून ताटातूट झाल्यानंतर सुरुवातीच्या काळात अमलचा अभाव चारूला तीव्रतेनं जाणवला नाही.

पण जसजसे दिवस जायला लागले तसतसं अमलच्या नसण्यामुळे आलेलं घरातलं सुनेपण वाढत जायला लागलं. या गोष्टीची जाणीव होऊन चारूला काय करावं ते समजेना. ती हतबुद्ध होऊन गेली. कुंजवनातून बाहेर येऊन ती वाळवंटात येऊन पडली होती. जसजसे दिवस जात होते, तसतशी वाळवंटाची सीमा वाढत चालली होती. या वाळवंटाची तिनं कधी कल्पनाही केली नव्हती.

झोपेतून जागं झाल्यावर एकदम छातीत कळ उठायची, लक्षात यायचं, 'अमल नाही.' सकाळी जेव्हा ती व्हरांड्यात बसून पान बनवायची तेव्हा सारखी सारखी आठवण व्हायची – अमल तर काही येणार नाहीये. कधी कधी लक्षात न

राहून पानांच्या बऱ्याच गिलोऱ्या तयार करून ठेवायची – एकदम आठवायचं इतकी पानं खायला कोणी माणूसच नाहीये. चारूच्या मनानं ठाव सोडला. अंत:पुराच्या उंबरठ्यापाशी येऊन स्वत:लाच आठवण करून द्यायची – अमल काही आता कॉलेजातून येणार नाहीये. कसलंही नवीन पुस्तक, नवीन लेखन, नवीन बातमी, नवीन आश्चर्य यांची वाट पहायचं कारण नाही. कुणासाठी काही शिवणकाम, भरतकाम करायचं नाही, काही लेखन करायचं नाही, एखादी हौसेची वस्तू विकत आणून ठेवायची नाही.

स्वत:ला होणाऱ्या असह्य क्लेशांमुळे, आणि मनाच्या अस्थिरतेमुळे चारू स्वत:च विस्मित झाली होती. सतत ठसठसणाऱ्या मनाच्या वेदनेमुळे ती किंचित भयभीतही झाली होती. ती स्वत:लाच प्रश्न विचारायला लागली. का म्हणून! का म्हणून मला इतक्या यातना होताहेत? अमल माझा असा कोण लागतो की त्याच्यासाठी मी इतकं दु:ख सहन करावं? हे मला काय झालंय? अचानक पहिल्यांदाच माझी अवस्था अशी का झालीय? नोकर-चाकर, कामगार-मजूर सगळेजण निश्चिंत मनानं वावरत असतात, मलाच हा त्रास का म्हणून? देवा रे! का तू मला या संकटात टाकलंस!''

ती स्वत:ला प्रश्न करायची. स्वत:शी आश्चर्य करायची, पण त्यानं तिचं दु:ख शांत होत नव्हतं. अमलच्या आठवणींनी तिला अंतर्बाह्य व्यापून टाकलं होतं. त्यांच्यापासून दूर पळून जाण्याचं ठिकाण तिच्यापाशी नव्हतं. भूपती अमलच्या आठवणींच्या आक्रमणापासून आपलं रक्षण करेल असं तिला वाटलं होतं. पण उलट तो प्रेमळ पण अबोध गृहस्थ अमलच्या वियोगानं स्वत:च व्याकूळ होऊन त्याच्याच आठवणींची तिच्यापाशी पुनरावृत्ती करीत होता.

अखेरीस चारूनं आपली ही अवस्था स्वीकारून टाकली. स्वत:शीच चाललेल्या या झगड्यानं ती थकून गेली होती. तिनं हार स्वीकारली. अमलच्या आठवणींची आपल्या हृदयात प्रतिष्ठापना केली. शेवटी असं झालं की एकाग्रचित्तानं अमलबद्दल विचार करत बसणं हा तिचा गुप्त आनंदाचा ठेवा होऊन बसला आणि अमलच्या आठवणी हे तिच्या आयुष्याचं संचित!

घरकामाच्या वेळापत्रकातून तिनं काही वेळ वेगळा काढला. त्यावेळेस आपल्या खोलीचं दार लावून घेऊन एकांतात बसून ती अमलच्या आठवणी काढायची. अमलबरोबर घालवलेल्या प्रत्येक क्षणाची पुनरावृत्ती करायची, प्रत्येक घटनेबद्दल विचार करायची, बिछान्यावर पालथी पडून, उशीवर हनुवटी टेकून पुन्हा पुन्हा म्हणत रहायची – ''अमल, अमल, अमल''! लांब दुरून साता समुद्रापलीकडून तिला प्रतिसाद ऐकू यायचा, ''वहिनी, काय झालं वहिनी!'' चारू अश्रूंनी भिजलेल्या पापण्या मिटून म्हणायची, ''अमल, तू का माझ्यावर

रागावून निघून गेलास? मी तर काही अपराध केला नव्हता. तू जर हसतमुखानं निरोप घेऊन गेला असतास तर मला इतक्या यातना झाल्या नसत्या.'' अमल समोर असता तर ती त्याच्याशी जसं बोलली असती अगदी तसंच संबोधन करून ती म्हणायची, ''अमल, मला एक दिवस देखील कधी तुझा विसर पडलेला नाही. एक दिवस नाही, एक क्षणदेखील नाही. माझ्या जीवनात जे काही चांगलं उमलून आलं ते केवळ तुझ्यामुळेच, माझ्या जीवनात जे काही चांगलं आहे त्याचं अर्घ्य देऊन मी रोज तुझी पूजा करीन.''

अशा प्रकारे चारूनं आपल्या सगळ्या गृहकृत्यांच्या, सगळ्या कर्तव्यांच्या तळाशी एक खोल जागा तयार करून त्या अंधकारमय, नि:स्तब्ध ठिकाणी आपल्या अश्रूंच्या फुलांनी सजवलेलं एक गुप्त शोक मंदिर निर्माण केलं. त्या ठिकाणी तिच्या पतीला किंवा जगातल्या इतर कोणत्याही व्यक्तीला प्रवेशाचा अधिकार नव्हता. ते ठिकाण जितकं गुप्त होतं, तितकंच गहन होतं, आणि तितकंच तिचं सगळ्यात आवडीचं होतं. त्या मंदिराच्या द्वारापाशी ती जगाच्या व्यवहारासाठी वापरलेला वेश उतरवून ठेवत असे आणि आपल्या अनावृत निजस्वरूपात तिथे प्रवेश करत असे. तिथून बाहेर पडताना पुन्हा मुखवटा चेहऱ्यावर चढवून जगाच्या हास्यविनोद आणि कर्मकर्तव्य यांच्या रंगभूमीवर उपस्थित होत असे.

अशा रीतीनं आपल्या मनाशी चाललेल्या आपल्या झगड्याचा निरास करून चारूला तिच्या प्रचंड दु:खात काहीशी शांती मिळाली. त्यानंतर ती एकनिष्ठ मनानं भूपतीची सेवा करायला लागली. भूपती झोपलेला असताना चारू हलकेच त्याच्या पायावर डोकं ठेवून त्याची पायधूळ आपल्या भांगात भरून घ्यायची. घरातले पै-पाहुणे, आश्रित यांच्याकडे नीट लक्ष दिलं नाही तर भूपतीला ते आवडत नाही हे जाणून त्यांच्या आदरातिथ्यात ती तिळमात्र देखील कमतरता होऊ देत नसे. घरकामात किंवा भूपतीच्या व्यक्तिगत कामात त्याची कोणतीही इच्छा, कोणताही आदेश ती अपूर्ण राहू देत नसे. अशा रीतीनं घरातली सर्व कामं हातावेगळी करून, भूपतीच्या उष्ट्या ताटात जेवून चारूचा दिवस मावळू लागला.

चारूच्या या सेवापरायणतेनं आणि गृहकृत्यदक्षतेनं भूपतीला त्याचं नवयौवन जणू पुन्हा परत मिळालं. जणू काही पूर्वी तो नवविवाहित नव्हताच, आता इतक्या दिवसांनी त्याला नवविवाहित असल्याचा अनुभव येऊ लागला. चांगले कपडे घालून, हास्यविनोद, गप्पाटप्पा यांच्यामधे मनाला मोकळं सोडून संसाराचे सर्व

वाईट अनुभव भूपतीनं मनाच्या एका कोपऱ्यात ढकलून दिले. आजार बरा झाल्यानंतर जशी भूक वाढते, शरीराच्या उपभोग घेण्याच्या शक्तीचा जिवंत अनुभव येऊ लागतो, तशाच प्रकारच्या अपूर्व आणि प्रबळ आवेगाचा भूपतीच्या मनामध्ये संचार झाला. मित्रमंडळींपासून, इतकंच काय पण चारूपासूनही लपवून भूपती कविता वाचायला लागला. त्याच्या मनात आलं वर्तमानपत्र बंद पडलं. नाना प्रकारचे क्लेश झाले, पण तरी इतक्या दिवसांनंतर का होईना पण मला माझ्या पत्नीचा शोध लागला.

भूपती चारूला म्हणाला, "चारू, तू आजकाल लिहिणं अजिबात सोडून का दिलंस?"

चारू म्हणाली, "माझं मोठं आलंय लिहिणं!"

भूपती म्हणाला, "खरंच सांगतो, तुझ्यासारखी लेखनशैली आजकालच्या कोणत्याच बंगाली लेखकांमधे मला दिसत नाही. "विश्वबंधू"नं जे म्हटलंय अगदी तसंच माझंही मत आहे.

चारू म्हणाली, "चला, पुरे झालं."

भूपती म्हणाला, "हेच पहा ना," आणि त्यानं सरोरुहचा अंक बाहेर काढून चारू आणि अमल यांच्या भाषाशैलीची तुलना करायला सुरुवात केली. चारूचा चेहरा लाल झाला. तिनं भूपतीच्या हातातून मासिक काढून घेतलं, आणि आपल्या पदराखाली लपवलं.

भूपती मनातल्या मनात म्हणाला, 'लिहिण्यासाठी कुणाचं तरी प्रोत्साहन पाहिजे त्याखेरीज लिहिणं होत नाही. ठीक आहे. आता मीच लिहायला लागतो म्हणजे हळूहळू चारूलापण लिहिण्याचा उत्साह वाटायला लागेल.'

भूपती अगदी गुपचुप वही घेऊन त्यात काही ना काही लिहायला लागला. शब्दकोशाची मदत घेत, पुन्हा पुन्हा खाडाखोड करत, पुन्हापुन्हा नवी प्रत तयार करत त्याचे रिकामे दिवस कारणी लागत चालले. त्याला लिहिण्यासाठी इतका त्रास पडायचा, इतके प्रयत्न करायला लागायचे की त्या वेदनामय प्रक्रियेतून जन्मलेल्या आपल्या लेखनाबद्दल त्याला माया आणि आत्मविश्वास वाटायला लागला.

अखेर एक दिवस आपला एक लेख दुसऱ्या एकाच्या हस्ताक्षरात लिहून घेऊन भूपतीनं तो चारूला आणून दिला. म्हणाला, "माझ्या एका मित्रानं नवीनच लिहायला सुरुवात केली आहे. मला त्यातलं काही कळत नाही. तू जरा वाचून बघ कसं वाटतंय."

वही चारूच्या हातात देऊन भूपती साळसूदपणा दाखवत बाहेर निघून गेला. पण सरळ स्वभावाच्या भूपतीचा हा लबाडीचा कच्चा प्रयत्न चारूच्या लक्षात आल्याखेरीज राहिला नाही.

तिन लेख वाचला. लेखनाचा विषय आणि शैली पाहून तिला थोडंसं हसू

आलं. ती मनात म्हणाली, 'मी माझ्या पतीची भक्ती करण्यासाठी इतक्या प्रकारांनी झटत असते, आणि हे का असे पोरकटपणानं वागून पूजेचा नैवेद्य उधळून लावतायत! आपल्याकडून स्तुती करवून घेण्यासाठी त्यांची इतकी धडपड कशासाठी!' भूपतीनं जर चारूला आनंदित करण्यासाठी काहीही प्रयत्न केला नसता तर त्याची पूजा करणं चारूला सोपं गेलं असतं. चारूची मनापासून अशी इच्छा होती की भूपतीनं कोणत्याही प्रकारानं, कोणत्याही बाबतीत स्वतःला आपल्यापेक्षा कमी पातळीवरचं समजू नये.

चारूनं वही उशीखाली सरकवली आणि लांबवर पहात बराच वेळ ती विचार करत राहिली. अमल तिला आपलं नवीन लेखन वाचायला आणून देत असे, ते दिवस तिला आठवले.

संध्याकाळी भूपती उत्सुक मनानं झोपायच्या खोलीत आला. खोलीच्यासमोर असलेल्या व्हरांड्यात फुलझाडांच्या कुंड्या ठेवल्या होत्या. त्यातली रोपं पहाण्यात गर्क आहे असं भासवत तो तिथे उभा राहिला. चारूला काही विचारण्याचं धाडस त्याला होईना.

चारू स्वतःच म्हणाली, "हे तुमच्या मित्राचं पहिलंच लेखन आहे का?"

भूपती म्हणाला, "हो!"

चारू म्हणाली, "इतकं छान लिहिलं आहे, पहिल्यांदाच लिहितो आहे असं काही वाटत नाही."

भूपतीला खूप आनंद झाला. तो विचार करायला लागला की या निनावी लेखनावर आता स्वतःचं नाव कसं बरं घालावं?

भूपतीच्या वह्या झपाट्यानं भरून जायला लागल्या. आणि लेखकाचं नाव बाहेर यायलाही वेळ लागला नाही!

डाक कोणत्या दिवशी येते त्याकडे चारूचं लक्ष असायचं. पहिलं पत्र भूपतीच्या नावाचं एडनहून आलं. त्यात अमलनं वहिनीला नमस्कार लिहिला होता. सुवेझहून देखील भूपतीला पत्र आलं, त्यातही वहिनीला नमस्कार लिहिला होता. माल्टाहून पत्र आलं, त्यात ताजा कलम घालून वहिनीला नमस्कार पाठवला होता.

चारूसाठी अमलकडून एकही पत्र आलं नाही. भूपतीला आलेली पत्रं तिनं उलटसुलट करून पाहिली, पुन्हा पुन्हा वाचली, नमस्कार पाठवण्याखेरीज त्यात कुठेही तिचा उल्लेखदेखील नव्हता.

गेल्या काही दिवसांपासून चारूनं ज्या एका संथ, उदासीन, थंड मानसिक आच्छादनाचा आश्रय घेतला होता ते आच्छादन अमलनं केलेल्या या उपेक्षेमुळे छिन्न भिन्न होऊन गेलं. तिच्या अंतःकरणाच्या गाभ्यात पुन्हा एकदा ओढाताण सुरू झाली. तिच्या संसाराच्या कर्तव्यकर्मांमधे पुन्हा एकदा भूकंपाची आंदोलनं सुरू झाली.

भूपतीला कधीकधी मध्यरात्री जाग यायची, तो बघायचा तर चारू बिछान्यात नसायची. इकडेतिकडे शोधल्यावर त्याला दिसायचं चारू दक्षिणेकडच्या खोलीच्या खिडकीत बसलेली असायची. त्याला पाहिल्यावर ती घाईघाईनं उठत म्हणायची, "त्या खोलीत आज खूप उकडत होतं, म्हणून जरा इकडे वाऱ्यात आले."

भूपतीला तिची काळजी वाटून त्यानं बिछान्यावर पंखा लावण्याची व्यवस्था केली आणि तिच्या तब्येतीला काही त्रास होऊ नये म्हणून तिच्यावर सतत लक्ष ठेवायला लागला. चारू हसून म्हणायची, "मी मजेत आहे, तुम्ही का उगीचच चिंता करताय?" हे एवढं हसणं ओठावर आणण्यासाठी तिला अंगातली सगळी शक्ती वापरात आणायला लागायची.

अमल विलायतेला पोचला. चारूनं स्वतःची समजूत घातली होती की वाटेतून तिला वेगळं पत्र लिहिण्याची संधी त्याला मिळाली नसेल. विलायतेला पोचल्यावर अमल आपल्याला चांगलं सविस्तर पत्र पाठवेल. पण ते सविस्तर पत्र आलं नाही.

डाक येण्याच्या दिवशी चारू तिचं रोजचं घरकाम, बोलणं, चालणं करीत असताना आतल्या आत तिच्या जिवाची तडफड चालायची. भूपती म्हणेल, तुझ्या नावानं काही पत्र नाही, या भीतीनं भूपतीला पत्राबद्दल काही विचारायची तिला हिंमतच होत नसे. अशातच एक दिवस डाक यायच्या दिवशी भूपती मंद हास्य करीत चारूकडे आला, आणि म्हणाला, "एक वस्तू आहे. बघायचीय?"

चारू एकदम गडबडीनं, किंचित धडधडत्या छातीनं म्हणाली, "कुठाय? दाखवा?"

भूपतीनं तिला थोडं चिडवण्यासाठी दाखवायला नकार दिला. चारूनं अधीर होऊन भूपतीनं अंगावर घेतलेल्या शालीमधून ती वस्तू काढून घ्यायचा प्रयत्न केला. ती मनातल्या मनात म्हणाली, 'आज सकाळपासूनच मला वाटत होतं की आज माझं पत्र येईलच. ते खोटं ठरणं शक्य नाही.'

चारूशी चिडवाचिडवी करण्यात भूपतीला जास्तच मजा वाटायला लागली. चारूच्या हातात सापडू नये म्हणून तो पलंगाच्या भोवती भोवती फिरायला लागला.

चारू वैतागून पलंगावर बसली. राग अनावर होऊन तिच्या डोळ्यातून झरझर अश्रू वहायला लागले.

चारूच्या या रागावण्याचा भूपतीला खूप आनंद झाला. त्यानं अंगावरच्या

शालीत लपवलेली आपली लिहिण्याची वही बाहेर काढली, आणि घाईघाईनं ती चारूच्या मांडीवर ठेवून म्हटलं, "रागावू नको, हे घे."

अमलनं भूपतीला सांगितलं होतं की अभ्यासाच्या लकड्यामुळे त्याला पत्र लिहायला वेळ होणार नाही. पण तरी एकदोनदा डाकेचं जहाज येऊन गेल्यावरऊत्यात अमलचं पत्र न आल्यामुळे चारूला सगळं जग कंटकशय्येसारखं वाटायला लागलं.

संध्याकाळी इकडचं तिकडचं बोलता बोलता चारूनं शांत स्वरात, थंडपणे तिच्या नवऱ्याला म्हटलं, "का हो, विलायतेला एकदा टेलिग्राम पाठवून चौकशी नाही का करता येणार, अमल कसा आहे त्याची?"

भूपती म्हणाला, "दोन आठवड्यांपूर्वीच त्याचं पत्र आलेलं आहे. सध्या तो अभ्यासात गर्क आहे."

चारू म्हणाली, "मग हरकत नाही. मला वाटलं, परक्या देशात आहे, आजारी वगैरे पडला असला तर काही सांगता येत नाही ना."

भूपती म्हणाला, ""नाही, तसा काही आजारी वगैरे असता, तर कळलं असतं. आणि टेलिग्राम करणं म्हणजे काही कमी खर्चाची गोष्ट नाही."

चारू म्हणाली, "असं का, मला वाटलं फार फार तर एक किंवा दोन रुपये लागतील."

भूपती म्हणाला, ""बोलतेस काय! निदान शंभरेक रुपयांचा फटका बसेल."

चारू म्हणाली, "असं असेल तर बोलणंच खुंटलं."

दोनेक दिवसांनी चारू भूपतीला म्हणाली, "माझी बहीण चूँचड्याला असते. तुम्ही आज जाऊन तिला भेटून याल?"

भूपती म्हणाला, "का, कुणी काही आजारी वगैरे आहे का?"

चारू म्हणाली, "आजारी-बिजारी नाही, पण तुम्ही भेटायला गेलात की त्या लोकांना किती आनंद होतो तुम्हाला माहीतच आहे."

चारूच्या आग्रहावरून भूपती घोडागाडीत बसून हावडा स्टेशनकडे निघाला. वाटेत एका बैलगाडीनं आडवं येऊन त्याची घोडागाडी थांबवली. बैलगाडीत तारेचा शिपाई होता. तो भूपतीला ओळखत होता. भूपतीच्या हातात त्यानं तारेचा लिफाफा दिला. विलायतेची तार पाहून भूपती घाबरला. त्याला वाटलं अमल आजारी आहे की काय? घाबरत घाबरतच त्यानं लिफाफा उघडला. तारेमधे लिहिलं होतं, "मी खुशाल आहे."

याचा अर्थ काय? भूपतीनं तार उलटसुलट करून पाहिली. ती तार म्हणजे

एका प्रीपेड तारेचं उत्तर होतं.

हावड्याला जाणं झालं नाही. गाडी परत फिरवून भूपती घरी आला आणि त्यानं ती तार पत्नीच्या हातात दिली. भूपतीच्या हातातला टेलिग्राम पाहून चारूचा चेहरा पांढरा फटक पडला.

भूपती म्हणाला, "मला याचा अर्थ समजत नाहीये."

चौकशी केल्यानंतर भूपतीला कळलं की चारूनं स्वत:चा दागिना गहाण ठेवून पैसे कर्जाऊ घेतले होते आणि टेलिग्राम पाठवला होता.

भूपतीला वाटलं, हे सगळं करायची काही गरज नव्हती. मला जरा आग्रहानं सांगितलं असतं तर मी टेलिग्राम केला असता. नोकराच्या हाती गुपचूप दागिना देऊन त्याला बाजारात तो गहाण ठेवायला पाठवायचं, हे काही ठीक झालं नाही.

राहून राहून भूपतीच्या मनात हाच एक प्रश्न येत राहिला की चारू अशी अतिरेकीपणानं का वागली? एक अस्फुट शंका नकळत त्याच्या अंत:करणाला टोचत राहिली, त्या शंकेला त्याला सामोरं जायचं नव्हतं, त्यानं ती विसरून जायचा प्रयत्न केला. पण ती बोच त्याला सोडत नव्हती.

अमलची तब्येत ठीक आहे, तरी तो पत्र लिहीत नाही! एकदम असा क्रूर विच्छेद झाला तरी कसा? एकदा प्रत्यक्षच जाऊन या प्रश्नाचं उत्तर मागावं, असं वाटून गेलं – पण मधे समुद्र होता. तो ओलांडण्याचा काही मार्ग नव्हता. निष्ठूर विच्छेद, निरुपाय असलेला विच्छेद, सगळे प्रश्न, सगळा प्रतिकार यांच्या पलीकडे गेलेला विच्छेद.

चारू आता स्वत:ला सांभाळू शकली नाही. घरातली कामं पडून रहायला लागली, सगळीकडे सारख्या चुका व्हायला लागल्या, नोकरचाकर चोऱ्या करायला लागले, लोक तिची बापुडवाणी स्थिती पाहून तऱ्हेतऱ्हेची कुजबुज करायला लागले. या कशाचीच तिला जाणीवदेखील होत नव्हती. मधूनच ती दचकायची, बोलता बोलता फुटलेलं रडू दाबत दुसरीकडे निघून जायची, अमलचं नाव कानावर पडलं की तिचा चेहरा पांढराफटक पडायचा.

शेवटी भूपतीनं हे सगळं पाहिलं आणि ज्याची क्षणभर सुद्धा कल्पना नव्हती, तोही विचार त्याच्या मनात आला – त्याचा संसार आता त्याच्यासाठी शुष्क, जीर्ण, होऊन गेला होता.

मध्यंतरीचे जे काही दिवस भूपती आनंदानं बेभान होऊन गेला होता त्या

दिवसांच्या आठवणीनं त्याला शरम वाटायला लागली. ज्या अडाणी वानराला रत्नाची पारख नसते त्याला असंच रंगीत खडा देऊन फसवलं जातं.

चारूच्या ज्या सगळ्या बोलण्यानं, वागण्यानं, प्रेमळपणानं भूपतीवर भूल पडली होती ते सगळं आता त्याच्या स्मरणात येऊन त्याला "मूर्ख, मूर्ख, मूर्ख" म्हणून चाबकाचे फटकारे मारायला लागलं. शेवटी जेव्हा त्याला त्याच्या खूप मेहनत घेऊन, खूप प्रयत्न करून लिहिलेल्या लेखाची आठवण झाली तेव्हा तर त्याला वाटलं आता धरती दुभंग होईल तरच आपण वाचू. तो अंकुशानं टोचल्यासारखा वेगानं चारूकडे गेला, आणि म्हणाला, "माझा तो लेख कुठे आहे?"

चारू म्हणाली, "माझ्या जवळच आहे."

भूपती म्हणाला, "तो दे मला."

चारू त्यावेळेस भूपतीसाठी अंड्याची कचोरी तळत होती, ती म्हणाली, "तुम्हाला तो आत्ताच हवाय का?"

भूपती म्हणाला, "हो, आत्ताच हवाय."

चारूनं कढई चुलीवरून उतरवून ठेवली आणि कपाटातून वही आणि कागद काढून आणले.

भूपतीनं झटक्यानं तिच्या हातातून ते सगळं ओढून घेतलं आणि चुलीच्या ज्वाळांमधे टाकून दिलं. चारू म्हणाली, "हे काय केलंत?" आणि घाईघाईनं ते सगळं बाहेर काढायला लागली.

भूपतीनं तिचा हात घट्ट धरला आणि तो गर्जना करत म्हणाला, "राहू दे."

चारू आश्चर्यचकित होऊन उभी राहिली. सगळे कागदपत्र आवाज न करता जळून खाक झाले.

चारू सगळं काही समजली. तिनं एक दीर्घ निश्वास टाकला, आणि कचोरी तळण्याचं काम अर्धवट टाकून हळूहळू दुसरीकडे निघून गेली.

चारूच्या देखत वही नष्ट करण्याचं भूपतीनं ठरवलेलं नव्हतं. पण समोर चूल पेटलेली होती ते पाहून एकदम त्याचं रक्त उसळलं. भूपती स्वत:ला सावरू शकला नाही. फसवल्या गेलेल्या भोळ्याभाबड्या माणसाचे सर्व प्रयत्न फसवणूक करणारीच्या देखतच आगीत टाकून दिले गेले.

सगळं काही जळून खाक झाल्यावर भूपतीचा आवेग जेव्हा थोडा शांत झाला, तेव्हा अपराधाचं ओझं मनावर वागवत चारू ज्या नि:शब्दपणे, मान खाली घालून, अतिशय दु:खी मनानं तिथून गेली होती त्याची भूपतीला आठवण झाली, त्यानं समोर पाहिलं, भूपतीला अंड्याची कचोरी विशेष आवडते म्हणून चारूनं स्वत: ती बनवायला घेतली होती.

भूपती व्हरांड्याच्या कठड्यावर रेलून उभा राहिला. त्याला वाटलं, चारू

त्याच्यासाठी अंग मोडून करीत असलेली कामं, आणि तिनं केलेली त्याची दारुण प्रतारणा यापेक्षा करुणास्पद व्यवहार जगामधे आणखी कोणता असेल? ही केवळ एका मायाविनीची वंचना नाही. ही वंचना करण्यासाठी या अभागी स्त्रीला तिच्या आधीच विद्ध झालेल्या हृदयाला आणखी यातना देऊन, दरक्षणी आपल्या रक्ताची शिंपण करून, ज्या गोष्टी करण्याची अजिबात इच्छा नाही त्या गोष्टी कराव्या लागतायत. भूपती मनातल्या मनात म्हणाला, ''या सगळ्याची गरज नव्हती. मला या सगळ्याची काहीही गरज नव्हती. इतके दिवस मला प्रेम मिळालं नव्हतं तरीपण प्रेम मिळत नाहीये असं मला कधी समजलंही नव्हतं. प्रुफं वाचण्यात आणि वर्तमानपत्रातले अग्रलेख लिहिण्यात माझं आयुष्य चाललंच होतं. माझ्यासाठी आता इतकं सगळं करण्याची काही आवश्यकता नव्हती.'' भूपतीनं आपलं आयुष्य चारूच्या आयुष्यापासून वेगळं करून त्याच्याकडे पहायला सुरुवात केली. डॉक्टर ज्याप्रमाणे संसर्गजन्य रोग झालेल्या रोग्याला पहातो तसाच भूपती चारूकडे लांबून पहायला लागला. या एका दुर्बल स्त्रीचं हृदय जगाच्या जबरदस्त आक्रमणांत चारी बाजूंनी घेरलं जातं आहे. अशी कुणीही व्यक्ती नाही जिला ती सर्व काही सांगू शकेल, तिची वेदना अशी नाही जी व्यक्त केली जाऊ शकेल, तिला असं एखादं ठिकाण नाही जिथे ती आपलं मन पूर्णपणे मोकळं करून मोकळेपणानं रडू शकेल आणि या अशा प्रकट न करण्याजोग्या, अपरिहार्य, प्रत्यही वाढत जाणाऱ्या या दुःखाचा भार सहन करत तिला सर्वसाधारण लोकांप्रमाणे तिच्या स्वस्थ मनाच्या शेजारणींप्रमाणे, रोजचे घरातले व्यवहार पूर्ण करावे लागतायत.

भूपतीनं त्याच्या शयनघरात जाऊन पाहिलं, चारू खिडकीचे गज धरून कोरड्या डोळ्यांनी अनिमिष नजरेनं बाहेर पहात होती. भूपती हळूहळू तिच्याजवळ येऊन उभा राहिला – काही न बोलता त्यानं तिच्या माथ्यावर हात ठेवला.

मित्रांनी भूपतीला विचारलं, ''कशात गुंतलेला असतोस इतका?''

भूपती म्हणाला, ''वर्तमानपत्र.''

मित्र म्हणाले, ''पुन्हा वर्तमानपत्र? घरदार सगळं वर्तमानपत्राच्या कागदात गुंडाळून गंगार्पण करायचं आहे की काय?

भूपती म्हणाला, ''नाही, आता स्वतःचं वर्तमानपत्र काढत नाहीये.''

मित्र म्हणाले, '''तर मग?''

भूपती म्हणाला, "म्हैसूरला एक वर्तमानपत्र काढतायत. मला त्याचा संपादक नेमलं आहे."

मित्र म्हणाले, ""घरदार सोडून म्हैसूरला जाणार? चारूला बरोबर नेणार का?"

"नाही, मामा इथे येऊन रहातील."

मित्र म्हणाले, ""संपादकाची नशा तुझ्यावरून अजून उतरलेली दिसत नाही."

भूपती म्हणाला, "माणसाला काही ना काही नशा हवीच."

निरोप देताना चारूनं विचारलं, "केव्हा येणार?"

भूपती म्हणाला, "तुला जर एकटं वाटलं तर मला कळव. मी येईन."

एवढं बोलून निरोप घेऊन भूपती दाराजवळ येऊन पोचला, तेव्हा एकदम चारूनं धावत येऊन त्याचा हात घट्ट दाबून धरला आणि म्हणाली, "मला बरोबर घेऊन जा. मला इथे टाकून जाऊ नका." भूपतीनं थांबून चारूकडे पाहिलं. हाताची पकड सैल झाली. भूपतीचा हात चारूच्या हातातून सुटला. भूपती चारूच्या जवळून दूर झाला आणि व्हरांड्यात येऊन उभा राहिला.

भूपतीच्या लक्षात आलं, अमलपासून ताटातूट झाल्याची स्मृती या घराला वेढून जाळून टाकते आहे. वणव्यात सापडलेल्या हरिणीप्रमाणे चारू घर सोडून दूर पळायला पहाते आहे.

पण माझी स्थिती काय आहे त्याचा विचार तिला एकदा सुद्धा करावासा वाटला नाही? मी कुठे पळून जाऊ? जी स्त्री परपुरुषाला आपल्या हृदयस्थानी हृदयाच्या गाभाऱ्यात बसवून सतत त्याचं ध्यान करीत असते, त्या स्त्रीला मी परगावी गेल्यानंतर सुद्धा विसरू नको? माझ्या स्वत:च्या आयुष्याच्या रखरखीत प्रेमहीन प्रवासात मला रोजच्या रोज तिला साथ करावी लागेल? दिवसभर मेहनत करून संध्याकाळी मी जेव्हा घरी परत येईन तेव्हा घरात मूकपणे वावरणारी शोकमग्न पत्नी पाहून ती संध्याकाळ किती भयानक वाटायला लागेल? जी आतून सुकली आहे, मृतवत झाली आहे तिला छातीशी धरून मी किती दिवस सांभाळू शकेन? आणखी किती वर्षं मला दररोज या पद्धतीनं जगत रहावं लागेल? जे आश्रयस्थान चूरचूर होऊन फुटून गेलंय त्याची मोडकी लाकडं आणि फुटक्या विटा मला माझ्या खांद्यावर घेऊन सगळीकडे वहाव्या लागतील?

भूपती चारूला म्हणाला, "नाही, ते मला शक्य होणार नाही."

एका क्षणात सगळं रक्त उतरून चारूचा चेहरा कागदासारखा शुष्क आणि पांढरा झाला. चारूनं पलंगाच्या कडेवर हात दाबून धरले. पुन्हा भूपतीला काय वाटलं कुणास ठाऊक – तो म्हणाला, "चल चारू, माझ्याबरोबर चल."

चारू म्हणाली, – "नको, राहू दे."

◆

मालंच
(फुलबाग)

पाठीच्या मागच्या बाजूला उशी उंच करून ठेवली होती. नीरजा रुग्णशय्येवर अर्धवट आडवी झाली होती. पायांवर पांढरी रेशमी चादर ओढून घेतली होती, जणू हलक्या मेघांच्या आड तृतियेचं फिकट चांदणं. फिकुटलेला, शंखासारखा वर्ण, बांगड्या सैल झाल्या आहेत. हाडकुळ्या हातांवर शिरांच्या निळ्या रेषा. डोळ्यांच्या दाट पापण्यांभोवती आजारपणाचा काळिमा.

पांढऱ्या संगमरवराचं टेबल, भिंतीवर रामकृष्ण परमहंसांचा फोटो, खोलीत पलंग, एक टी पॉय, वेताचे दोन मोढे, आणि एका कोपऱ्यात कपडे ठेवण्याचा स्टँड, याखेरीज दुसरं काही सामान नाही. एका कोपऱ्यात पितळेच्या छोट्या कलशात रातराणीचा गुच्छ. त्याचा मंद सुगंध खोलीतल्या बंद हवेत भरून राहिलेला आहे.

पूर्व दिशेकडची खिडकी उघडी आहे. तिथून खालच्या बागेतलं ऑर्किड हाऊस दिसतं आहे, बांबू आणि मातीचं बनवलेलं. त्याच्या भिंतींवर ठिकठिकाणी गोकर्णीच्या वेली. जवळच तळ्याच्या काठावर पंप चालतो आहे. पाणी खळखळ करत खालच्या कालव्यातून, फुलझाडांच्या वाफ्यांच्या काठाकाठानं वहात चाललं आहे. गंधानं दाटलेल्या आंब्याच्या वनात कोकीळ प्राणपणानं साद घालतो आहे. बागेच्या देवडीत टण् टण् करत दुपारची घंटा वाजली. तिचा स्वर झळा ओतणाऱ्या उन्हाशी मेळ खातो आहे. तीन वाजेपर्यंत माळी लोकांना सुट्टी. या घंटेचा आवाज ऐकून नीरजाच्या हृदयात कळ उठली. तिचं मन उदास झालं. आया दार बंद करायला आली. नीरू म्हणाली, ''नको, नको राहू दे.'' झाडांच्या तळाशी विखरून राहिलेल्या ऊन सावलीकडे ती पाहात राहिली.

तिच्या नवऱ्याचं, आदित्यचं, फुलांच्या व्यवसायात मोठं नाव होतं. लग्नाच्या दुसऱ्या दिवसापासून नीरजाचं प्रेम आणि तिच्या नवऱ्याचं प्रेम वेगवेगळ्या प्रवाहातून

येऊन या बागेच्या वेगवेगळ्या कामात, वेगवेगळ्या प्रकारच्या सेवेत एकत्र झालं होतं. इथल्या फुलांत, पानांत त्या दोघांचा संमीलित आनंद नव्या नव्या सुंदरतेनं नवं नवं रूप धारण करत होता. डाक येण्याच्या दिवशी घरच्या लोकांच्या पत्राची वाट पहावी तसे ते वेगवेगळ्या ऋतूत वेगवेगळ्या झाडांकडे असलेल्या वैभवाचं स्वागत करण्याची वाट पहात असत.

आज फक्त नीरजाला त्या काळातल्या गोष्टी आठवताहेत. फार दिवसांची जुनी गोष्ट नाही, तरी पण वाटतं आहे की एक विस्तीर्ण उजाड माळ ओलांडून एक युगांतराचा इतिहास घडत आहे. बागेच्या पश्चिम कडेला मोडलिंबाचं झाड आहे. त्याच्याच जोडीला एक कडुलिंबाचं झाड होतं, ते कधीतरी जीर्ण होऊन पडून गेलं. त्याचं राहिलेलं खोड सपाट कापून एक छोटं टेबल बनवलेलं आहे. तिथेच बसून दोघंजण सकाळचा चहा घेत असत. झाडांच्या हिरव्या फांद्यांमधून झिरपत ऊन पायाजवळ येऊन पडायचं. खाऊ घ्यायला खार येऊन हजर व्हायची. त्यानंतर दोघं मिळून बागेच्या कामाला लागायची. नीरजाच्या डोक्यावर फुलांच्या नक्षीची रेशमी छत्री आणि आदित्यच्या डोक्यावर उन्हाची टोपी, कमरेला फांद्या छाटण्याची कात्री. मित्रमंडळी भेटायला आली तर त्यांच्याशी गप्पा बागेच्या कामाबरोबरच चालायच्या. मित्रांच्या तोंडून नेहमी ऐकायला मिळायचं, ‘खरं सांगतो बुवा, तुझा बगीचा पाहून हेवा वाटतो.’’ कुणी अडाण्यासारखं विचारायचं, “हे सूर्यफूल आहे का?”. नीरजा खूप खुष होऊन हसून उत्तर द्यायची, “नाही, नाही, तो तर झेंडू आहे.” एक जण जाणकार एकदा म्हणाला होता, “मोगरा इतका मोठा कसा काय वाढवला तुम्ही नीरजा देवी? तुमच्या हातात जादू आहे! हा तर तगरीसारखा दिसतो आहे.” जाणकारीनं बोलण्याचा त्याला फायदा झाला. पाच टोपल्या भरून फुलझाडांची रोपं घेऊन गेला.

किती तरी वेळा मित्रमंडळींना घेऊन बागेचा फेरफटका व्हायचा. मंडळी मोहून जायची. फुलांचा बगीचा, फळांचा बगीचा, भाजीचा मळा, निरोपाच्या वेळी नीरजा त्यांना बास्केट भरून गुलाब, मॅग्नोलिया, कार्नेशन द्यायची, त्यांच्याबरोबर पपई, कागदी लिंबं, कवठं - त्यांच्या बागेतली प्रसिद्ध कवठं, ऋतुमानाप्रमाणे सगळ्यात शेवटी यायचं शहाळ्याचं पाणी. तहानलेले म्हणायचे, “किती गोड पाणी आहे.” त्यांना उत्तर मिळायचं, “आमच्या बागेतल्या झाडाचं शहाळं आहे.” सगळे म्हणायचे, “वा, तेच तर म्हणतो.”

त्या प्रभातकाळीच्या, झाडाखालच्या, दार्जिलिंग चहाच्या वाफेत मिसळलेल्या नाना ऋतूंच्या गंध-स्मृती दीर्घ निश्वासांच्या जोडीनं तिच्या मनात हाय-हाय करत होत्या. त्या सोनेरी दिवसांना कोण्या राक्षसाच्या पकडीतून ओढून काढून परत आणायचं आहे. तडफडणाऱ्या मनाला आधारासाठी समोर कुणी का दिसत नाही?

ती काही गरीब बिचारी, मान खाली घालून नशिबात येईल ते स्वीकारणारी मुलगी नाही. या परिस्थितीला कोण जबाबदार आहे? कोण विश्वव्यापी उपद्व्याप करणारा? कोण प्रचंड वेडा? संपूर्ण सृष्टीला अशा पद्धतीनं इतक्या प्रचंड निरर्थकतेनं उलटंपालटं कुणी केलं?

विवाहानंतरची दहा वर्षं निर्भेळ सुखात सरळपणे गेली. मैत्रीणींना मनातल्या मनात हेवा वाटायचा. त्यांना वाटायचं तिच्या योग्यतेपेक्षा तिला खूप जास्त मिळालंय. आदित्यचे मित्र त्याला म्हणायचे, "लकी डॉग."

नीरजाच्या संसारसुखाची नौका पहिल्यांदा ज्या कारणानं एक दिवस 'धक्' करून पाण्याच्या तळाला आपटली ते कारण त्यांच्या 'डॉली' या कुत्र्याचं होतं. गृहिणी म्हणून ती या घरात आली त्या आधी तिच्या नवऱ्याच्या एकटेपणातली सोबतीण होती डॉली. नंतर तिचं प्रेम त्या दोघांमधे वाटलं गेलं, आणि नीरजाच्या वाट्याला ते थोडं जास्तच मिळालं. दाराशी गाडी आलेली पाहिली की डॉलीचा मूड बिघडायचा. जोरजोरात शेपूट हलवून ती त्यांच्या गाडीत बसून बाहेर जाण्याविरुद्ध आक्षेप घ्यायची. स्वत: गाडीत उडी मारून बसण्याचं साहस मालकिणीच्या बोटांच्या इशाऱ्यासरशी विरून जायचं. दीर्घ निश्वास सोडून शेपटीच्या वेटोळ्यात निराशा गुंडाळून ठेवून ती दाराजवळ पडून रहायची. त्यांना परत यायला उशीर झाला तर मान उंचावून वाऱ्याचा वास घेत इकडे तिकडे हिंडायची. कुत्र्यांच्या अव्यक्त भाषेत आकाशाला उद्देशून व्याकूळ प्रश्न विचारायची. या कुत्रीला अखेर काय दुखणं झालं कोण जाणे - नीरजाच्या मांडीवर डोकं ठेवून तिच्या चेहऱ्याकडे कातर नजरेनं पहात पहात तिनं प्राण सोडला.

नीरजामध्ये प्रेम करण्याबद्दल प्रचंड आग्रह होता. त्या प्रेमामध्ये विधात्याच्या देखील हस्तक्षेपाची ती कल्पना करू शकत नसे. इतके दिवस सर्व दृष्टीनी अनुकूल असलेल्या आपल्या परिस्थितीवर तिचा नि:संदेह विश्वास होता. तो विश्वास, तो भरवसा तुटल्यासारखं काही घडलंही नव्हतं. पण आज डॉलीच्या मृत्यूच्या रूपानं जेव्हा कल्पनेत देखील नसलेली गोष्ट शक्यतेच्या कोटीत आली तेव्हा तिच्या किल्ल्याच्या तटाला पहिलं छिद्र पडलं. तिला वाटायला लागलं, अपशकुनी घटनांचं हे पहिलं प्रवेशद्वार आहे. वाटायला लागलं, या संसारविश्वाचा कर्ता करविता चंचल, बेशिस्त मनाचा आहे. त्याच्या सुरुवातीच्या कृपाप्रसादावर देखील जास्त विश्वास ठेवून चालणार नाही.

नीरजाला मूल होण्याची आशा सगळ्यांनी सोडून दिली होती. त्यांच्या आश्रित असलेल्या गणेशच्या मुलावर नीरजा तिच्या मायेचा प्रचंड वर्षाव सतत करायला लागली होती. आणि त्या मुलाला त्या वर्षावाचा आवेग सहन करायला कठीण जाऊ लागला होता. त्याचवेळेला तिला दिवस राहिले. तिचं मातृहृदय आतल्या

आत जडावून गेलं. भविष्यकाळाचं क्षितिज, नवजीवनाच्या पहाट तेजानं लालगुलाबी झालं. झाडाखाली बसल्या बसल्या नीरजा येणाऱ्या पाहुण्यासाठी निरनिराळ्या कौतुकाच्या जिनसा तयार करायला लागली.

अखेर प्रसूतीची वेळ आली. सुईणीला समजलं की वेळ कठीण आली आहे. आदित्य इतका घाबरून गेला की डॉक्टरांनी त्याला रागे भरून लांब जाऊन बसायला सांगितलं. शस्त्रक्रिया करावी लागली. बाळाचा बळी देऊन आईला वाचवलं. त्यानंतर नीरजा बिछान्यावरून उठलीच नाही. वाळवंटात पसरलेल्या वैशाखातल्या नदीप्रमाणे तिचा तेजहीन देह शिणून पडून राहिला. प्राणशक्ती क्षीण झाली. बिछान्यासमोरची खिडकी उघडी होती. गरम हवेबरोबर मुचकुंदाच्या फुलांचा वास येत होता, येत होता पपनसाच्या फुलांचा निश्वास, जणू काही तिचे पूर्वीचे दूरच्या वसंतातले दिवस, मृदुस्वरात तिला विचारतायत –"कशी आहेस."

सगळ्यात जास्त तिला ही गोष्ट लागली की बागेच्या कामात मदत करण्यासाठी आदित्यनं त्याच्या लांबच्या नात्यातल्या बहिणीला - सरलाला - बोलावून घेतलं होतं. उघड्या खिडकीतून जेव्हा ती उन्हाची गोल विणलेली टोपी घातलेल्या सरलाला बागेच्या माळ्यांकडून कामं करवून घेत हिंडताना बघायची तेव्हा स्वत:चे निरुपयोगी हात पाय तिला असहाय्य वाटायला लागायचे. तिची तब्येत चांगली असताना याच सरलाला ती दरवर्षी नवीन रोपं बनवायच्या कार्यक्रमाच्या वेळी बोलावीत असे. सकाळपासून काम सुरू होत असे. त्यानंतर तळ्यात डुंबत स्नान, त्यानंतर झाडाखाली केळीच्या पानावर जेवण, त्यावेळी ग्रामोफोनवर वाजणारं देशी-विदेशी संगीत. माळ्यांना दिले जायचे दही पोहे आणि संदेश. चिंचेच्या झाडाखालून त्यांच्या बोलण्याचा आवाज ऐकू यायचा. हळू हळू सूर्य खाली उतरायचा, तळ्याचं पाणी संध्याकाळच्या वाऱ्यात शहारून उठायचं. बकुळीच्या फांदीवरून पक्षी साद घालायचा, आनंद देणाऱ्या थकव्यामध्ये दिवस मावळायचा.

तेव्हा नीरजाच्या मनात जो निखळ गोडवा होता, तो आज कडवट का होऊन गेला? आजकालचं तिचं दुर्बल शरीर जसं तिला अपरिचित होतं तसाच तिचा आजकालचा तीव्र, तुसडा स्वभाव तिच्या ओळखीचा नव्हता. या स्वभावात कसलं सौजन्य नव्हतं. कधी कधी हे दारिद्र्य तिला जाणवून यायचं. मनात शरम वाटायची. पण तरी तिला त्यावर काबू ठेवता येत नसे. मनात भीती वाटायची, हा क्षुद्रपणा आदित्यच्या लक्षात आलाय की काय. एखाद्या दिवशी त्याला प्रत्यक्षच दिसेल की, नीरजाची आजकालची मन:स्थिती वटवाघळानं चोचीनं टोकरलेल्या फळासारखी झाली आहे, चांगल्या कामाच्या उपयोगाची नाही.

दुपारची घंटा वाजली. माळी लोक निघून गेले. सबंध बाग रिकामी झाली. नीरजा दूरवर पहात राहिली. वास्तवात उतरू न शकणाऱ्या आशेच्या मृगजळाचा

आभास देखील तिथे नव्हता. छायाहीन उन्हातली शून्यता पुढे पुढे पसरत चालली होती.

नीरजानं हाक मारली, "रोशनी!"

आया खोलीत आली. प्रौढ वय, काळे-पांढरे केस, खडबडीत हातात पितळेचं जाड कंगन, घागऱ्यावर ओढणी, हाडकुळ्या देहाची हालचाल आणि सुकलेल्या चेहऱ्यावरचे भाव यांच्यात कायमचं भरून राहिलेलं काठिण्य. जणू काही कुठल्यातरी न्यायालयात ही या सगळ्या जगाविरुद्ध साक्ष द्यायला बसलेली आहे. नीरजाला तिनं लहानाचं मोठं केलं होतं. तिच्या सुखदु:खाची सगळी जबाबदारी तिच्यावरच होती. नीरजाकडे जे कोणी जात येत असत, मग तो आदित्य देखील का असेना, त्या सगळ्यांच्या संबंधात तिची एक सावध प्रतिकूल भूमिका होती.

खोलीत येऊन तिनं विचारलं, "पाणी आणून देऊ, खोकत, नको, बस." आया स्टुलावर गुडघे वर घेऊन बसली. नीरजाला काही तरी सांगायचं होतं, त्यासाठी आया हवी होती. आया तिच्या स्वगत बोलण्याचं साधन होती.

नीरजा म्हणाली, "आज पहाटे दार उघडल्याचा आवाज ऐकला."

आया काही बोलली नाही. पण तिच्या चेहऱ्यावरच्या नाराजीच्या भावाचा अर्थ होता, "केव्हा? नाही ऐकू येत." नीरजानं निरर्थक प्रश्न विचारला, "सरलाला घेऊन बागेत गेले होते वाटतं?"

गोष्ट काय ती तिला पक्की माहीत होती, तरी देखील रोज हाच एक प्रश्न. आयानं हात उलटे फिरवून तोंड वाकडं केलं आणि गप्प बसून राहिली.

नीरजा बाहेरच्या बाजूला पाहून स्वत:शी बोलायला लागली, "मला पण उठवत असत पहाटे. मी पण जात असे बागेच्या कामासाठी. अगदी याच वेळी. ही काही फार दिवसांपूर्वीची गोष्ट नाही."

या बोलण्यावर कुणी काही प्रतिक्रिया द्यावी अशी अपेक्षा नसायची. पण आयाच्यानं रहावलं गेलं नाही, "तिला नेलं नसतं तर बाग काय सुकून गेली असती?"

नीरजा स्वत:च्या मनाशी बोलत राहिली, "न्यू मार्केटला पहाटेच फुलांची ऑर्डर पोचवल्याशिवाय माझा एक दिवसही जात नसे. तशीच फुलांची ऑर्डर आजही गेली. गाडीचा आवाज ऐकला. आज काल ऑर्डर कोण पहातं, रोशनी?"

या माहीत नसलेल्या गोष्टीचं आयानं काहीच उत्तर दिलं नाही. ओठ दाबून बसून राहिली.

नीरजा आयाला म्हणाली, “बाकी काही असो, मी होते तोपर्यंत माळी लोक कामचुकारपणा करू शकत नव्हते.”

आया आवेशात येऊन म्हणाली, “ते दिवस गेले आता. दोन्ही हातांनी लुटालूट चालली आहे.”

“खरं सागतेस?”

“मग काय मी खोटं सांगते? कलकत्त्याच्या नव्या बाजारात किती फुलं पोचतात? जावईबापू बाहेर पडले की लगेच खिडक्या दारांमध्ये माळ्यांचा फुलांचा बाजार भरतो.”

“हे सर्व कुणी बघत नाही?”

“बघायची गरज कुणाला आहे?”

“जावईबापूंना सांगत का नाहीस?”

“मी कोण होते सांगणारी? मला आपली जागा समजून वागायला नको? तू का नाही सांगत? तुझंच तर सगळं आहे.”

“असू दे, असू दे. ठीकच आहे. चालू दे असंच काही दिवस. त्यानंतर जेव्हा सगळं चौपट होईल तेव्हा कळेल. एक दिवस कळेल आईच्या मायेपेक्षा सावत्र आईची माया मोठी असू शकत नाही. तू बोलूच नको काही.”

“पण तरी मी म्हणते खोकी, तुझ्या या हला माळ्याकडून काही काम होणार नाही.”

हला काम नीट करत नसे हेच काही आयाच्या नाराजीचं एकमेव कारण नव्हतं. त्याच्यावर नीरजाची मर्जी जरा अवाजवी प्रमाणात बसली होती हेच कारण खरं वजनदार होतं.

नीरजा म्हणाली, “माळ्याला दोष देऊ नको. नव्या मालकाचं तो कसं चालवून घेईल. त्याच्या सात पिढ्या माळ्याचं काम करतायत. आणि तुझ्या दिदिमणीची विद्या आहे पुस्तकी. हुकूम सोडायला लागली तर कोण ऐकेल. हला विचित्र नियम मानायला तयार नाही, माझ्याकडे येऊन तक्रार करतो, मी त्याला सांगते, “कानावर घेऊ नको. आणि तोंड बंद ठेव.”

“त्या दिवशी जावईबापू त्याला काढायला निघाले होते.”

“का? कशासाठी?”

“तो बसल्या बसल्या विडी ओढत होता, आणि बाहेरची गाय येऊन झाडं खात होती; जावईबापू म्हणाले, “गाईला मारत का नाहीस? तर तो त्यांच्या तोंडावर उत्तर देत म्हणाला, “मी मारू गाईला? गायच मला मारायला येते. मला माझ्या जिवाची भीती नाही का?”

ऐकून नीरजा हसली, म्हणाली, “तो असंच बोलतो. कसंही असो, त्याला मी

स्वत: तयार केलं आहे.''

''जावईबापू तुझ्याखातरच त्याचं चालवून घेतात – गाय घुसू दे, नाही तर गेंडा घुसू दे. इतके लाड बरे नाहीत, सांगून ठेवते.''

''गप्प बस रोशनी. तो गायीला का मारत नाही ते काय मला समजत नाही? त्याच्या हृदयात आग पेटली आहे. तो बघ डोक्यावर गामछा घेऊन हला कुठे तरी चाललाय. हाक मार बरं त्याला.''

आयाची हाक ऐकून हलधर माळी खोलीत आला. नीरजानं विचारलं, ''काय रे, आज काय काही नवीन हुकूम आहे का?''

हला म्हणाला, ''आहे तर काय! ऐकून हसायला येतं, डोळ्यात पाणी पण येतं.''

''काय प्रकार आहे, ऐकू तरी दे.''

''हे जे समोरचं मल्लिक लोकांचं घर मोडकळीला आलं आहे ना त्यातून विटा-फरशा आणून झाडांच्या खाली लावायच्या हा त्यांचा हुकूम होता. मी म्हणालो, उन्हाच्या वेळी झाडांना गरम वाटेल. लक्षच दिलं नाही माझ्या बोलण्याकडे.''

''साहेबांना का नाही सांगितलंस.''

''साहेबांना सांगितलं होतं. साहेब रागानं म्हणाले, ''जास्त बोलू नको.'' बौदिदि, मोकळं करा मला, सहन होत नाही.''

''तेच पहाते आहे. टोपल्या भरभरून फुटकं तुटकं सामान आणत होतास.''

''बौदिदि, तुम्ही माझ्या पूर्वीपासूनच्या मालकीण. तुमच्याच नजरेसमोर मला मान खाली घालायला लावली. गावातल्या लोकांमध्ये माझी जात जाईल. मी काय हमाल आहे?''

''ठीक आहे, आता जा. तुमची दिदीमणी तुला विटा-माती वाहून आणायला सांगेल तेव्हा माझं नाव घेऊन सांग, मी मनाई केली आहे म्हणून. उभा का राहिला आहेस?''

''गावाहून पत्र आलंय, मोठ्या भावाची गाय गेली.'' असं म्हणून हला डोकं खाजवायला लागला.

नीरजा म्हणाली, ''मेली बिली नाही, चांगली जिवंत आहे. हे घे दोन रुपये. जास्त बडबड करू नको.'' असं म्हणून तिनं टी पॉयवरच्या पितळेच्या डब्यातून पैसे काढून त्याला दिले.

''आत्ता काय आणखी?''

''बायकोसाठी जुनी साडी. तुम्हाला खूप दुवा मिळेल,'' असं म्हणून पान खाऊन काळे झालेले दात विचकून तो हसला.

नीरजा म्हणाली, ''रोशनी, दे बरं त्याला ती आलन्यावरची साडी.''

रोशनी जोरात मान हलवून म्हणाली, ''भलतंच काय बोलतेस, ती तुझी

ढाकाई साडी आहे.''

''असू दे असली तर ढाकाई साडी, माझ्यासाठी आता सगळ्या साड्या सारख्याच आहेत. आता पुन्हा केव्हा नेसणार आहे मी ती.''

रोशनी दृढ निश्चयानं म्हणाली, ''नाही, ते नाही चालणार, त्याला मी तुझी लाल काठाची मिलची साडी देईन. हे बघ हला, खोकीला जर तू असा त्रास दिलास ना तर साहेबांना सांगून तुला कामावरून काढून टाकेन.''

हला नीरजाचे पाय धरून रडक्या आवाजात म्हणाला, ''माझं नशीब फुटलं बौदिदी.''

''कारे बाबा, काय झालं असं?''

''आयाजीला मी 'मावशी' म्हणतो, मला आई नाही, इतके दिवस वाटायचं या हतभागी हलावर आयाजींची माया आहे. आज जर तुमची माझ्यावर मर्जी असती तर त्यांनी माझ्याशी कशाला भांडण केलं असतं.''

दोष कुणाचाच नाही, माझ्याच नशिबाचा दोष आहे. नाही तर तुमच्या हलाला दुसऱ्याच्या ताब्यात देऊन तुम्ही आज बिछान्यावर पडलेल्या असता का?''

''काळजी नको रे करू. तुझी मावशी तुझ्यावर प्रेमच करते. आत्ता तू यायच्या आधी तुझी तारीफच करत होती. रोशनी, देऊन टाक त्याला ती साडी, नाहीतर हा धरणं धरून इथेच बसेल.''

आयानं अत्यंत नाराजीनं साडी आणली, आणि हलासमोर टाकली. हलानं ती उचलून घेऊन नीरजाला खाली वाकून प्रणाम केला. मग उठून उभा राहून म्हणाला, ''गामछामधे गुंडाळून नेतो दिदी. माझे हात मळके आहेत, साडी खराब होईल.''

परवानगीची वाट न पहाताच कपड्यांच्या स्टँडवरून टॉवेल घेऊन त्यात साडी गुंडाळून हला चट्दिशी निघून गेला.

नीरजानं आयाला विचारलं, ''काय गं, तुला नक्की माहीत आहे, साहेब बाहेर गेलेत म्हणून?''

''स्वत:च्या डोळ्यांनी पाहिलं. इतक्या घाईत होते, टोपी न्यायला सुद्धा विसरून गेले.''

''आज पहिल्यांदाच असं झालंय. सकाळच्या वेळी मला आणून देण्याची फुलं आणायची राहिली. आता रोजच्या रोज हे विसरणं वाढतच जाईल. शेवटी मी माझ्याच संसारातल्या कचऱ्याच्या ढिगात जाऊन पडेन, जिथे विझून गेलेले जळके कोळसे टाकतात.''

सरलाला येताना पाहून आया तोंड वाकडं करून निघून गेली.

सरला खोलीत शिरली. तिच्या हातात एक ऑर्किड होतं. पांढरं शुभ्र फूल, पाकळ्यांच्या टोकाला जांभळ्या रेषा. जणू काही पंख पसरलेलं मोठ्ठं फुलपाखरू.

सरला उंच आणि सडसडीत होती. रंग सावळा, सगळ्यात आधी लक्ष जायचं तिच्या मोठ्या मोठ्या डोळ्यांकडे, तेजस्वी आणि दयार्द्र डोळे, काहीशी दु:खाची छटा असलेले. खादीची जाड साडी, केस कसेतरी बांधलेले, सैल होऊन खांद्यावर पडलेले. अनलंकृत देहानं यौवनाची भेट दूर सारली होती.

नीरजानं सरलाकडे पाहिलं नाही. सरलानं फूल हलकेच बिछान्यावर तिच्यासमोर ठेवून दिलं. नीरजा नाराजी न लपवता म्हणाली, "कुणी सांगितलं होतं आणायला."

"आदित्यदांनी."

"स्वत: का नाही आले?"

"न्यू मार्केट मधल्या दुकानात लौकर जावं लागलं, चहा घेतल्या बरोबर."

"इतकी घाई कशासाठी?"

"काल रात्री ऑफिसचं कुलूप फोडून पैसे चोरीला गेल्याचं कळलं."

"वेळात वेळ काढून पाच मिनिटं सुद्धा देऊ शकत नव्हते वाटतं."

"काल रात्री तुमचं दुखणं वाढलं होतं. पहाटे पहाटे तुम्हाला झोप लागली. दाराजवळ येऊन परत गेले. मला सांगून गेले दुपारपर्यंत जर स्वत: येऊ शकले नाहीत तर तुम्हाला हे फूल आणून द्यायचं."

दिवसाचं काम सुरू करण्याच्या आधी आदित्य रोज स्वत: निवडलेलं एक फूल पत्नीच्या बिछान्यावर ठेवून जात असे. नीरजा रोज त्या फुलाची वाट पहात असे. आजच्या दिवसाचं फूल आदित्य सरलाच्या हातात देऊन गेला. ही गोष्ट त्याच्या लक्षात आली नाही की फूल देण्याचं मर्म ते स्वत:च्या हातानं देण्यात आहे. पाणी गंगेचं असलं तरी नळातून आलं की ते गंगेचं रहात नाही.

नीरजान फूल तिरस्कारानं दूर लोटलं आणि म्हणाली, "माहीत आहे मार्केटमधे या फुलाची किंमत किती आहे? पाठवून दे तिकडे. उगीच वाया कशाला घालवायचं?" बोलता बोलता तिचा गळा दाटून आला. सरला मनात काय ते समजली. तिला कळलं की उत्तर द्यायला गेलं तर संताप वाढेल, कमी होणार नाही. ती गप्प उभी राहिली. थोड्या वेळानं नीरजानं उगीचच विचारलं,

"या फुलाचं नाव माहीत आहे?"

माहीत नाही, असं म्हणून चाललं असतं, पण कुठे तरी अहंकार दुखावला. म्हणाली, "ॲमॅरिलिस."

नीरजा विनाकारणच तडकून म्हणाली, "फारच माहिती आहे तुला. याचं नाव आहे 'ग्रँडीफ्लोरा'."

सरला हलक्या आवाजात म्हणाली, "असेल."

"असेल म्हणजे काय, तेच आहे. तुला काय म्हणायचंय, मला माहीत नाही?"

सरलाला माहीत होतं की नीरजानं जाणून बुजून चुकीचं नाव सांगून तिच्याशी वाद घातला आहे. दुसऱ्याला राग आणून स्वतःचा राग शांत करण्यासाठी. शांतपणे हार पत्करून सरला हळूहळू बाहेर जात होती, तर नीरजानं हाक मारली, "ऐक जरा, सकाळभर कुठे होतीस? काय करत होतीस?"

"ऑर्किड हाऊस मधे."

नीरजा आवाज चढवून म्हणाली, "ऑर्किड हाऊस मधे तुला सारखं सारखं जायची एवढी काय गरज आहे?"

"आधीची जुनी ऑर्किड्स चिरा देऊन विलग करून नवीन ऑर्किड्स तयार करण्याबद्दल आदित्यदा मला सांगून गेले होते."

नीरजा एकदम दरडावण्याच्या स्वरात म्हणाली, "अडाण्यासारखी सगळं खराब करून टाकशील तू. मी स्वतःच्या हातानं हला माळ्याला सर्व तयार करायला शिकवलेलं आहे. त्याला सांगितलं असतं तर काय त्यानं केलं नसतं?"

यावर काही खरं उत्तर देणं शक्य नव्हतं. याचं खरं उत्तर हे होतं की नीरजाच्या हाताखाली हला माळ्याचं काम चांगलं चालायचं पण सरलाच्या हाताखाली तो अजिबात काम करत नसे, उलट तिनं सांगितलेल्या कामाकडे दुर्लक्ष करून तिचा अपमान करायचा. माळ्याला हे समजलं होतं की या राज्यात नीट काम केलं नाही तर त्या राज्याचा मालक खुष होईल. हे असं होतं की कॉलेजला बुट्टी मारून नापास होण्याचं महत्त्व डिग्री मिळवण्यापेक्षा जास्त होतं.

सरला रागावू शकत होती, पण रागावली नाही, तिला समजत होतं की बौदीच्या हृदयात कळ उठते आहे. मूल नसलेल्या आईच्या मनातली सगळी माया ज्या बागेवर जडवलेली होती ती बाग इतकी जवळ असून देखील आज दहा वर्षानंतर ती त्या बागेतून निर्वासित झाली होती. हा कठोर विच्छेद डोळ्यादेखत घडत होता.

नीरजा म्हणाली, "जा, ती खिडकी बंद कर."

सरलानं खिडकी बंद करून विचारलं, "संत्र्यांचा रस आणू आत्ता?"

"काही आणायची गरज नाही. आता जाऊ शकतेस."

सरला भीत भीत दबकत म्हणाली, "मकरध्वज खाण्याची वेळ झालीय.

"मकरध्वजाची गरज नाही. तुला बागेतलं आणखी काही काम करायचं नाहीये वाटतं."

"गुलाबाची कलमं करायची आहेत."

नीरजा खवचटपणे म्हणाली, "त्याची वेळ हीच आहे वाटतं! ही अक्कल तुला कोणी शिकवली ऐकू तरी दे."

सरला हळू आवाजात म्हणाली, "बाहेर गावाहून अचानक खूप मोठी ऑर्डर

आली, त्यामुळे कसंही करून येत्या पावसाळ्यात जास्तीत जास्त रोपं तयार करायचं ठरवलं आहे. मी नको म्हटलं होतं.''

''नको म्हटलं होतंस का! बरं, बरं, बोलाव हला माळ्याला.'' हला माळी आला. नीरजा म्हणाली, ''साहेब झालायस वाटतं! गुलाबाचं कलम करताना हाताला खिळा टोचतो? दिदिमणी तुझी असिस्टंट माळी आहे वाटतं. साहेब शहरातून परत यायच्या आत शक्य तितकी जास्तीत जास्त कलमं तयार कर. आज तुला सुट्टी मिळणार नाही सांगून ठेवते. भाजावळ केलेल्या घासपाल्यात वाळू मिसळून तळ्याच्या उजव्या काठावर जमीन तयार करून ठेव.''

मनातल्या मनात तिनं ठरवलं की इथेच पडल्या पडल्या आपण गुलाबाची कलमं तयार करूच करू. हला माळ्याची आता खैर करायची नाही.

हला एकदम खुषमस्करीचं हसू तोंडभर हसून म्हणाला, ''बौदी हा बघा पित्तळी लोटा. कटकच्या हरसुंदर माईतीनं बनवलाय. याचं महत्त्व तुम्हालाच समजेल. तुमची फुलदाणी म्हणून चांगला दिसेल.''

नीरजानं विचारलं, ''याची किंमत किती?''

हला जीभ चावून म्हणाला, ''असलं काही बोलू नका! या लोट्याचे पैसे घेऊ! मी गरीब आहे, पण म्हणून इतक्या खालच्या दर्जाचा नाही. तुम्हीच दिलेल्या अन्नवस्त्रावर मोठा झालोय.''

लोटा टीपॉयवर ठेवून हला दुसऱ्या फुलदाणीतून फुलं घेऊन त्यात ठेवायला लागला. शेवटी जाता जाता मागे फिरून म्हणाला, ''तुम्हाला सांगितलंय माझ्या बहिणीच्या लग्नाबद्दल. बाजूबंदांची गोष्ट विसरू नका, बौदी. पितळेचा जिन्नस दिलात तर तुम्हालाच कमीपणा येईल. इतक्या मोठा घरचा माळी, त्याच्या घरचं लग्न. सगळ्या पंचक्रोशीतले लोक लक्ष ठेवून आहेत.''

नीरजा म्हणाली, ''बरं, बरं, काळजी करायचं कारण नाही. तू आता जा.''

हला निघून गेला. नीरजा एकदम कुशीवर वळली, आणि उशीवर डोकं ठेवून थरथरत म्हणाली, ''रोशनी, रोशनी, मी फार क्षुद्र झाले आहे गं! माझं मन हला माळ्या सारखंच झालं आहे.''

आया म्हणाली, ''हे काय बोलते आहेस खोकी! छी, छी!''

नीरजा स्वत:शीच बोलायला लागली, ''माझ्या फुटक्या नशिबानं मला बाहेरच्या जगातून उतरवून टाकलंय. आता माझ्या मनातून देखील का उतरवलं! हलाच्या नजरेत आज माझी किंमत काय आहे, ते काय मला समजत नाही? माझ्याशी लाडीगोडीनं बोलून हसत हसत त्याला हवं ते घेऊन गेला. त्याला बोलावून आण, चांगलं खडसावते. त्याचा बंदोबस्त केलाच पाहिजे.''

आया हलाला हाका मारायला उठली, तशी नीरजा म्हणाली, ''राहू दे, राहू

दे, आज राहू दे.''

थोड्या वेळानं तिचा आतेदीर रमेन येऊन म्हणाला, ''बौदी, मला दादांनी पाठवलंय. आज ऑफिसात खूप काम आहे. हॉटेलात जेवतील. परत यायला उशीर होईल.''

नीरजा हसत म्हणाली, ''निरोप द्यायचं निमित्त करून एका पायावर धावत आलात वाटतं. ठाकुर पो! ऑफिसातला बेअरर मेला की काय?''

''तुमच्याकडे येण्यासाठी तुमच्याखेरीज दुसऱ्या कोणत्या निमित्ताची गरज काय बौदी? बेअररला बिचाऱ्याला काय समजणार दूत होण्याचं महत्त्व?''

''उगीच हरभऱ्याच्या झाडावर चढवू नको. या खोलीचा रस्ता कसा काय चुकलास? तुमची मालिनी आज कुंजवनात एकाकी आहे. जा पहायला.''

''कुंजवनाच्या लक्ष्मीला आधी भेट चढवतो, त्यानंतर मग जाईन मालिनीच्या शोधात.'' असं म्हणून छातीवरच्या खिशातून त्यानं एक गोष्टीचं पुस्तक बाहेर काढून नीरजाच्या हातात दिलं.

नीरजा आनंदित होऊन म्हणाली, ''अश्रु-शिकल'' - हेच पुस्तक मला हवं होतं. तुला आशिर्वाद देते, तुझ्या बगिच्याची मालिनी नेहमी तुझ्या हृदयाशी हास्याच्या शृंखलेनं बांधलेली राहू दे. तीच ती, तुझ्या कल्पनेतली सहचरी, तुझी स्वप्नसंगिनी. या परतं सौभाग्यं कोणतं!''

रमेन एकदम म्हणाला, ''बौदी, एक विचारतो, खरं खरं सांगायचं.''

''काय विचारतोयस?''

''आज तुमचं सरलाशी काही भांडण झालं होतं का?''

''असं का विचारतोस?''

''ती तळ्याच्या काठाशी घाटाच्या पायरीवर गप्प गप्प बसून होती. बायकांचं मन काही पुरुषांच्या मनासारखं वरवरच्या गोष्टीत रमत नाही. सरलाची आजच्या इतकी वाईट मन:स्थिती मी पूर्वी कधी पाहिलेली नाही. मी तिला विचारले, '' कुठे गुंतली आहेस.'' तर ती म्हणाली. ''गरम वारा सुकलेली पानं ज्या दिशेला उडवून नेतो, तिथे.'' मी म्हणालो, ''हे तर कोड्यातलं उत्तर आलं, नीट स्पष्टपणे काय ते सांग.'' तर म्हणाली, ''सगळ्या गोष्टी शब्दात सांगता येतात?'' पुन्हा कोडं. तिला पाहून मला एका गाण्याची ओळ आठवली, ''कुणाच्या शब्दांनी दिल्या या वेदना?'' ''कदाचित तुमच्या दादांच्या शब्दांनी दिल्या असतील,'' नीरजा म्हणाली.

"शक्यच नाही. दादा पुरुष माणूस आहेत. ते तुमच्या त्या माळ्याला फटकारू शकतील, पण "पुष्पराशौषिवाम:"? शक्यच नाही असं होणं."

"बरं बरं, काहीतरी उलटसुलट बोलू नको, मी तुला काय सांगत्येय ते नीट एक. माझं म्हणणं तुला ऐकावंच लागेल. तुला शपथ आहे माझी. तू सरलाशी लग्न कर. प्रौढ कुमारिकेचा उद्धार केल्याचं पुण्य खूप मोठं असतं."

"मला पुण्याचा मोह नाही, पण या उपवर मुलीचा मोह मात्र आहे, हे मी कबूल करतो."

"असं असेल तर मग अडचण काय आहे? तिच्या मनात नाहीये का?"

"ते मी विचारलेलं देखील नाही. मी आधीच सांगितलंय की ती माझा कल्पनेतली सहचरी असेल. संसारातली सहचरी होणार नाही."

नीरजानं एकदम आवेशात रमेनचा हात धरला आणि तो जोरात दाबून ती म्हणाली, "का म्हणून होणार नाही? व्हायलाच लागेल. मरायच्या आधी मी तुमचं लग्न झालेलं पाहीन, नाहीतर भूत होऊन तुम्हाला छळत राहीन, सांगून ठेवते."

नीरजा इतकी अस्थिर झाल्याचं पाहून रमेन काही क्षण तिच्या चेहऱ्याकडे पाहत राहिला. मग मान खाली घालून म्हणाला, "बौदी, मी नात्यानं तुमच्यापेक्षा लहान आहे, पण वयानं तुमच्यापेक्षा मोठा आहे. वाऱ्यानं झाडांच्या बिया कुठे कुठे उडत जातात; पण एखाद्या अनुकूल ठिकाणी पडतात. तेव्हाच मुळं रुजवतात.

"मला शहाणपणा शिकवू नको. मी तुझ्याहून मोठी आहे. तुला सल्ला देते आहे. लग्न कर. जास्त उशीर लावू नको, या फाल्गुन महिन्यात चांगले मुहूर्त आहेत."

"माझ्या पंचांगातले तीनशे पासष्ट दिवस चांगलेच दिवस आहेत, पण दिवस चांगले असले, तरी मार्ग उपलब्ध नाही. मी एकदा तुरुंगात जाऊन आलेलो आहे. आता पुन्हा मागच्या रस्त्यानं तुरुंगाच्या दिशेनंच चालणं आहे. त्या रस्त्यावर मदनांच्या दूतांचा वावर नाही."

"आजकालच्या मुली तुरुंगाला भितात असं तुम्हाला वाटतं की काय?"

"नसतीलही भीत. पण सप्तपदीचा मार्ग तो नाही. या रस्त्यावर पतीला आपल्या बरोबर न घेता मनातच ठेवलं तर जास्त बळ मिळतं. ती कायमच माझ्या मनात राहील."

सरला हॉर्लिक्स घातलेला दुधाचा पेला टिपॉयवर ठेवून परत चालली होती. नीरजा म्हणाली." थांब सरला, हे बघ, हा फोटो कुणाचा आहे? ओळखता येतोय?"

सरला म्हणाली, "माझाच आहे."

"हा तुझा खूप जुना फोटो आहे. तेव्हा काकांच्या बगीच्यात तुम्ही दोघं काम करत असायचात. तेव्हा तू पंधरा एक वर्षांची असशील, असं फोटो पाहून वाटतं. मराठी मुलींसारखी कासोटा घालून साडी नेसली आहेस."

"हा फोटो तुम्हाला कुठे मिळाला?"

"एकदा त्यांच्या टेबलाच्या खणात दिसला होता. तेव्हा नीट लक्ष देऊन पाहिला नव्हता. आज तिथून आणवून घेतला. ठाकुरपो, तेव्हा पेक्षा सरला आता जास्त छान दिसायला लागली आहे, नाही? तुम्हाला काय वाटलं?"

रमेन म्हणाला, "तेव्हा कोण सरला, कुठे होती! निदान मला तरी तिच्याबद्दल काही माहीत नव्हतं. माझ्यासाठी आजची सरला हीच एकमेव खरी सरला आहे. तिची तुलना कुणाशी करणार!" नीरजा म्हणाली, "तिचा आजचा चेहरा तिच्या हृदयातल्या कोणत्या तरी रहस्याने झाकोळला गेला आहे. जणु काही जो मेघ पांढराशुभ्र होता, त्याच्या आतून आज श्रावणातल्या वर्षेचा सावळा रंग छल् छल् करतो आहे. यालाच तुम्ही रोमँटिक म्हणता नं ठाकुर पो!"

सरला जायला निघाली. नीरजा तिला म्हणाली, "बैस जरा वेळ." मग रमेनकडे बघून म्हणाली, "ठाकुरपो, जरा पुरुष माणसाच्या नजरेने सरलाकडे पाहून घेते. सगळ्यात आधी तिच्यातली कोणती गोष्ट नजरेत भरते, सांगा बरं?"

रमेन म्हणाला, "तिचे डोळे. तिच्या डोळ्यांना दुसऱ्याचा मनाचा ठाव घेण्याची कला अवगत आहे. नाही, उठू नको सरला, आणखी थोडा वेळ बैस आणि ठाकुरपो, तिची अंगलटसुद्धा कशी बांधेसूद, जिथल्या तिथे आहे."

"तुम्ही काय तिचा लिलाव करायला बसला आहात का बौदी!" मग मला देखील त्यात बराच रस आहे!"

नीरजा लिलाव करणाऱ्या दलालाच्या उत्साहानं म्हणाली, "ठाकुरपो, सरलाचे बाहू तर पहा, जोमदार असले तरी डौलदार, नितळ, सुंदर आहेत. आणखी एक पाहिलेत?"

रमेन हसून म्हणाला, "आणखी काही पाहिले की नाही याचं उत्तर तुमच्यासमोर देणं औचित्याला सोडून होईल."

"तुम्ही तिच्या या दोन बाहूंवर आपला हक्क नाही सांगणार?"

"कायमचा हक्क सांगितला नाही, तरी दरेक क्षणाक्षणाला हक्क सांगत असतो. तुमच्या खोलीत जेव्हा चहा घ्यायला येतो तेव्हा चहाखेरीज आणखी बरंच काही मला या हातांकडून मिळत असतं. या रसग्रहणाचा पाणिग्रहणाशी जेवढा काही संबंध असेल तो या अभागी माणसासाठी पुरेसा आहे."

सरला ओढ्यावरून उठून उभी राहिली. ती खोलीतून बाहेर जायला लागल्यावर रमेन दार अडवून म्हणाला.

"एक वचन दे. तरच वाट सोडीन."

"काय? सांगा."

"आज शुक्लचतुर्दशी आहे आणि मी एक वाटसरू आहे. आज तुझ्या बागत

येईन. सांगण्यासारखं काही असलं तर ते सांगायची गरजच राहणार नाही. सध्या दुष्काळ आहे. पोटभर अन्न पाहायलाही मिळत नाही. अचानक या खोलीत मूठभर भिक्षा मिळाल्यासारखी भेट झाली. एवढं पुरेसं नाही. आज तुझ्या बागेतल्या झाडाखाली मन भरून बसायचं आहे.

सरला सहजपणे म्हणाली, ''ठीक आहे, या तुम्ही.''

रमेन पलंगाजवळ येऊन म्हणाला, ''चलतो तर मग बौदी.''

''आता थांबायची गरज काय! बौदीचं जे काम होतं, ते तर पुरं झालं!''

रमेन निघून गेला.

रमेन गेल्यावर नीरजा हातात तोंड लपवून बिछान्यात पडून राहिली. विचार करायला लागली. असेच मन धुंद करणारे दिवस तिचेही होते. वसंत ऋतूतल्या कितीतरी रात्री तिनं बेभान करून सोडल्या होत्या. जगातल्या सर्वसाधारण मुलींसारखी ती काय पतीच्या संसारातलं सामान थोडीच होती? बिछान्यावर पडल्या पडल्या सारखं आठवत रहायचं - किती वेळा तिचा पती तिचा केशकलाप हातात घेऊन तिला स्वत:जवळ ओढून आर्द्र स्वरात म्हणायचा, ''माझ्या रंगमहालातली साकी.'' दहा वर्षांमध्ये रंग जरासा देखील फिका पडला नाही, पेला भरलेला राहिला. तिचा पती तिला म्हणायचा, ''पूर्वीच्या काळी तरुण मुलींच्या पदस्पर्शानं अशोक बहरून येत असे. त्यांच्या मुखातले मधाचे तुषार अंगावर पडले की बकुळ फुलून येत असे. आपल्या बागेत तोच कालिदासाचा काळ चालू आहे. ज्या वाटेवर रोज तुझी पावलं पडतात तिच्या दोन्ही बाजूला नाना रंगांची फुलं फुलतात. वसंताच्या हवेत नशा चढते. ती नशा गुलाबाच्या ताटव्याला लागते.''

तो नेहमी म्हणत असे, ''तू नसतीस तर या फुलांच्या स्वर्गात निवडुंगाच्या फडानं वज्रासूर होऊन ठाण मांडलं असतं. माझ्या भाग्यानं तू आहेस नंदनवनाची इंद्राणी.''

काय उपयोग! तारुण्य अजूनही ओसरलेलं नाही, पण त्याचा रुबाब उतरला आहे. म्हणून तर इंद्राणी आज तिच्या स्वत:च्या आसनावर विराजमान होऊ शकत नाही. त्या काळात तिच्या मनात कुठेही लेशमात्र आशंका नव्हती. ती ज्या स्थानावर होती त्याच्या जवळपास कोणीही नव्हतं. तिच्या आकाशात ती प्रभातसमयीच्या अरुणोदयासारखी परिपूर्ण आणि एकमेव होती. पण आज कुठेही एवढीशी सावली दिसली की छातीत धक्‌धक्‌ होतं, स्वत:वरती आता विश्वास राहिला नाही. नाहीतर

कोण ही सरला, कसली तिची भीती. आज तिच्याबद्दलच्या संशयानंसुद्धा मन अस्वस्थ होतं. कुणाला माहीत होतं वेळ येण्यापूर्वीच असं दीनवाणेपण नशिबात येईल. इतके दिवस इतकं सुख, इतका मानमरातब देऊन अखेरीस विधात्यानं चोरासारखं भगदाड पाडून दिलेलं सगळं काढून घेतलं.

"रोशनी, ऐक काय सांगते ते."

"काय खोकी?"

"तुझे जावईबापू पूर्वी मला म्हणायचे "रंग महालाची रंगिनी." आमच्या लग्नाला दहा वर्षे झाली आहेत. तो रंग अजून फिका पडलेला नाही. पण तो रंगमहाल?" "जाणार कुठे? आहे तुझा महाल. काल तू रात्रभर झोपली नाहीस. थोडी झोप बघू. पायावरून हात फिरवते."

"रोशनी, पौर्णिमा जवळ आली आहे. अशा कितीतरी चांदण्या रात्री मी झोपलेली नाही. आम्ही दोघेजण बागेत हिंडायचो. ते जागणं, आणि हे जागणं. आज जर झोप लागली तर सुटेन. पण ही जळली झोप यायलाच तयार नाही गं."

"जरा शांत रहा बघू. झोप आपल्या आपच येईल."

"काय गं, ते लोक चांदण्यारात्री कोणत्या बागेत हिंडतात?" "सकाळी ऑर्डरसाठी फुलं काढताना पाहिलं होतं. हिंडणार कधी? वेळ कुठे आहे?"

"माळी लोक आज काल खूप उशिरापर्यंत झोपलेले दिसतात. म्हणजे मुद्दामच माळ्यांना उठवत नाहीत वाटतं?"

"तू नाहीयेस. त्यांना टोकणं कुणाला जमणार?"

"आत्ता हा गाडीचा आवाज ऐकू आला का?"

"हो, साहेबांची गाडी आली."

"आरसा जरा इकडे हातात दे. फुलदाणीतून गुलाबाचं मोठं फूल घेऊन ये. सेफ्टीपिन्‌ची डबी कुठे आहे बघू. आज माझा चेहरा अगदी फटफटीत दिसतो आहे. जा तू खोलीतून."

"जाते, पण दूधबार्ली केव्हाची ठेवलेली आहे. खाऊन घे. शहाणी माझी बाई ती."

"राहू दे पडून, मी नाही खाणार."

"आज तुझे औषधाचे दोन डोस गेलेले नाहीत."

"तू जास्त बडबड करू नको. जा म्हणते ना. ही खिडकी उघडून जा.

आया निघून गेली.

टण्‌ टण्‌ आवाज करीत तीन वाजले. उन्हाच्या रंगावर लाली चढली. पूर्वेकडे सावल्या हलायला लागल्या. दक्षिणेकडून वारा वहायला लागला. तळ्याचं पाणी सळसळायला लागलं, माळी काम करत होते. नीरजा दुरून जे काही दिसू शकत

होतं ते पहात होती. आदित्य लगबगीनं खोलीत आला. अमलतासाच्या फुलांचा बसंती रंगाचा गुच्छ त्याच्या हातात होता. नीरजाच्या पायाजवळ तो ठेवून त्याने तिचे पाय झाकून टाकले. बिछान्यावर बसल्या बसल्या तिचा हात घट्ट धरत म्हणाला, "आज कितीतरी वेळात तुला भेटलो नाही मी." ते ऐकून नीरजा स्वत:ला सांभाळू शकली नाही. स्फुंदून स्फुंदून रडायला लागली. आदित्य पलंगावरून उतरला. स्टुलावर गुडघे टेकून त्याने नीरजाच्या गळ्याला घट्ट मिठी मारली. तिच्या भिजलेल्या गालांचं चुंबन घेऊन म्हणाला, "तुला नक्की माहीत आहे नीरु, चूक माझी नव्हती."

"इतकं निश्चित कसं माहीत असेल, सांगा ना. आता माझे काय पूर्वीचे दिवस राहिलेत!"

"दिवसांचा हिशोब कशाला करायचा? ती माझी तीच "तू" आहेस."

"आज मला सगळ्याच गोष्टींची भीती वाटते आहे. मनाला हिंमतच राहिलेली नाही."

"थोडी थोडी भीती वाटलेली बरी असते, हो नं! टोमणे मारून मला चिडवायला पहाते आहेस. ही चलाखी बायकांमध्ये स्वभावसिद्धच असते."

"आणि विसरून जाणं हे पुरुषांसाठी स्वभावसिद्ध नसतं वाटतं?"

"विसरण्याची सवडच कुठे देतेस?"

"काही बोलू नका. जळल्या या नशिबाच्या शापानं लांबलचक सवड दिलेली आहे की."

"उलटं बोललीस. सुखाच्या दिवसात विसर पडतो. वेदनेच्या दिवसात नाही."

"खरं सांगा, आज सकाळी तुम्ही विसर पडून निघून गेला नाहीत?"

"काय बोलतेस तू हे! जायला लागलं होतं, पण परत येईपर्यंत मनाला स्वस्थपणा नव्हता."

"कसे बसला आहात तुम्ही. तुमचे दोन्ही पाय बिछान्यावर ठेवा."

"पळून जाईन म्हणून बेड्या घालणार आहेस का?"

"हो बेड्या घालणार आहे. जगताना मरताना तुमचे दोन्ही पाय माझ्याजवळ पक्के बांधलेले रहातील."

"अधून मधून थोडा थोडा संशय घे. त्यामुळे प्रेमाची गोडी वाढते."

"नाही, जरासादेखील संशय नाही माझ्या मनात. जरासा देखील नाही. तुमच्या सारखा पती कोणत्या मुलीला मिळालाय? तुमच्याबद्दल संशय घेणं म्हणजे माझा स्वत:चाच धिक्कार करणं."

"नाही तर मग मीच तुझ्यावर संशय घेईन. नाटक जमणार कसं नाही तर?"

"तसं करा. त्याला काही हरकत नाही. पण मग ते होईल प्रहसन."

"काही म्हण, पण आज माझ्यावर रागावली होतीस."

"कशाला पुन्हा ती गोष्ट. तुम्हाला त्याबद्दल शिक्षा करावी लागणार नाही. शिक्षा त्या माझ्या रागावण्यातच गोवलेली आहे.

"शिक्षा कशासाठी? रागाचा ताप जर अधून मधून वाढला नाही तर मला वाटेल की प्रेमाची नाडी बंद पडली आहे. जर कधी चुकून तुमच्यावर रागावले तर नक्की समजा की ती रागावणारी मी नाही, कोणी तरी पिशाच्च माझ्या मानगुटीवर बसलं आहे."

"पिशाच्च आपल्या सगळ्यांचंच एकेक असतं. मधून मधून विनाकारणच आपलं अस्तित्व दाखवतं. सुबुद्धी असेल तर रामाचं नाव घ्यायचं, की जातं ते पळून."

आया खोलीत आली, म्हणाली, "जावईबापू, आज सकाळपासून खोकीनं दूध घेतलं नाही. औषध घेतलं नाही, मालिश करवलं नाही. ती असं वागायला लागली तर मला तिचं करायला जमायचं नाही." असं म्हणून पायांचा दण्दण् आवाज करत आणि हात जोराजोरात हालवत ती निघून गेली.

तिचं बोलणं ऐकल्याबरोबर आदित्य उठून उभा राहिला. म्हणाला, "आता मग मी रागावू?"

"हो रागवा, खूप रागवा, जितकं रागावता येईल तितकं रागवा. चूक केली आहे. पण त्यानंतर क्षमा करा."

आदित्य दाराजवळ जाऊन हाका मारायला लागला, 'सरला, सरला,"

हे ऐकताक्षणी नीरजाची शीर न् शीर झणझणायला लागली. तिला कळून चुकलं, रुतलेल्या काट्याला धक्का लागला आहे. सरला खोलीत आली. आदित्यनं नाराजीच्या स्वरात विचारलं, "नीरजाला आज औषध दिलं नाही, दिवसभर काही खायलाही दिलेलं नाही?"

नीरजा म्हणाली, "तिला का रागावता? तिचा काय दोष? मीच मुद्दामहून खाल्लं नाही. मला रागवा ना. सरला, तू जा. उगीचच बोलणी खात कशाला उभं रहायचं?"

"जाईल बरी. औषध काढून ठेवू दे. दूध हॉर्लिक्स तयार करून आणू दे."

"वा रे वा, सबंध दिवस तिला माळ्याच्या कामामध्ये राबवून घेता, त्यानंतर पुन्हा नर्सचं काम का म्हणून. तुमच्या मनात काही दयामाया आहे की नाही? आयाला हाक मारा ना."

"आयाला काय हे सगळं नीट जमेल?"

"मोठंच काम आहे! सगळं काही जमेल. उलट आणखी चांगलंच जमेल."

"पण,"

"आता 'पण' कसला, आया, आया..."

"इतकी उत्तेजित होऊ नको. काही तरी भलतंच करून घेशील."

"मी आयाला बोलवणं पाठवते," असं म्हणून सरला निघून गेली.

नीरजाच्या बोलण्याला काही विरोध करावा, असं देखील तिच्या तोंडून आलं नाही. आदित्यला देखील मनातल्या मनात आश्चर्य वाटलं. सरलावर खरोखरच अन्याय होतो आहे की काय.

औषधपाणी झाल्यावर आदित्य आयाला म्हणाला, "सरला दिदीला बोलावून आण."

"सदान् कदा फक्त सरलादिदी. बिचारीला तुम्ही गोल गोल फिरवत रहाणार असं दिसतंय मला."

"कामाचं सांगायचं आहे."

"कामाच्या गोष्टी राहू देत न सध्या."

"फार वेळ लागणार नाही."

"सरला बाईमाणूस, तिच्याशी एवढ्या कामाबद्दलच्या गोष्टी कशाला?" त्यापेक्षा हला माळ्याला बोलवा ना."

"तुझ्याशी लग्न केल्यापासून मला एक गोष्ट समजली आहे की बायकाच कामाच्या बाबतीत भरवशाच्या असतात. पुरुष जात्या असतात कामचुकार. आम्ही काम करतो जबाबदारी पडल्यानंतर, तुम्ही काम करता मनातल्या आतल्या उत्साहानं. या संबंधात एक थिसिस लिहावा असा विचार आहे. माझ्या डायरीत खूप उदाहरणं सापडतील.

"त्याच मुलीला आज तिच्या प्राणाहून प्रिय कामापासून ज्या विधात्यानं वंचित केलं आहे, त्याची कोणत्या शब्दात निंदा कराल? पृथ्वीच्या पोटात प्रचंड हालचाल होऊन माझ्या कामाचं शिखर कोलमडून मोडून पडलं, म्हणून तर जळक्या घरात भुतं रहायला लागली."

सरला आली. आदित्यनं विचारलं, "आर्किड हाऊसचं काम झालं?"

"हो, झालं."

"सर्व?"

"सर्व झालं."

"आणि गुलाबाची कलमं?"

"माळी त्याची जमीन तयार करतो आहे."

"जमीन! ती तर मी आधीपासूनच तयार करून ठेवली आहे. हला माळ्यावर काम सोपवलंय म्हणजे दात घासायच्या काटक्यांचं पीक येणार, दुसरं काय!"

बोलण्यामधे घाईघाईनं मोडता घालून नीरजा म्हणाली, "सरला, जा जाऊन संत्र्याचा रस काढून घेऊन ये बरं. त्यात थोडा आल्याचा रस घाल, आणि मध."

सरला मान खाली घालून खोलीतून निघून गेली.

नीरजानं आदित्यला विचारलं, "आज तुम्ही पहाटे उठला होता, पूर्वी आपण रोज उठायचो तसे?"

"हो, उठलो होतो."

"घड्याळ्यात तेव्हासारखाच गजर लावलेला होता?"

"लावलेला होता तर काय."

"त्याच झाडाखाली त्याच कापलेल्या बुंध्यावर चहाचा सरंजाम वासूनं सर्व व्यवस्थित ठेवला होता?"

"ठेवला होता, नाहीतर तुझ्या कोर्टात मी नुकसान भरपाईचा दावा दाखल केला असता."

"दोन खुर्च्या देखील मांडलेल्या होत्या?"

"तशाच पूर्वीसारख्या मांडलेल्या होत्या आणि तोच निळ्या किनारीचा पिवळ्या रंगाचा चहाचा सेट होता – दुधाचा जग चांदीचा, छोट्या संगमरवरी वाडग्यात साखर, आणि ड्रॅगनचं चित्र असलेला जपानी ट्रे."

"दुसरी खुर्ची रिकामी का ठेवली?"

"मुद्दाम नाही ठेवली. आकाशात तारे सगळे जागच्या जागी होते. फक्त शुक्ल पंचमीचा चंद्र क्षितिजाच्या पलीकडे होता. संधी मिळाली असती तर त्याला धरून आणलं असतं."

"सरलाला का नाही बोलावून घेत तुमच्या चहाच्या टेबलावर?"

यावर एवढं बोलून चाललं असतं की तुझ्या आसनावर आणखी कुणाला बोलवायला मन घेत नाही. सत्यवादी आदित्य असं काही न बोलता म्हणाला, "मला वाटतं सरला सकाळच्या वेळी जपजाप्य करते, माझ्यासारखी भजनपूजन सोडलेली पाखंडी थोडीच आहे."

"चहा प्यायल्यावर तिला आज ऑर्किड हाऊसमधे घेऊन गेला होता वाटतं,"

"हो, थोडं काम होतं तिला समजावून दिलं आणि लगेच दुकानाकडे पळावं लागलं."

"अच्छा, तुम्हाला एक गोष्ट विचारते, सरलाचं रमेनशी लग्न का नाही लावून देत?"

"लग्नाची मध्यस्थी करणं हा माझा पेशा नाही."

"नाही, गमतीनं नाही म्हणत. सरलाचं लग्न तर करावचं लागेल, आणि रमेनसारखं स्थळ कुठे मिळणार आहे."

"एकीकडे लग्नाची उपवर मुलगी आहे, दुसरीकडे लग्नाचा उपवधू मुलगा आहे. पण त्या दोघांच्या मनात इच्छा आहे की नाही?" दुरून पहाताना वाटतंय, इथेच अडचण आहे."

नीरजा जरा तिखटपणे म्हणाली, ''तुमची इच्छा असती तर काही अडचण नव्हती.''

''लग्न दुसरे लोक करणार, आणि आग्रह माझा, असं थोडंच चालणार आहे? त्यातून काय निष्पन्न होणार आहे? तू पहा ना प्रयत्न करून.''

''काही दिवसांकरता या मुलीच्या नजरेला झाडपाल्यामधून मोकळं करा बघू, नजर आपोआप योग्य ठिकाणी जाईल.''

''शुभदृष्टींच्या प्रकाशात झाडपाला, पहाडपाणी सगळं काही स्वच्छ होऊन जातं. तो एक प्रकारचा एक्सरेच असतो म्हणा ना.''

''काही तरी बोलू नका, खरी गोष्ट अशी आहे की त्यांचं लग्न व्हावं असं तुम्हालाच वाटत नाही.''

''हे तू अगदी बरोबर ओळखलंस. सरला गेली तर माझ्या बागेची दशा काय होईल सांग बघू. नफ्या-तोट्याचा विचारही तर करायला हवा. हे काय, अचानक तुला त्रास व्हायला लागला की काय –''

आदित्यला एकदम काळजी वाटायला लागली, नीरजा कोरड्या आवाजात म्हणाली, ''मला काही झालेलं नाही. माझ्यासाठी तुम्हाला इतकं काळजीत पडण्याचं कारण नाही.''

आदित्य उठायच्या बेतात होता तेव्हा ती एकदम म्हणाली, ''आपल्या लग्नानंतर लगेचच हे ऑर्किड हाऊस तयार करायला सुरुवात केली होती. विसरला नाहीत ना ती गोष्ट? त्यानंतर रोजच्या रोज आपण दोघांनी मिळून ते पूर्ण केलं. ते ऑर्किड हाऊस नष्ट करताना तुम्हाला काही सुद्धा वाटत नाहीये?''

आदित्य चकित होऊन म्हणाला, ''हे काय बोलणं! तुला असं कसं वाटलं की मी ते नष्ट होऊ देईन म्हणून.''

नीरजा ठसक्यात म्हणाली, ''सरलाला काय कळतंय फुलांच्या बागेतलं?''

''बोलतेस काय! सरलाला काही कळत नाही? ज्या मेशोमशायांच्या सोबतीनं मी वाढलो ते सरलाचे मोठे काका, तुला ठाऊक आहे त्यांच्याच बागेत माझा हात तयार झाला आहे. काका म्हणायचे, फुलांच्या बागेचं काम मुलींनीच करावं; आणि गाईचं दूधही त्यांनीच काढावं. त्यांच्या सर्व कामात सरला त्यांच्याबरोबर असायची.''

''आणि तुम्ही तिचे जोडीदार.''

''होतोच म्हणायचा. पण मला कॉलेजचा अभ्यास करायचा होता. तिच्या इतका वेळ मी या कामाला देऊ शकलो नाही, तिला मेशोमशाय हे सर्व स्वत: शिकवायचे.''

''त्या बागेमुळेच तुमच्या मेशोमशायांचा सर्वनाश झाला, या मुलीचा पायगुणच तसा आहे. मला याचीच भीती वाटते. कुलक्षणी मुलगी. पहा ना, मैदानासारखं पसरलेलं कपाळ, घोड्यासारख्या टांगा टाकत चालणं, बायकांच्या जातीला पुरुषांसारखी

बुद्धी चांगली नाही. अकल्याण होतं त्यामुळे.''

"तुला आज काय झालंय, सांग बरं नीरु. बोलत्येस काय तू! मेशोमशायांना बागवानी चांगली करता येत असे. धंदा नाही जमला. फुलांची लागवड करण्यात कुणी त्यांची बरोबरी करू शकत नसे. आणि स्वतःचं नुकसान करून घेण्यातही त्यांच्या बरोबरीचं कोणी नव्हतं. त्यांना सगळ्यांकडून तारीफ मिळायची, पैसे नाही मिळायचे. बाग करण्यासाठी मला जेव्हा त्यांनी भांडवल दिलं होतं तेव्हा मला माहीतही नव्हतं की त्यांचा धंदा बुडायला आलेला आहे. मला खरोखरच समाधान आहे की त्यांच्या मृत्यूच्या आधी मी त्यांचे सर्व पैसे फेडून टाकले.''

सरला संत्र्याचा रस घेऊन आली. नीरजा म्हणाली, "इथे ठेवून दे.''

ठेवून सरला निघून गेली. रस तसाच पडून राहिला. नीरजानं त्याला स्पर्शदेखील केला नाही.

"तुम्ही सरलाशी का नाही लग्न केलं?''

"ऐका बोलणं! लग्नाची गोष्ट कधी मनातच आली नाही.''

"मनातच आली नाही? हेच वाटतं तुमचं कवि-पण!''

"आयुष्यात काव्याची जादू पहिल्यांदा तुला पाहिलं त्यादिवशी कळली. त्याच्या आधी आम्ही दोघं झाडांच्या सावलीत बागेचं काम करत रहायचो. स्वतःला विसरलेलेच असायचो. सध्याच्या वातावरणात वाढलो असतो तर काय झालं असतं सांगता येत नाही.''

"का, वातावरणाचा काय संबंध?''

"आजकालचं वातावरण दुःशासनासारखं हृदयाचं वस्त्रहरण करायला पहातं. अनुभव येण्यापूर्वीच डोळ्यात बोट घालून शहाणं करायला पहातं. सुगंधाचं खुणावणं त्याला अपुरं वाटतं. पाकळी तोडून त्याचं रहस्य शोधायला जातं.''

"सरला काही दिसायला वाईट नाही.''

"सरलाला मी 'सरला' म्हणूनच ओळखत होतो. ती दिसायला चांगली होती की वाईट ही गोष्ट पूर्णपणे गैरलागू होती.''

"अच्छा, खरं सांगा, तुम्हाला ती आवडत नसे?''

"नक्कीच आवडत असे. मी काय निर्जीव पदार्थ आहे का, ती न आवडायला. मेशोमशायांचा मुलगा रंगूनमधे बॅरिस्टर होता. त्याच्याकडून त्यांच्या कसल्याच अपेक्षा नव्हत्या. त्यांची बाग सरलानं सांभाळावी ही त्यांची आंतरिक इच्छा होती. एवढंच काय पण त्यांचा विश्वास होता की ही बाग सरलाचं संपूर्ण भावविश्व व्यापून राहील. तिचं लग्न करून देण्याची गरजच रहाणार नाही. त्यानंतर ते मरण पावले. सरला अनाथ झाली. घेणेकऱ्यांच्या हाती बाग विकली गेली. त्यादिवशी माझी छाती फाटून गेली होती, तू पाहिलं नाहीस का? ती आवडण्यासारखीच आहे. मला नाही

आवडणार? एकेकाळी सरलाचा चेहरा प्रसन्नतेनं, हास्यानं फुललेला असायचा. तो आठवतो. तिच्या चालण्यात पक्ष्याच्या उडण्याचा संथ डौल आहे, असं वाटायचं. आज ती चालते छातीवरचं ओझं वहात. पण मोडली नाहीये. एक दिवससुद्धा माझ्यासमोर नि:श्वास सोडला नाही. स्वत:ला त्यासाठी मोकळीकच दिली नाही.''

आदित्यचं बोलणं मधेच तोडत नीरजा म्हणाली, ''पुरे, पुरे, पुष्कळदा ऐकलंय तुमच्याकडून तिच्याबद्दल. आणखी बोलायचं कारण नाही. असामान्य मुलगी आहे. म्हणूनच म्हणते तिला त्या बारासातच्या मुलींच्या शाळेची हेडमिस्ट्रेस करून टाका. ते लोक कितीतरी दिवसांपासून आग्रह करतायत.''

''बारासातची मुलींची शाळा? का? अंदमानदेखील तर आहे.''

''नाही, गमतीनं नाही म्हणत. सरलाला तुमच्या बागेतलं आणखी कोणतंही काम द्यायचं असलं तरी द्या. पण हे ऑर्किड हाऊसचं काम देता कामा नये.''

''का, झालंय तरी काय?''

''मी तुम्हाला सांगते आहे, सरलाला ऑर्किडमधलं काही कळत नाही.''

''पण मी तुला सांगतो आहे ना, माझ्यापेक्षा सरलाला चांगलं समजतं. मेशोमशायांची मुख्य हौस ऑर्किडची होती. त्यांनी स्वत:ची माणसं पाठवून सेशिलिसहून, जावाहून, इतकंच काय पण चीनहून ऑर्किड्स आणवली होती. त्याचं महत्त्व कळणारे लोकच त्या काळात नव्हते.''

नीरजाला हे सर्व माहीत होतं, म्हणूनच तिला हा विषय असह्य झाला होता.

''अच्छा, अच्छा, ठीक, ठीक. तिला माझ्यापेक्षा खूप जास्त चागलं समजतं, इतकंच काय, तुमच्यापेक्षा सुद्धा. ते असू दे, तरी देखील मी सांगते आहे की हे ऑर्किडहाऊस फक्त तुमचं आणि माझं आहे, तिथे सरलाचा काहीही अधिकार चालणार नाही. तुमची तशीच इच्छा असेल तर तुमची सबंध बागच तिला देऊन टाका ना. फक्त खूप छोटं एक काहीतरी ठेवा, जे केवळ मी निर्माण केलेलं असेल. इतक्या वर्षांनंतर शेवटी एवढंच मागते आहे. नशीब वाईट म्हणून आज बिछान्यात पडून आहे. म्हणूनच म्हणते...'' नीरजा बोलणं पुरं करू शकली नाही. उशीत तोंड लपवून गदगदून रडायला लागली.

आदित्य स्तंभित झाला. जणू काही इतके दिवस स्वप्नात चालत होता, ठेच लागून चमकून जाग आली. हे काय चाललं आहे? त्याला समजलं की हे रुदन अनेक दिवसांपासूनचं आहे. वेदनेचं चक्रीवादळ नीरजाच्या आतल्या आत रोजच्या रोज वेगानं घोंघावत होतं. आदित्यला त्याची क्षणभरही जाणीव झाली नव्हती. तो इतका अबोध होता की त्याला वाटलं होतं सरला बागेचं काम पहाते आहे याचा

नीरजाला आनंद होत असेल. खास करून ऋतूप्रमाणे निवडलेल्या फुलांचे वाफे तयार करण्यात तिची बरोबरी कोणी करू शकत नसे. आज एकदम काय आठवलं, एक दिवस जेव्हा कशाच्या तरी संदर्भात सरलाची तारीफ करून तो म्हणाला होता, ''कामिनीचं कुंपण ती इतकं सुंदर तयार करते, की मी तसं लावू शकलो नसतो,'' तेव्हा नीरजा तीव्र स्वरात हसून म्हणाली होती, ''लक्षात ठेवा महाशय, एखाद्या माणसाला त्याच्या योग्यतेपेक्षा जास्त बिदागी दिली, की त्यामुळे त्याचं नुकसानच केल्यासारखं होतं.''

आदित्यला आज आठवलं झाडाझुडपांसंबंधी काहीही करून सरलाची एक चूक जरी काढता आली तरी नीरजा मोठ्यानं हसून तिचा पुन्हा पुन्हा उच्चार करीत असे. आणखी आठवलं, इंग्रजी पुस्तकात शोधून शोधून नीरजा जरा वेगळ्या प्रकारच्या फुलांची शास्त्रीय नावं पाठ करून ठेवायची, साळसूदपणानं सरलाला विचारायची. त्यात तिची कधी चूक झाली की नीरजाच्या हसण्याचा जोर थांबता थांबत नसे. ''फारच विद्वान आहेस! कुणाला माहीत नसेल त्याचं नाव ''कॅशिया जावानिका'' आहे म्हणून! आमचा हला माळीसुद्धा सांगू शकला असता.''

आदित्य बराच वेळ विचार करत राहिला. त्यानंतर तिचा हात धरून म्हणाला, ''रडू नकोस, नीरू. सांग मी काय करू. सरलाला बागेच्या कामासाठी ठेवलेलं तुला नको आहे का?''

नीरजा हात खेचून घेऊन म्हणाली, ''काही नकोय मला, काहीही नकोय. ती तर तुमची बाग आहे. तुम्ही तुमच्या मर्जीप्रमाणे कुणालाही कामाला ठेवू शकता. मला काय त्याचं!''

''नीरू, तू असं कसं म्हणालीस, ''तुमची बाग आहे, म्हणून? तुझी नाहीये? आपल्या दोघात हा दुरावा केव्हापासून निर्माण झाला?''

''जेव्हापासून जगातलं सगळं काही तुमच्याजवळ राहिलं, आणि माझ्याजवळ राहिला फक्त या खोलीचा कोपरा. माझं हे मोडकं शरीर घेऊन कशाच्या जोरावर मी त्या सर्वोत्तम सरलाच्या समोर उभी राहू? माझ्यात ती शक्ती आज कुठे राहिली आहे की मी तुमची कामं करीन, तुमच्या बागेची कामं करीन.''

''नीरू, तूच तर यापूर्वी कित्येक वेळा सरलाला आपण होऊन बोलावून आणलं होतंस, तिची खबरबात विचारली होतीस. तुला आठवत नाही का, आत्ता काही वर्षांपूर्वी तुम्ही दोघींनी मिळून मला आश्चर्यचकित करण्यासाठी पपनसाबरोबर कागदी लिंबाचं कलम बांधलं होतं.''

''त्यावेळेस तिला एवढा तोरा नव्हता. परमेश्वरानं माझ्याच दिशेला आज अंधार करून टाकला आहे, म्हणून तर तुम्ही म्हणायला लागला आहात, तिला इतकं येतं, तिला तितकं येतं, ऑर्किडच्या बाबतीत मी तिची बरोबरी करू शकत नाही.

त्यावेळी तर असं सगळं काही कधी ऐकलं नव्हतं, तर मग आज माझ्या पडत्या काळात का अशी आमची दोघींची तुलना होते आहे. आज मी तिच्याशी मुकाबला कशी करू शकेन?''

"नीरू, आज तुझ्याकडून हे सगळं जे काही ऐकलं त्यासाठी माझ्या मनाची अजिबात तयारी नव्हती. वाटतंय ही माझी नीरू बोलत नाहीये, ही कुणीतरी दुसरीच आहे.''

"नाही हो नाही, तीच नीरू आहे ही. तिला काय म्हणायचंय हे तुम्हाला इतक्या दिवसात कळलं नाही, हीच माझी सगळ्यात मोठी शिक्षा आहे. लग्नानंतर ज्या दिवशी माझ्या लक्षात आलं की तुमची बाग तुम्हाला प्राणांसारखी प्रिय आहे त्या दिवसापासून ही बाग आणि मी यांच्यामध्ये मी एवढासुद्धा फरक ठेवला नाही. नाही तर तुमच्या बागेशी माझं खूप मोठं भांडण झालं असतं. ते मी सहन करू शकले नसते. ती माझी सवत झाली असती. तुम्हाला माहीत आहे माझी रात्रंदिवसांची साधना, माहीत आहे कसं मी तिला माझ्यामध्ये सामावून घेतलं आहे, तिच्याशी जणू काही एकरूप होऊन गेले आहे.''

"माहीत कसं नसेल, माझं सगळं काही तर तुझ्यातच सामावलेलं आहे.''

"ते सगळं बोलणं राहू दे. आज पाहिलं तर या बागेत आणखी कुणीतरी सहजपणे प्रवेश केला आहे. कुठेही, जराशीदेखील कळ उठलेली नाही, माझा देह चिरण्याचं तुमच्या मनात आलं असतं का, त्यात आणखी कुणाचे तरी प्राण घालण्यासाठी? माझी ही बाग म्हणजे माझा देह नाही का? मी तुमच्या जागी असते तर मी असं करू शकले असते का?''

"काय केलं असतंस तू?''

"सांगू काय केलं असतं? बाग उजाड पडू दिली असती, व्यवसायाचं दिवाळं निघालं असतं. एकाच्या जागी दहा माळी ठेवले असते. पण दुसऱ्या कुणा स्त्रीला तिथे प्रवेश करू दिला नसता, विशेषतः अशा स्त्रीला, जिला अहंकार आहे आणि जी बागेचं काम माझ्यापेक्षा सुद्धा चांगलं करू शकते. जेव्हा आज मी मरायला टेकलेली आहे, जेव्हा स्वतःचं कर्तृत्व सिद्ध करण्याचा मार्ग माझ्याजवळ राहिलेला नाही, तेव्हा तिच्या याच अहंकाराला पाठिंबा देत तुम्ही माझा रोज अपमान करता. हे सगळं कसं घडलं सांगू?''

"सांग.''

"तुम्ही माझ्यापेक्षा तिच्यावर प्रेम करता म्हणून. इतके दिवस ही गोष्ट झाकून ठेवली होतीत.''

आदित्य काही वेळ केसातून हात फिरवत बसून राहिला. त्यानंतर विदीर्ण स्वरात म्हणाला, "तू मला दहा वर्षं ओळखते आहेस, सुखात-दुःखात, वेगवेगळ्या

परिस्थितीत, वेगवेगळ्या कामात - त्यानंतरही जर आज तू हे सर्व बोलू शकतेस, तर मी त्याचं काही प्रत्त्युत्तर करणार नाही. मी जातो. इथे बसलो तर तुझी तब्येत बिघडेल. फार्महाऊस जवळ जपानी बाग आहे, तिथे असेन. जेव्हा माझी गरज असेल तेव्हा बोलावणं पाठव.''

तळ्याच्या पलीकडच्या काठावर करमळ्याच्या झाडाआडून चंद्र वर येतो आहे. पाण्यात झाडाची गडद काळी सावली पडली आहे. अलीकडच्या काठावर बसंतीच्या झाडाची कोवळी पानं झोपमोड झालेल्या बाळाच्या डोळ्यांसारखी लाल रंगाची आहेत. त्याच्या फुलांचा रंग आहे तापलेल्या सोन्यासारखा, फुलांचा दाट सुवास जड होऊन हवेत घोटाळतो आहे. सुवासाचं धुकंच जणू. ताम्हणीच्या झाडाच्या फांदीवर काजव्यांचा थवा चमचम करतो आहे. दगडांनी बांधून काढलेल्या घाटाच्या चबुतऱ्यावर सरला स्तब्ध बसली आहे. कुठेही वारा नाही, पानं हलत नाहीत. तळ्याचं पाणी म्हणजे जणू काही काळ्या सावल्यांच्या चौकटीत बसवलेला पॉलिश केलेला चांदीचा आरसा आहे.

मागच्या बाजूनं प्रश्न आला, ''येऊ शकतो का?''

सरला हलक्या, स्निग्ध स्वरात म्हणाली, ''या.''

रमेन घाटाच्या पायऱ्यांवर बसला, तिच्या पायापाशी.

सरला गडबडून म्हणाली, ''कुठे बसलात रमेनदा! वर या.''

रमेन म्हणाला, ''तुम्हाला ठाऊक आहे, देवीचं वर्णन तिच्या पावलांपासून सुरू होतं. तुमच्याशेजारी जागा असेल, तर नंतर बसेन. द्या तुमचा हात. विलायतीपद्धतीप्रमाणे अनुनय सुरू करतो.''

त्यानं सरलाच्या हाताचं चुंबन घेतलं, आणि म्हणाला, ''क्रांतिकारकाच्या अभिवादनाचा स्वीकार करा.''

त्यानंतर तो उठून उभा राहिला, आणि थोडासा गुलाल घेऊन त्यानं तो तिच्या कपाळाला लावला.

''हे काय आणखी?''

''आज दोल पोर्णिमा आहे, माहीत नाही? तुमच्या बागेतल्या झाडाझाडांवर, पानापानांवर रंग उधळले आहेत. वसंत ऋतूत माणसाच्या अंगावर तर रंग चढत नाही, पण चढतो त्याच्या मनावर. त्या रंगाला प्रकाश दाखवला पाहिजे, नाही तर वनलक्ष्मी, अशोकवनात तुम्ही निर्वासित होऊन रहाल.''

"तुमच्याशी शब्दांचे खेळ खेळण्याइतकी हुशारी माझ्यामधे नाही."

"शब्दांची गरजच कुणाला आहे? नरपक्षीच फक्त गाणं गातात. तुम्ही मादी पक्ष्यांनी ते गाणं ऐकून घेणं, हेच त्याचं उत्तर देणं. आता बसू द्या तुमच्याजवळ."

रमेन सरलाच्या जवळ येऊन बसला. दोघंही बराच वेळ गप्प होते. अचानक सरलानं विचारलं, "रमेन या जेलमध्ये कसं जाता येईल? सुचवा मला काहीतरी त्याबद्दल. माहिती सांगा."

"जेलमधे जाण्याचे मार्ग इतके असंख्य, आणि आजकाल इतके सोपे आहेत, की काय केल्यामुळे जेलमधे जावं लागणार नाही, याचीच माहिती देणं कठीण झालं आहे. या युगामध्ये गोऱ्यांची बासरी घरात टिकू देत नाही."

"नाही, मी गमतीनं विचारत नाही, खूप विचार करून पाहिला. माझी सुटका यातच आहे."

"तुमच्या मनातली गोष्ट स्पष्टपणे सांगा."

"सांगते, जर तुम्ही आदित्यदांचा चेहरा पाहिला असता, तर सगळं संपूर्ण समजलं असतं."

"अस्पष्टपणे थोडंसं पाहिलं आहे."

"आज संध्याकाळी मी व्हरांड्यात एकटीच होते. अमेरिकेहून फुलझाडांच्या फोटोंचा कॅटलॉग आला तो चाळून पहात होते. रोज संध्याकाळी साडेचारच्या सुमारास चहा पिऊन झाल्यानंतर आदित्यदा मला बागेच्या कामासाठी बोलावून घेतात. आज पाहिलं तर अन्यमनस्क होऊन इकडे तिकडे फिरत होते. माळ्यांचं काम चाललं होतं तिकडे पहातही नव्हते. मला वाटलं ते माझ्या व्हरांड्याकडे येतील बहुतेक. पण घुटमळून परत फिरले. इतका उंचापुरा, दणकट माणूस, जोरदार चालणं, जोमानं काम करणं, सगळीकडे सजग नजर, मालक म्हणून कडक, पण चेहऱ्यावर क्षमाशील हास्य – आज त्याच माणसाचं चालणं तसं नाही, वागणं तसं नाही, कुठे लक्ष नाही – जणू कुठेतरी मनाच्या आत तळाशी पोचले आहेत. बऱ्याच वेळानं हळू हळू जवळ आले, दुसरा एखादा दिवस असता तर लगेच हातावरचं घड्याळ दाखवून म्हणाले असते, "वेळ झाली आहे." मी पण उठून निघाले असते. आज तसं काही न म्हणता सावकाश खुर्ची जवळ ओढून आणून खुर्चीत बसले. म्हणाले, 'कॅटलॉग बघते आहेस वाटतं.' माझ्या हातून कॅटलॉग घेऊन पानं उलटायला लागले. त्यात काय बघितलं कळलं नाही. एकदम माझ्या चेहऱ्याकडे पाहिलं, जणू मनात ठरवलं असावं की आणखी उशीर न लावता आत्ताच काय ते बोलून टाकावं. पण पुन्हा तसेच कॅटलॉगच्या एका पानाकडे पाहून म्हणाले, "बघितलंस, सरला, किती मोठा नास्टर्टियम आहे."

आवाजात विलक्षण थकवा होता. त्यानंतर बराच वेळ काही बोलणं नाही. पानं

उलटत राहिले. आणखी एकदा माझ्या चेहऱ्याकडे पाहिलं. पहात असतानाच कॅटलॉग धपकन बंद करून माझ्या मांडीवर टाकून उठून उभे राहिले. मी म्हटलं, "बागेत नाही जायचं?" तर म्हणाले, 'नाही, बाहेर जावं लागणार आहे. काम आहे.' एवढं म्हणून घाईघाईनं स्वतःला सोडवून घेत असल्यासारखे निघून गेले."

"आदित्यदा तुम्हाला काय सांगण्यासाठी आले होते? तुमचा काय अंदाज आहे?"

"सांगायला आले होते, तुझी एक बाग पूर्वीच उजाड होऊन गेलेली आहे. आता हुकूम झाला आहे त्याप्रमाणे तुझ्या नशिबात आणखी एक बाग उजाड होणार आहे."

"असं जर का झालं सरला, तर जेलमध्ये जाण्याचं स्वातंत्र्य मला रहाणार नाही."

सरला म्लानपणे हसून म्हणाली, "तुमचा तो रस्ता मी थोडीच बंद करू शकते! त्याची व्यवस्था स्वतः सरकारच करेल."

"तू देठापासून तुटून रस्त्यात पडून रहाशील, आणि मी बेड्या वाजवत मिरवत तुरुंगात जाईन, असं कधी होऊ शकतं? नाही तर आत्तापासूनच मला याच वयात शहाणं माणूस व्हायला शिकलं पाहिजे."

"काय कराल तुम्ही?"

"तुझ्या अशुभ ग्रहांशी लढाई घोषित करेन. पत्रिकेतून त्याला पळवून लावेन. त्यानंतर लांबलचक सुट्टी मिळेल, अगदी काळ्या पाण्यापलीकडे पर्यंत."

"तुमच्यापासून कुणी काही लपवू शकत नाही. काही दिवसांपासून एक गोष्ट माझ्या लक्षात आली आहे. ती तुम्हाला सांगते, तिचं तुम्ही काही मनाला लावून घेऊ नका."

"नाही सांगितलंस तर मनाला लावून घेईन."

"लहानपणापासून मी आदित्यदांबरोबर वाढले. भाऊ-बहिणीप्रमाणे नाही, भावा-भावांप्रमाणे. दोघांनी स्वतःच्या हातांनी जोडीजोडीनं माती खोदली, झाडं छाटली, मोठ्या काकू आणि आई टायफाईड होऊन दोन-तीन दिवसांच्या अंतरानं वारल्या, तेव्हा मी सहा वर्षांची होते. त्यानंतर दोन वर्षांनी बाबा गेले. मोठ्या काकांना फार वाटत होतं की मी त्यांच्या बागेला प्राणपणानं जपेन. त्याच उद्देशानं त्यांनी मला बागकामात तयार केलं होतं. त्यांना कुणावरही अविश्वास दाखवणं माहीत नव्हतं. ज्या मित्रांना त्यांनी कर्जाऊ पैसे दिले होते, ते कर्ज फेडून बाग सोडवतील याबद्दल त्यांना कसलीही शंका नव्हती. फेड केली फक्त आदित्यदांनी, आणखी कुणीही नाही. हा सर्व इतिहास कदाचित तुम्हाला थोडा थोडा माहीत असेल, पण तरी आज ही सर्व कहाणी पहिल्यापासून सांगावीशी वाटते आहे."

"आता मला हे सगळं काही नवीनच वाटतं आहे."

"त्यानंतर अचानक सगळं काही बुडालं. जेव्हा पुरामधून ओढून मला उंच

काठावर आणलं गेलं तेव्हा पुन्हा एकदा माझ्या नशिबाशी आदित्यदा येऊन धडकले. पूर्वी होतो तसेच भेटलो, भाऊ-भाऊ असल्यासारखे, एकमेकांचे मित्र असल्यासारखे. तेव्हापासून मी आदित्यदांच्या आश्रयानं रहाते आहे. हे जितकं खरं, तितकंच मी त्यांना आश्रय दिला आहे, हेही खरं आहे. त्याच्या प्रमाणात माझ्याकडून काहीही कमी पडलेलं नाही, हे मी ठासून सांगू शकते. म्हणून मला संकोच वाटण्याचं एवढंसं देखील कारण नव्हतं. यापूर्वी आम्ही जेव्हा एकत्र होतो, तेव्हा आमचं ते जे वय होतं, ते वय घेऊनच मी पुन्हा इकडे आले, संबंधही तसेच घेऊन. अशाच रीतीनं नेहमीकरता चालत राहू शकलं असतं. आणखी काय सांगू?''

''बोलणं पूर्ण करून टाक.''

''अचानक मग धक्का मारून कुणीतरी जाणवून दिलं की मी आता मोठी झाले आहे. ज्या दिवसांच्या आवरणाखाली एकत्र काम केलं, त्या दिवसांचं आवरण एका क्षणात उडून गेलं आहे. तुम्हाला सगळं माहीतच आहे, रमेनदा, तुमच्या नजरेतून माझी कोणतीच गोष्ट सुटलेली नाही. माझ्यावरचा बौदीचा राग पाहून सुरुवाती सुरुवातीला मला फार आश्चर्य वाटलं होतं. काही समजलंच नव्हतं. इतके दिवस स्वत:वर नजर पडली नव्हती. बौदीच्या नाराजीच्या आगीच्या प्रकाशात स्वत:ला पाहिलं, आणि स्वत:पाशीच उघडी पडले. मला काय म्हणायचंय, ते कळतंय ना?''

''तुझं लहानपणातलं तळाशी लपलेलं प्रेम धक्का लागून, जागचं हलून पाण्यातून वर उठलं होतं.''

''मी काय करू सांगा. स्वत:पासूनच लांब कशी पळून जाऊ.'' बोलता बोलता सरलानं रमेनचा हात घट्ट धरला.

रमेन काहीच बोलला नाही. मग तीच म्हणाली, ''जितके दिवस मी इथे आहे तितके दिवस माझ्या चुका वाढतच चालल्या आहेत.''

''चुका कोणाच्या बाबतीत?''

''बौदीच्या बाबतीत.''

''हे बघ सरला, या सगळ्या जुन्या कल्पना मी मानत नाही. तुझ्या हक्कांचा हिशोब कोणत्या गोष्टीवरून करायचा? तुम्हा दोघांचे संबंध इतक्या जुन्या काळातले - तेव्हा बौदी होतीच कुठे?''

''बोलता काय रमेनदा! असं आपल्या मर्जीनुसार वागणं हे काय औचित्याला धरून आहे? आदित्यदांचा पण तर विचार करायला हवा.''

''करायला हवा. तुला काय वाटतं, ज्या आघाताचा तुला धक्का बसला तोच आघात काय त्यांच्यावर झाला नाही?''

''रमेन आहे वाटतं तिथे,'' मागून आवाज ऐकू आला.

''हो. दादा.'' रमेन उठला.

"तुझ्या बौदीनं तुला बोलावलं आहे. आया आत्ताच सांगून गेली."

रमेन निघून गेला. सरलादेखील तेव्हाच जायला निघाली. आदित्य म्हणाला, "जाऊ नको, सरे, जरा बैस."

आदित्यचा चेहरा पाहून सरलाचं हृदय विदीर्ण झालं. हा स्वतःला विसरून सतत कामात रहाणारा, मस्त तब्येतीचा माणूस इतका वेळ तडफडणारं मन घेऊन इकडे तिकडे भटकत होता, नांगर तुटून हेलकावे घेणाऱ्या होडीसारखा. आदित्य म्हणाला, "आपण दोघांनी या जगात एकत्रच आयुष्य सुरू केलं होतं. आपण एकत्र येणं इतकं सहज होतं की त्यात कसल्याही कारणानं काहीही अंतराय निर्माण होऊ शकेल ही गोष्ट मनातही येणं अशक्य होतं. खरं आहे नं, सरि?"

"अंकुर उगवताना जे एक असतं त्याचे वाढल्यावर दोन भाग होतात ही गोष्ट मान्य न करणं तर शक्य नाही आदित्यदा."

"ते भाग तर बाह्य असतात. फक्त डोळ्यांना दिसणारे भाग. आतले प्राण तर दुभंगत नाहीत. आता तुला माझ्यापासून दूर करण्याची सूचना आली आहे. त्याचा माझ्यावर इतका, खोलवर परिणाम होईल असं मला कधीच वाटलं नव्हतं. सरि, तुला माहीत नाही केवढा मोठा धक्का बसला आहे मला."

"माहीत आहे. तुम्हाला माहीत झालं त्याच्या आधीपासून."

"सहन करता येईल, सरि?"

"सहन करावंच लागेल."

"स्त्रियांची सहन करण्याची ताकद आमच्यापेक्षा जास्त असते का, त्याचा विचार करतो आहे."

"तुम्ही पुरुष माणसं दुःखाशी लढाई करता, स्त्रिया युगानुयुगं दुःख केवळ सहन करतात. डोळ्यामधलं पाणी, आणि सहन करण्याची शक्ती या खेरीज आणखी कोणतीच साधनं त्यांच्याजवळ नसतात."

"तुला माझ्यापासून तोडून टाकलं जाईल, हे मी सहन करणार नाही, होऊ देणार नाही. हा अन्याय आहे, हा क्रूर अन्याय आहे," – असं म्हणून आदित्यनं मूठ वळून आकाशातल्या कोणत्या तरी अदृश्य शत्रूशी लढण्याचा पवित्रा घेतला. आदित्यचा हात आपल्या मांडीवर घेऊन सरला त्यावरून आपला हात हळू हळू फिरवायला लागली. बोलायला लागली, "न्याय-अन्यायाची गोष्ट नाहीये ही, संबंधांच्या बंधनाचा जेव्हा फास होतो तेव्हा त्याच्या वेदना बऱ्याच लोकांना होतात, त्याची खेचाखेच नाना दिशांनी होते. दोष कुणाला द्यायचा."

"तू सहन करू शकशील, हे माहीत आहे मला. पूर्वीची एक गोष्ट आठवते. तुझे केस किती छान होते, अजूनही आहेत. आपल्या केसांचा तुला अभिमान होता. सगळेजण तारीफ करून त्या अभिमानाला पुष्टी देत असत. एक दिवस माझं

तुझ्याशी भांडण झालं. तू दुपारी उशीवर केस पसरून झोपली होतीस. मी कात्री घेऊन ते अर्धे कापले. त्याचवेळी तू जागी झालीस, आणि उठलीस. तुझे ते काळेभोर डोळे आणखी झाकोळले. एवढंच म्हणालीस, "तुला काय वाटलं, माझी जिरवशील?" असं म्हणून माझ्या हातातून कात्री ओढून घेऊन कचाकच मानेपर्यंतचे केस कापून टाकलेस. मेशोमशाय तुला पाहून चकित झाले. म्हणाले, "हे काय झालं?" तू शांतपणे, सहजपणे म्हणालीस. "खूप उकडतं" त्यांनी देखील जरासं हसून ते मान्य केलं. प्रश्न विचारणं नाही, रागावले नाहीत, फक्त कात्री घेऊन तुझे सगळे केस नीट सारखे कापून दिले. तुझेच तर ते काका!

सरला हसून म्हणाली, "खूप आहे तुमची समज! तुम्हाला काय वाटलं, हा माझा क्षमाशीलपणा होता? अजिबात नाही. त्यादिवशी तुम्ही माझी जितकी जिरवली होती त्याहून खूप जास्त मी तुमची जिरवली होती. खरं की नाही सांगा?"

"अगदी खरं. ते कापलेले केस पाहून मला केवळ रडू फुटायचं बाकी राहिलं होतं. त्याच्या दुसऱ्या दिवशी तुला शरमेनं तोंड दाखवू शकलो नव्हतो. अभ्यासाच्या खोलीत गप्प बसून राहिलो होतो. तू खोलीत येऊन माझा हात धरून मला ओढत बागेच्या कामासाठी घेऊन गेलीस, जणू काही काही घडलचं नव्हतं. आणखी एका दिवसाची गोष्ट आठवते, तीच, ज्या दिवशी फाल्गुन महिन्यातल्या अकाली उठलेल्या पावसाळी वाऱ्यानं माझ्या झोपायच्या खोलीचं छत उडवून टाकलं होतं, तेव्हा तू येऊन..."

"थांबा, आणखी बोलू नका आदित्यदा –" असं म्हणून सरलानं दीर्घ नि:श्वास सोडला. "ते दिवस आता पुन्हा येणार नाहीत," असं म्हणून ती लगेच उठायला लागली.

आदित्य व्याकूळ होऊन सरलाचा हात घट्ट धरून म्हणाला, "नको, जाऊ नको, इतक्यात जाऊ नको. जेव्हा केव्हा जायचा दिवस येईल तेव्हा..."

बोलता बोलता एकदम उत्तेजित होऊन म्हणाला, "का म्हणून कोणत्या तरी दिवशी जावं लागेल! काय अपराध घडलाय! मत्सर! आज इतक्या वर्षांच्या संसारयात्रेत माझी परीक्षा झाली, तिचा हा निष्कर्ष? कशाचा मत्सर? तसं असेल तर जेव्हापासून तुझ्याशी माझी ओळख झाली तो तेवीस वर्षांचा इतिहास पुसून टाकावा लागेल.

"तेवीस वर्षांचं तर मी काही सांगू शकत नाही. पण तेवीस वर्षांच्या या अखेरच्या काळात मत्सर वाटण्यासारखं काही घडलं नाही? खरं कबूल करायलाच लागेल. स्वत:शी फसवणूक करून काय उपयोग! तुमच्या माझ्यात कोणतीही गोष्ट संदिग्ध रहाता कामा नये."

आदित्य काही वेळ स्तब्ध बसून राहिला. मग एकदम म्हणाला, "आत्ता काही संदिग्ध राहिलं नाही. आतल्या आत मला समजलंय, तू नसलीस तर माझं विश्व

निरर्थक होईल. आयुष्याच्या पहिल्या पर्वात ज्यांच्याकडून तू मला मिळालीस ते सोडून इतर कोणीही तुला माझ्यापासून हिरावून घेऊ शकत नाही.''

''काही बोलू नका आता, आदित्यदा! दु:ख आणखी वाढवू नका. जरा शांत होऊन विचार करू द्या.''

''विचार करून मागच्या दिशेला वळता येत नाही. मेशोमशायांच्या मायेच्या सावलीत आपण दोघांनी जेव्हा आपलं आयुष्य सुरू केलं होतं तेव्हा कसला विचार केलेला नव्हता. आज कुठल्यातरी खुरप्यानं ते आपले दिवस उचकटून काढून टाकता येतील का? तुझ्याबद्दल मी सांगू शकत नाही सरि, पण मला ते जमणार नाही.''

''पाया पडते तुमच्या! मला दुबळी करू नका, माझ्या उद्धाराचा मार्ग दुर्गम करू नका.''

आदित्य सरलाचे दोन्ही हात घट्ट धरून म्हणाला, ''उद्धाराचा मार्ग नाही. तो मार्ग मी ठरवणार नाही. माझं तुझ्यावर प्रेम आहे, ही गोष्ट आज मी इतक्या सहजपणानं, खरेपणानं सांगू शकलो आहे. त्या भावनेनं माझा ऊर भरून आला आहे. तेवीस वर्ष जे मातीत दबलेलं होतं, त्याला देवाच्या कृपेनं आज अंकुर फुटला आहे. त्याला दडपून टाकलं तर ती भीरूता होईल, तो अधर्म होईल.''

''बस, बस, आणखी बोलू नका. आजच्या या रात्रीसाठी मला क्षमा करा, क्षमा करा मला.''

''सरि, क्षमा तू मला करायला हवीस. आयुष्याच्या अखेरच्या दिवसापर्यंत मलाच तुझी क्षमा मागायला हवी. का मी आंधळा झालो, का मी तुला ओळखलं नाही? का लग्न करण्याची चूक केली? तू तर लग्न केलं नाहीस, किती मागण्या आल्या होत्या तुला, ते मला माहीत आहे.''

''मोठ्या काकांनी तर मला त्यांच्या बागेच्या कामासाठी दान करून टाकलं होतं नाहीतर कदाचित...''

''नाही, नाही, तुझ्या मनात खोलवर तुझं झगझगीत सत्य होतं, न समजता देखील तू स्वत:ला त्याच्याशी बांधून घेतलं होतंस. तू का नाही मला जाणीव करून दिलीस? का आपले मार्ग वेगळे झाले?''

''राहू दे आता. जे मान्य करावंच लागेल ते मान्य न करण्यासाठी तुम्ही कुणाशी भांडण करता आहा? काय होणार आहे उगीच जिवाची तडफड करून घेऊन? उद्या काहीतरी विचार करून एखादा मार्ग काढता येईल.''

''ठीक आहे, नाही बोलत आणखी. पण या चांदण्या रात्री माझ्यातर्फे तुला काहीतरी सांगेल अशी एक वस्तू तुझ्याजवळ ठेवून जातो.''

बागेचं काम करताना आदित्यच्या कमरेला एक मोठा बटवा बांधलेला असायचा. काही ना काही ठेवायची गरज पडायची. त्या बटव्यातून त्यानं लहानशा गुच्छात

बांधलेली नागकेशराची पाच फुलं बाहेर काढली. म्हणाला, "मला माहीत आहे, तुला नागकेशर खूप आवडतं. तुझ्या खांद्यावरच्या या पदरावर लावून देऊ? ही बघ सेफ्टीपिन आणली आहे."

सरलानं हरकत घेतली नाही. आदित्यनं बराच वेळ घेऊन जपून जपून फुलं लावली. सरला उठून उभी राहिली. आदित्य समोर उभा राहून तिचे दोन्ही हात धरून तिच्या चेहऱ्याकडे पहात राहिला. जणू काही आकाशातल्या चंद्राकडे पहातो आहे. म्हणाला, "किती सुंदर आहेस तू सरि, किती सुंदर आहेस!"

सरला हात सोडवून घेऊन धावत निघून गेली. आदित्य तिच्यामागे गेला नाही. जितका वेळ ती दिसत होती तितका वेळ तिथेच शांत उभा राहिला. त्यानंतर तिथेच घाटावरच्या चतुबऱ्यावर बसला, नोकर येऊन म्हणाला, "जेवायची तयारी झाली आहे."

आदित्य म्हणाला, "आज मला जेवायचं नाही."

रमेननं दरवाज्यातून विचारलं, "बौदी, बोलावलं होतं का?" नीरजानं दाटलेला गळा मोकळा करून म्हटलं, "ये." खोलीतले सर्व दिवे मालवलेले होते. खिडकी उघडी होती. बिछान्यावर चांदणं पडलं होतं, पडलं होतं नीरजाच्या चेहऱ्यावर आणि तिच्या उशापाशी ठेवलेल्या, आदित्यनं दिलेल्या त्या लॅबर्नमच्या गुच्छावर. बाकी सगळं काही अंधुक होतं. उशीचा आधार घेऊन नीरजा अर्धवट उठून बसली होती, खिडकीच्या बाहेर पहात होती. त्याबाजूला ऑर्किड हाऊसच्या पलीकडे सुपारीच्या झाडांची रांग दिसत होती. वारा आता आता सुरू झाला होता. पानं हलायला लागली होती. आंब्याच्या मोहोराचा सुगंध येत होता. खूप लांबवरून ढोलाचा आणि गाण्याचा आवाज येत होता. बैलगाडीवाल्या लोकांच्या वस्तीवर होळीचा रंग जमला होता. टेबलावर ताटलीत बर्फी आणि थोडा गुलाल ठेवलेला होता. दरवान त्यांच्याकडून भेट म्हणून देऊन गेला होता. रुग्णाच्या विश्रांतीचा भंग होऊ नये म्हणून सगळं घर आज शांत होतं. एका झाडावरून दुसऱ्या झाडावर पपीहा पक्ष्यांचा सवाल-जवाब चालला होता – 'पियु कहाँ, पियु कहाँ – कुणीच हार मानायला तयार नव्हतं. रमेन मोढा ओढून घेऊन बिछान्याजवळ बसला. एकदम रडू फुटेल या भीतीनं नीरजा बराच वेळ काही बोलली नाही. तिचे ओठ कापायला लागले. गळ्याभोवती जणू काही वेदनेनं घट्ट विळखा घातला होता. काही वेळानं तिनं स्वतःला सावरून घेतलं, लॅबर्नमच्या गुच्छातली दोन तुटून पडलेली फुलं तिच्या मुठीत चिरडून गेली होती. काही न बोलता तिनं एक पत्र रमेनच्या हातात

दिलं. पत्र आदित्यचं होतं. त्यात लिहिलं होतं -

"इतक्या दिवसांच्या सहवासानंतर आज अचानक कळलं की माझ्या एकनिष्ठत्वाबद्दल शंका घेणं तुला शक्य वाटलं. या संबंधात काही वाद घालायची मला शरम वाटते. तुझ्या मनाच्या सध्याच्या स्थितीत माझं सगळं बोलणं, सगळं वागणं तुला तुझ्या दृष्टीनं विपरीतच वाटेल. काही कारण नसताना उद्भवलेली ही पीडा तुझ्या दुर्बल शरीरावर क्षणाक्षणाला आघात करत राहील. तुझं मन स्वस्थ शांत होईपर्यंत मी तुझ्यापासून लांब राहिलेलंच चांगलं. हेही समजलं की सरलाला इथल्या कामातून मी मोकळं करावं अशी तुझी इच्छा आहे. बहुतेक करावंच लागेल, त्याखेरीज दुसरा मार्ग नाही, हे विचार केल्यावर लक्षात आलं. तरीदेखील सांगतो, माझं शिक्षण, व्यवसाय, प्रगती, सगळं काही सरलाच्या मोठ्या काकांच्या कृपेनं झालं आहे. माझं जीवन सार्थक करण्याचा मार्ग त्यांनीच मला दाखवला आहे. त्यांच्या स्नेहाचं धन असलेल्या सरलाचं सर्वस्व नाहीसं झालेलं आहे. ती असाहाय्य आहे. आज मी तिला वाऱ्यावर सोडलं तर तो अधर्म होईल. तुझ्यावरच्या प्रेमाखातर सुद्धा मी ते करू शकणार नाही.

बराच विचार करून ठरवलं आहे. आपल्या व्यवसायात एक नवीन विभाग सुरू करायचा – फुलं आणि भाज्या यांचं बियाणं तयार करण्याचा विभाग. माणिकतलामध्ये घरासकट जमीन मिळण्यासारखी आहे. तिथेच सरलाला कामासाठी ठेवेन. हे काम सुरू करण्यासाठी रोख रक्कम माझ्या हातात नाही. आपली ही बाग आणि घर गहाण टाकून पैसा उभा करावा लागेल. या प्रस्तावाबद्दल नाराज होऊ नको, अशी माझी कळकळीची विनंती आहे. लक्षात असू दे, सरलाच्या मोठ्या काकांनी माझ्या या बागेसाठी मला भांडवल म्हणून बिनव्याजी रक्कम उधार दिली होती. नंतर कळलं की त्यातला थोडा पैसा त्यांनी स्वतःच कुणाकडून तरी कर्जाऊ घेतला होता. फक्त एवढंच नाही, काम सुरू करण्यासाठी बियाणं, कलमं, दुर्मिळ फुलझाडांची रोपं, ऑर्किडस्, गवत कापण्याचं यंत्र, आणि इतर अनेक साधनसामुग्री विनामूल्य देऊन टाकली होती. एवढी मोठी संधी त्यांनी मला दिली नसती तर आज तीस रुपये भाड्याच्या जागेत वाण्याचं दुकान चालवावं लागलं असतं. तुझ्याशी लग्न करणंही नशिबात नसतं. तुझ्याशी बोलणं झाल्यानंतर हा एकच प्रश्न माझ्या मनात पुन्हा पुन्हा येतो आहे – मी सरलाला आश्रय दिला आहे, की तिनंच मला आश्रय दिला आहे? हे सर्व मी अगदी सहजपणे विसरून गेलो होतो. तूच मला त्याची आठवण करून दिलीस. आता तुलादेखील लक्षात ठेवायला हवं. सरला माझ्या गळ्याभोवतीचं लोढणं आहे, असं कधीही समजू नको. तिच्या ऋणातून मी कधीही उतराई होऊ शकत नाही. तिचा माझ्यावरचा हक्कदेखील कधीही संपणार नाही. तुझ्याशी तिची भेट कधी होणार नाही, याची काळजी घेण्याचा प्रयत्न करीत

राहीन. पण माझ्याशी असलेला तिचा संबंध कधीही तुटणं शक्य नाही ही गोष्ट आज जशी माझ्या लक्षात आली तशी यापूर्वी कधीही आली नव्हती. सगळंच काही मी सांगू शकलेलो नाही. माझं दु:ख आज शब्दांच्या पलीकडे पोचलेलं आहे. जर अंदाजानं समजू शकलीस, तर समजून घे. नाही तर आयुष्यातली ही माझी पहिली वेदना असेल जी तुझ्यापाशी व्यक्त होऊ शकली नाही.''

रमेननं पत्र दोन वेळा वाचलं. वाचल्यानंतर गप्पच राहिला.

नीरजा व्याकूळ स्वरात म्हणाली, ''काहीतरी बोला नं ठाकुरपो.'' रमेननं तरीही काही उत्तर दिलं नाही. नीरजा बिछान्यावर पडून उशीवर डोकं आपटायला लागली. म्हणाली, ''चूक झालीय माझ्या हातून, चूक झालीय! पण तुम्हाला कुणालाच कसं कळलं नाही माझं डोकं का भडकून उठलं ते.''

''काय करते आहेस बौदी! शांत हो! तुझी तब्येत बिघडेल.''

''या बिघडलेल्या तब्येतीनचं तर माझं डोकं बिघडवलंय! तिचं कौतुक कशाला! त्यांच्यावरचा माझा अविश्वास निर्माण झाला कुठून? हा माझ्या दुर्बल शरीरामुळे आलेला माझा माझ्या स्वत:च्या जीवनावरचा अविश्वास आहे. ती त्यांची नीरू आज कुठे आहे – तिला ते कधी 'मालिनी' म्हणायचे, तर कधी 'वनलक्ष्मी.' तिचं उपवन आज कुणी हिरावून घेतलं. मला काय फक्त एकच नाव होतं? काम संपवून यायला ज्या दिवशी त्यांना उशीर व्हायचा तेव्हा त्यांचं जेवण त्यांच्या समोर ठेवून मी त्यांच्याजवळ बसायची, तेव्हा ते मला म्हणायचे, ''अन्नपूर्णा''. संध्याकाळच्या वेळी ते तळ्याच्या घाटावर बसायचे. चांदीच्या छोट्या तबकात मोगऱ्याच्या फुलांची लहानशी रास रचून, त्यावर विडे ठेवून मी त्यांच्यासमोर धरायची, तेव्हा हसून मला म्हणायचे, ''तांबूलकरंडकवाहिनी'' संसाराच्या बाबतीतला सगळा सल्ला ते माझ्याकडून घेत असत. मला नाव दिलं होतं, ''गृहसचिव'', तर कधी कधी ''होम सेक्रेटरी.'' मी म्हणजे जणू काही समुद्राकडे येणारी पाण्यानं भरलेली नदी होते. मला वेगवेगळ्या दिशांना वेगवेगळे प्रवाह फुटले होते. सगळ्या प्रवाहांमधून आज सगळं पाणी सुकून गेलं आहे. दगड बाहेर दिसायला लागले आहेत.''

''बौदी, तुम्ही पुन्हा बऱ्या व्हाल. तुमच्या स्थानावर पूर्ण शक्तीनिशी अधिकार गाजवाल.''

''खोटी आशा दाखवू नका ठाकुरपो. डॉक्टर काय म्हणाले ते मी ऐकलेलं आहे. त्यामुळेच माझ्या इतक्या दिवसांच्या सुखी संसाराला घट्ट धरून ठेवते आहे. माझ्या निराशेतून आलेलं कंगालपण आहे हे.''

''त्याची गरज काय बौदी, तुमच्या संसारात तुम्ही इतके दिवस स्वत:ला झोकून दिलं होतं. यापेक्षा मोठी गोष्ट आणखी काही असते का? जसं तुम्ही दिलंत, तसं मिळवलंही, तुम्हाला मिळालं, तितकं सगळं कोणत्या स्त्रीला मिळतं? जर

डॉक्टरांचं बोलणं खरं झालं, जर जायचा दिवस येऊनच ठेपला, तर जी गोष्ट मोठ्या भाग्यानं मिळाली तिला मोठ्या भाग्यासकट इथे ठेवून जा. इतके दिवस ज्या गौरवानं काढले त्या गौरवाला कमीपणा आणून का म्हणून जाणार? या घरातल्या तुमच्या अखेरच्या स्मृतीला जायच्या वेळेस नवीन महिमा देऊन जा.''

''छाती फाटून जाते, ठाकुरपो, छाती फाटून जाते! माझ्या इतक्या दिवसांच्या सुखाला इथेच टाकून हसतमुखानं निघून जाऊ शकले असते, पण एखाद्या ठिकाणी एवढासा देखील कोपरा रहाणार नाही का, जिथे माझ्यासाठी एखादा विरहदीप मंदपणे का होईना पण तेवत राहील. असं काही मनात आलं की मरावंसं देखील वाटत नाही. विधात्याच्या मनात असं आहे का की या सरलानं सगळंच्या सगळं अगदी पूर्णपणे ताब्यात घ्यावं?''

''खरं सांगू बौदी, रागावू नका. पण तुम्हाला काय म्हणायचं आहे ते मला नीटसं कळलंच नाहीये. ज्याचा स्वत: उपभोग घेऊ शकत नाही, ते सुद्धा प्रसन्न मनानं तुम्ही देऊन टाकू शकत नाही, ज्याला इतके दिवस इतकं काही दिलेलं आहे, त्याला? तुमच्या प्रेमावर इतका मोठा कलंक लावून जावं? तुमच्या संसारातला तुमच्या श्रद्धेचा प्रदीप आज तुम्ही स्वत:च फोडून टाकायला उद्युक्त झाला आहा. त्याची वेदना ओलांडून तुम्ही निघून जाल, पण आम्हाला ती कायम सलत राहील. तुम्हाला विनवून सांगतो, तुमच्या संपूर्ण जीवनातल्या चांगुलपणात अखेरच्या क्षणी कृपणता करू नका.''

नीरजा हमसून हमसून रडायला लागली. रमेन शांत बसून राहिला. तिची समजूत घालण्याचा प्रयत्नही केला नाही. रडण्याचा आवेग कमी झाल्यावर नीरजा बिछान्यात उठून बसली. म्हणाली, ''मला एक भिक्षा घाल, ठाकुरपो.''

''हुकूम करा बौदी.''

''काय सांगते ते ऐका. जेव्हा डोळ्यातल्या पाण्यानं आतल्या आत छाती भरून जाते तेव्हा या परमहंस देवांच्या फोटोकडे पहात रहाते. पण त्यांचे शब्द मनापर्यंत पोचत नाहीत. माझं मन फार संकुचित आहे. कसंही करून माझ्या गुरूशी माझी भेट घडवून आणा. नाहीतर बंधन सुटणार नाही. अस्तित्वाला जखडून राहीन. ज्या जगात सुखाचं आयुष्य घालवलं आहे. तिथेच मेल्यानंतर दु:खाच्या हवेत युगानुयुगं आक्रंदन करीत हिंडावं लागेल. त्यातून उद्धार करा माझा, उद्धार करा!''

''तुम्हाला माहीत आहे बौदी, शास्त्रात ज्याला पाखंडी म्हणतात तसा आहे मी. काहीही मानत नाही, प्रभात मित्तिर एकदा मला खूप आग्रह करून त्यांच्या गुरूकडे घेऊन गेले होते, अडकायच्या आधीच धूम पळत सुटलो. तुरुंगवासाला मुदत असते. ही कैद बिनमुदतीची.''

''ठाकुरपो, तुमचं मन पक्कं आहे, तुम्हाला माझं संकट समजणार नाही. मी

जितकी मागे पुढे करते तितकी खोल पाण्यात बुडत जाते. स्वत:ला सावरू शकत नाही.''

"बौदी, एक गोष्ट सांगतो, ऐक. जोपर्यंत तुला वाटेल की तुझी संपत्ती कुणीतरी हिरावून घेत आहे तोपर्यंत छातीच्या पिंजऱ्यात आग पेटलेली राहील. शांती मिळणार नाही. थोडीशी स्वस्थ होऊन, स्थिर राहून एकदा म्हणून तर पहा, "देऊन टाकलं मी. सगळ्यात जास्त जे मूल्यवान आहे ते देऊन टाकलं - त्याला, ज्याच्यावर सगळ्यात जास्त प्रेम करते'' - मनावरचं सगळं ओझं एका क्षणात उतरून जाईल. मन आनंदानं भरून जाईल. गुरूची काही गरज नाही. आत्ताच म्हण - "दिलं, काहीही हातचं राखलं नाही, माझं सर्व काही दिलं, बंधमुक्त होऊन, निर्मळ होऊन जाण्यासाठी तयार झाले, संसारात कोणत्याही दु:खाची गाठ बांधून ठेवून गेले नाही.''

"खूप बरं वाटतं आहे – बोला ठाकुरपो बोला – पुन्हा पुन्हा सांगा हे मला. आत्तापर्यंत त्यांना जे जे काही दिलं त्यातून आनंद मिळाला. आत्ता जे काही देऊ शकत नाही, त्यानंच इतकी तिळतिळ मरते आहे – देईन, देईन, देईन, माझं सगळं काही देईन. आणखी उशीर नाही, आत्ताच. तुम्ही त्यांना बोलावून आणा.''

"आज नाही बौदी! काही दिवस मनाला शांत ठेवा. तुमचा संकल्प सहजपणे होऊ दे.''

"नाही, नाही, आत्ता आणखी सहन होत नाही. जेव्हापासून ते सांगून गेलेत की हे घर सोडून जपानी घरात जाऊन रहातील तेव्हापासून ही शय्या माझ्यासाठी चिता झाली आहे. जर ते परत आले नाहीत, तर ही रात्र निघणार नाही, छाती फाटून मरून जाईन. सरलाला पण बोलावून आणा. मी छातीतून सूळ उपटून काढून फेकून देईन. घाबरू नका. तुम्हाला पक्का निश्चय करून सांगते आहे.''

"अजून वेळ आली नाही बौदी. आज राहू दे.''

"वेळ निघून जाईल, हीच भीती वाटते. आत्ताच्या आत्ता बोलावून आणा.''

परमहंस देवांच्या फोटोकडे पाहून दोन्ही हात जोडून म्हणाली, "बळ द्या, ठाकूर बळ द्या. मुक्ती द्या या बुद्धिहीन, नीच स्त्रीला. माझ्या दु:खानं माझ्या परमेश्वराला अडवलं आहे. पूजाअर्चा सर्व फुकट गेली आहे माझी. ठाकुरपो, एक गोष्ट सांगते. हरकत घेऊ नका.''

"काय, सांगा.''

"एकदा मला देवघरात जाऊ द्या, दहा मिनिटांकरता. त्यातून मला शक्ती मिळेल. कसलीही भीती रहाणार नाही.''

"ठीक आहे, जा, अडवत नाही.''

"आया!''

"काय खोकी?"

"मला देवघरात घेऊन जा."

"हे काय बोलतेस! डॉक्टर बाबू...."

"डॉक्टरबाबू, यमाला अडवू शकत नाहीत, आणि माझ्या देवाला अडवतील?"

"आया, तू त्यांना घेऊन जा. घाबरू नको. सगळं चांगलंच होईल."

आयाला धरून धरून नीरजा गेली, त्याचवेळेस आदित्य खोलीत आला. "हे काय नीरू खोलीत कशी नाही?"

"येतील इतक्यात. देवघरात गेल्या आहेत."

"देवघरात! देवघर काही जवळ नाहीये - डॉक्टरांनी मनाई केली होती."

"ऐका ना दादा, डॉक्टरच्या औषधापेक्षा जास्त उपयोग होईल, फक्त एकदा फुलांची ओंजळ वाहून परत येतील."

आदित्यनं जेव्हा नीरजाला पत्र लिहून पाठवलं होतं तेव्हा त्याला कल्पनाही नव्हती की नशिबानं त्याच्या आयुष्यपटावर पहिल्यांदा जी अक्षरं अदृश्य शाईनं लिहून ठेवली होती, ती बाहेरची उष्णता लागून अचानक इतकी झळाळून उठतील; प्रकाशमान होतील. आधी तो सरलाला सांगायला आला होता, दुसरा मार्ग नाही, सोडून जावं लागेल. हे सांगायला जाताना त्याच्या तोंडून उलटीच गोष्ट बाहेर पडली. त्यानंतर चांदण्या रात्री घाटावर बसल्या बसल्या पुन्हा पुन्हा मनाशी म्हणत राहिला - जीवनातलं सत्य उशिरानं सापडलं आहे, असं म्हणून त्याला नाकारणं शक्य नाही. त्याचा तर काही अपराध नाही. त्यात शरम वाटण्यासारखं काही नाही. सत्याला लपवून ठेवायला गेलं तर ते चुकीचं होईल. नाही लपवणार. पक्का निश्चय. परिणाम होईल तो होवो. ही गोष्ट आदित्यला समजून चुकली होती की जर त्यांच्या आयुष्याच्या केंद्रस्थानावरून, कामाच्या क्षेत्रातून आज सरलाला बाजूला सारलं, तर त्या एकटेपणात, त्या नीरसपणात त्याचं सगळं काही नष्ट होऊन जाईल. त्याचं काम देखील बंद पडून जाईल.

"रमेन, तुला आमच्याबद्दल सगळं काही माहीत आहे, हे मला ठाऊक आहे."

"हो, माहीत आहे."

"आज सगळा हिशोब चुकता करीन मी. आज पडदा ओढून फेकून देईन."

"तुम्ही एकटे नाही आहात दादा. स्वतःच्या खांद्यावरून ओझं झटकून टाकलं की संपलं नाही. दुसऱ्या बाजूला बौदी आहेत. संसारातल्या गाठी जटिल असतात."

"तुझी बौदी आणि मी यांच्यामध्ये खोटेपणा उभा करू शकणार नाही मी. लहान पणापासून सरलाशी माझं जे नातं होतं त्यात अपराध वाटण्यासारखं काही नव्हतं. हे तर तुला मान्य आहे?"

"मान्य आहे ना."

"त्या सहज संबंधाच्या तळाशी गाढ प्रेम लपलेलं होतं ते मला समजलं नाही, हा काय आमचा दोष?"

"कोण म्हणतं तुमचा दोष?"

"आज ती गोष्ट जर लपवून ठेवली, तरच खोटं वागल्याचा गुन्हा होईल. मी खरं काय ते ताठ मानेनंच सांगेन."

"लपवाल कशासाठी, आणि मुद्दाम होऊन उघड कराल तेही कशासाठी? बौदींना जे समजायचं, ते बौदी स्वतःच समजल्या आहेत. आणखी काही दिवसांत या जटील दुःखाच्या गाठी मोकळ्या होतील. तुम्ही त्यासाठी उगीच खेचाखेची करू नका. बौदींना तुम्हाला जे सांगायचं आहे, ते ऐका. त्याला प्रत्त्युत्तर म्हणून तुम्हाला जे म्हणायचं आहे, त्यातून सगळं सोपं होऊन जाईल."

नीरजाला खोलीकडे येताना पाहून रमेन बाहेर गेला.

खोलीत आल्याबरोबर आदित्यला पहाताच नीरजानं त्याच्या पायावर डोकं ठेवलं आणि अश्रूंनी गदगदलेल्या स्वरात म्हटलं, "क्षमा करा, क्षमा करा मला. माझी चूक झाली. इतक्या दिवसांनंतर आता माझा त्याग करू नका. मला दूर लोटू नका."

आदित्यनं दोन्ही हातांनी तिला धरून उचललं, आणि जवळ धरून हळू हळू बिछान्यावर झोपवलं. म्हणाला, "नीरू, तुझं दुःख मला समजत नाही का?"

नीरजाचे अश्रू थांबायला तयार नव्हते. आदित्य हळूहळू तिच्या मस्तकावरून हात फिरवत राहिला. नीरजा आदित्यचा हात जवळ ओढून घेऊन घट्ट धरून म्हणाली, "खरं सांगा, मला क्षमा केलीत म्हणून. तुम्ही प्रसन्न नसलात तर मेल्यानंतरदेखील मला सुख लागणार नाही."

"तुला तर ठाऊक आहे नीरू, आपल्यामध्ये अधून मधून दुरावा आला होता, पण त्यामुळे मनांची जुळणी मोडली नव्हती."

"याच्यापूर्वी तर कधीच तुम्ही घर सोडून गेला नव्हता. यावेळेस का गेलात? इतके निष्ठुर तुम्ही कसे झालात? कुणी केलं तुम्हाला इतकं निष्ठुर?"

"चूक झाली नीरु. क्षमा करावी लागेल."

"असलं काही बोलू नका. तुम्ही काय बोलता त्याचा नेम नाही. माझी सगळी शिक्षा, माझं सगळं बक्षीस तुमच्या कडूनच तर मिळत असतं. तुमच्या बाबतीत माझा अहंकार दुखावला, म्हणून तर माझी अशी दशा झाली. ठाकुरपोंना सांगितलं होतं सरलाला बोलावून आणायला. अजून आणलं का नाही?"

सरलाला बोलावून आणण्याबद्दल ऐकताक्षणी आदित्यच्या छातीत धस्स झालं. निदान आजच्या पुरता कसा तरी हा प्रश्न बाजूला सारू शकला असता, तर तो स्थिरावला असता. म्हणाला, "रात्र झाली आहे. आत्ता राहू दे."

तेवढ्यात नीरजा म्हणाली, "ऐकलं का, मला वाटतं ते दाराबाहेर वाट

पाहतायत. ठाकुरपो, आत या तुम्ही.''

सरलाला घेऊन रमेन खोलीत शिरला. नीरजा बिछान्यातून उठून उभी राहिली. सरलानं नीरजाच्या पायाला स्पर्श करून नमस्कार केला. नीरजा म्हणाली, ''ये बेटा, माझ्याजवळ बस.'' तिनं तिला हात धरून पलंगावर बसवलं. उशीखालून दागिन्याची पेटी काढून त्यातून एक मोत्याची माळ बाहेर काढली, आणि सरलाच्या गळ्यात घातली. म्हणाली, ''एके काळी माझ्या मनात होतं, जेव्हा मला चितेवर दहन केलं जाईल, तेव्हा ही माळ माझ्या गळ्यात असावी. पण त्यापेक्षा हेच चांगलं आहे की माझ्यापेक्षा तूच ही माळ शेवटपर्यंत गळ्यात घालून ठेव. कोणकोणत्या खास खास दिवशी मी ही माळ घातली होती ते तुझ्या दादांना माहीत आहे. तुझ्या गळ्यात ती दिसली, की तेच दिवस त्यांना आठवतील.''

''मी लायक नाही, दिदी, लायक नाही यासाठी. का मला शरमिंदी करता?''

नीरजानं ठरवलं होतं, की आजच्या तिच्या सर्वदान यज्ञामधला हा एक भाग असेल. पण तिच्या खोल अंतर्मनात धुमसणारी आग याच यज्ञातल्या दानाच्या निमित्तानं ज्वाला होऊन वर प्रकाशात आली, ही गोष्ट तिला स्वत:लादेखील नीट समजली नाही. हे सर्व सरलाच्या मनाला किती लागलं, ते अनुभवलं आदित्यनं. तो म्हणाला, ''ती माळ मला दे ना सरला. तिचं मूल्य माझ्यासाठी जितकं आहे, तितकं आणखी कुणासाठीही नाही. ती मी कुणालाही देऊ शकणार नाही.''

नीरजा म्हणाली, ''नशीब माझं! एवढं करून सुद्धा मी काही समजावू शकले नाही वाटतं! सरला, मी ऐकलं की, या बागेतून तुझ्या निघून जाण्याबद्दल बोलणं झालं होतं. ते मी कोणत्याही प्रकारे होऊ देणार नाही, तुला मी माझ्या संसारात सर्व बाबतीत सारख्या पातळीवर बांधून ठेवणार आहे. ही माळ त्याचंच प्रतीक आहे. हे माझं बंधन तुझ्या हाती सोपवलं आहे. मग मी निश्चिंत होऊन मरू शकते.''

''चूक करता आहा दिदी. मला बांधायला पाहू नका. त्यातून काही भलं होणार नाही.''

''हे काय बोलणं!''

''खरं तेच सांगते आहे. इतके दिवस तुम्ही माझ्यावर विश्वास ठेवू शकत होता. पण आज माझा भरवसा धरू नका. हे मी तुम्हाला सगळ्यांच्या समोर सांगते आहे. नशिबानं ज्या दानापासून मला वंचित ठेवलं ते दान दुसऱ्याची वंचना करून मी स्वीकारणार नाही. तुमच्या पायापाशी माझा प्रणाम. मी येते. चूक माझी नाही. चूक माझ्या त्या ईश्वराची आहे ज्याची मी मनाच्या विश्वासानं रोज दोन दोनदा पूजा करत होते. ते देखील आज संपलं.''

एवढं बोलून सरला वेगानं खोलीच्या बाहेर पडली. आदित्य स्वत:ला थोपवू शकला नाही. तोदेखील निघून गेला.

“ठाकुरपो, हे काय झालं ठाकुरपो! बोला ठाकुरपो, काही तरी बोला.”

“एवढ्यासाठीच म्हणत होतो, आज रात्री सरलाला बोलावू नका.”

“का? मी मोकळ्या मनानं सर्व काही देऊन टाकलं आहे, तिला काय तेवढंही समजलं नाही?”

“समजलं ना. समजलं की तुमचं मन मोकळं झालेलं नाही. स्वर लागला नाही.”

“कशानंही माझं मन शुद्ध झालं नाही. इतका मार खाऊन सुद्धा! कोण शुद्ध करून देईल माझ्या या मनाला! मला वाचवा ना ठाकुरपो! कोण आहे माझं? कुणाकडे जाऊ मी?”

“मी आहे बौदी, तुमचा भार मी घेईन, तुम्ही आता झोपा.”

“कशी झोपू? या घरातून ते जर निघून गेले तर मरण आल्याखेरीज मला झोप येणार नाही.”

“ते जाऊ शकणार नाहीत. तशी त्यांची इच्छा नाही. तेवढी त्यांची शक्ती नाही. हे घ्या झोपेचं औषध. तुम्हाला झोप लागल्यानंतर मग मी जाईन.”

“जा ठाकुरपो, तुम्ही जा. ते दोघे जण कुठे गेले पाहून या. नाही तर मी स्वत:च जाईन. त्यामुळे माझी तब्येत बिघडली तर बिघडू दे.”

“ठीक आहे, ठीक आहे, मी जातो.”

आदित्य आपल्या मागोमाग आल्याचं पाहून सरला म्हणाली, “का आलात? चांगलं नाही केलंत. परत जा. मी तुम्हाला माझ्याशी असं जोडून घेऊ देणार नाही.”

“तू देशील की नाही, हा प्रश्नच नाहीये. जोडलं तर गेलंच आहे. ते चांगलं असू दे की वाईट असू दे. त्यात आपला हात नाही.”

“ते सर्व बोलणं नंतर होईल. आत्ता परत फिरा, दुखणेकऱ्याची समजूत घाला.”

“आपल्या या बागेची आणखी एक शाखा काढायची आहे, त्याबद्दल...”

“आज राहू दे. मला दोन चार दिवसांची सवड द्या विचार करायला. आत्ता माझ्यामध्ये विचार करण्याची शक्ती नाही.”

रमेन येऊन म्हणाला, “जा दादा, बौदीला औषध देऊन झोपवून या. उशीर लावू नका. आणि काही झालं तरी त्यांना काहीही बोलू देऊ नका. रात्र फार झाली आहे.”

आदित्य निघून गेल्यावर सरला म्हणाली, “उद्या श्रद्धानंद पार्कमध्ये तुमची एक सभा आहे नं?”

“आहे.”

"तुम्ही जाणार नाही?"

"जायचं होतं. पण आता जाणं होणार नाही."

"का?"

"ते तुला सांगून काय होणार?"

"तुम्हाला सगळे जण "भित्रा" म्हणून नावं ठेवतील."

"ज्यांना मी आवडत नाही, ते मला नावं ठेवणारच."

"तर मग ऐका मी काय सांगते ते. मी तुमची सोडवणूक करून टाकते. सभेला तुम्ही गेलंच पाहिजे."

"आणखी थोडं स्पष्ट करून सांग."

"मी देखील झेंडा हाती घेऊन सभेला जाईन."

"कळलं."

"पोलीस अडवतील ते मान्य करायला मी तयार आहे. पण तुम्ही अडवलं तर मान्य करणार नाही."

"ठीक आहे. नाही अडवणार."

"हे पक्कं ठरलं?"

"ठरलं."

"आपण दोघेजण बरोबर जाऊ, उद्या संध्याकाळी पाचाच्या सुमाराला."

"हो, जाऊ. पण ते दुष्ट लोक त्यानंतर आपल्याला एकत्र राहू देणार नाहीत."

तेवढ्यात आदित्य आला. सरलानं विचारलं, "हे काय इतक्यात कसे आलात?"

"दोन चार गोष्टी बोलता बोलता नीरजा थकून झोपून गेली. मी गुपचूप निघून आलो."

रमेन म्हणाला, "मला काम आहे, मी निघतो."

सरला हसून म्हणाली, "रहायची जागा ठरवून ठेवा, विसरू नका."

"काही काळजी नको. ओळखीचं ठिकाण आहे." असं म्हणून तो निघून गेला.

सरला बसलेली होती, ती उठून उभी राहिली.

"ज्या गोष्टी बोलण्यासारख्या नाहीत त्याबद्दल आज माझ्याशी बोलू नका, तुमच्या पाया पडते."

"काहीही बोलणार नाही, काळजी करू नको."

"ठीक आहे, तर मग मला काही तरी बोलायचं आहे. तुम्ही ऐका. कबूल करा,

मी म्हणेन तसं कराल.''

''करण्यासारखं असेल तर नक्कीच करेन. तुला ते माहीत आहे.''

''हे तर आता स्पष्टच आहे की मी इथे जवळ राहून अजिबात चालणार नाही. या दिवसांत दिदीची सेवा करू शकले असते तर आनंद वाटला असता. पण ते माझ्या नशिबाला मान्य नाही. मला इथून जावंच लागेल. जरा थांबा. बोलणं पुरे करू द्या. डॉक्टरांनी सांगितलेलं तुम्ही ऐकलंच आहे. त्यांचे फार दिवस राहिलेले नाहीत. एवढ्या मुदतीत त्यांच्या मनातला काटा तुम्ही काढून टाकायलाच हवा. या उरलेल्या दिवसांत माझी सावलीसुद्धा त्यांच्या आयुष्यावर पडू देऊ नका.''

''माझ्या मनातूनच आपोआप तुझी सावली बाहेर पडली, तर काय करू?''

''नाही, नाही, स्वत:च्या बाबतात असलं भलतं सलतं बोलू नका. तुमचं मन काही सर्वसाधारण बंगाली पुरुषाच्या मनासारखं भिजलेल्या थलथलीत मातीचं नाही. अजिबातच नाही. मी ओळखते तुम्हाला.''

आदित्यचा हात धरून ती म्हणाली, ''माझ्यासाठी तुम्ही हे व्रत धरा. दिदीच्या आयुष्याच्या अंतिम काळातले शेवटचे दिवस तुमच्या प्रेमाच्या औदार्यानं पूर्ण भरून टाका. त्यांना हे विसरायला लावा की त्यांच्या सौभाग्याचा भरलेला घडा फोडण्यासाठी मी कधी काळी आले होते.''

आदित्य गप्प उभा राहिला.

''वचन द्या.''

''देईन, पण तुला देखील एक वचन द्यावं लागेल. म्हण देईन.''

''तुमच्यात आणि माझ्यात हा फरक आहे की मी जर तुमच्याकडून एखादं वचन मागितलं तर ते देणं शक्य असतं. पण तुम्ही जर एखादं वचन मागितलं तर ते देणं कदाचित अशक्य असू शकेल.''

''नाही, अशक्य असणार नाही.''

''ठीक आहे. सांगा तर मग.''

''जी गोष्ट मी मनात स्वत:शी बोलत असतो, ती गोष्ट तुझ्याशी तोंडानं बोलणं हा काही अपराध नाही. तू जे सांगशील ते ऐकेन, पण ते पूर्णपणे आचरणात आणणं तेव्हा शक्य होईल जेव्हा मला निश्चितपणे कळेल की एक दिवस तू माझ्या आयुष्यातली सर्व शून्यता भरून काढशील.''

''का? गप्प का राहिलीस?''

''सांगता नाही येत. वचन पूर्ण करण्यात एखाद्या दिवशी काही विघ्न येऊ शकेल.''

''विघ्न तुझ्या मनात आहे का, ते सांग आधी.''

''का मला दु:ख देता? तुम्हाला माहीत नाही का, काही गोष्टी अशा असतात ज्या शब्दात मांडल्या तर त्यांचा प्रकाश लोपून जातो.

''ठीक आहे. ऐकलं. हे ऐकून कामाला लागतो.''

''पुन्हा इकडे वळून नाही नं पहाणार?''

''नाही. पण आत्ताच वचनपूर्तीवर तुझ्या तोंडून सीलमोहोर करून घ्यायची इच्छा आहे.''

''जे सहज व्हायला हवं त्यासाठी जबरदस्ती करू नका. आत्ता राहू दे.''

''ठीक आहे. पण एक विचारतो. आता काय करणार आहेस, कुठे रहाणार आहेस?''

''त्याची जबाबदारी रमेनदांनी घेतली आहे.''

''रमेन तुझी व्यवस्था करणार! त्या सड्या फटिंगाला स्वत:चा काही ठावठिकाणा आहे का?''

''तुम्ही काळजी करू नका. पक्की व्यवस्था आहे. स्वत:च्या मालकीची नाही, पण अडचण येणार नाही.''

''मला कळू शकेल का?''

''नक्की कळू शकेल. वचन देते. पण या दरम्यान मला भेटण्यासाठी जरा देखील अधीर होणार नाही, अशी शपथ घ्या.''

''तुझं मनही अधीर होणार नाही?''

''जर झालं तर अंतर्यामी सोडून आणखी कुणाला ते कळणार नाही.''

''बरं, निघायच्या वेळेस भिक्षापात्र अजिबातच रिकामं ठेवून निरोप घेणार?''

पुरुषमाणसाचे डोळे भरून आले होते.

सरलानं जवळ येऊन काही न बोलता चेहरा वर उचलला.

''रोशनी!''

''काय खोकी?''

''कालपासून सरला दिसली कशी नाही?''

''म्हणजे काय? माहीत नाही? सरकारनं तिला अंदमानला पाठवलं आहे.''

''का, काय केलं तिनं?''

''दरवानाशी भांडण करून बड्या लाटसाहेबांच्या मेमसाहेबांच्या खोलीत घुसली.''

''कशासाठी?''

''महाराणीची सीलमोहर ज्या पेटीत असते ती पेटी चोरायला. हिंमत तर पहा.''

''उपयोग काय त्याचा?''

"ऐका! ती मिळाल्यामुळेच तर सर्व काही होऊ शकतं, लाटसाहेबाला फाशी देखील देता येते. त्या मोहरेच्या शिक्क्यावरच तर राज्य चालतं."

"आणि ठाकुरपो?"

"त्यांच्या पगडीखालून घरफोडीची हत्यारं निघाली. त्यांना हरिनबाडीत ठेवलंय. पन्नास वर्षं खडी फोडत रहातील. अगं खोकी, एक विचारायचंय. घरून निघताना सरला दिदी तिची केशरी रंगाची महागाची साडी मला देऊन गेली, म्हणाली, "तुझ्या मुलाच्या बायकोला दे." माझ्या डोळ्यांत पाणी आलं. कमी त्रास नाही दिला मी तिला. ही साडी ठेवून घेतली तर कंपनी बहादूर मला पकडणार तर नाही नं?"

"काही काळजी करू नको, पण लौकर जा, बाहेरच्या खोलीत वर्तमानपत्र पडलेलं आहे, ते घेऊन ये."

वर्तमानपत्र वाचलं. आश्चर्य वाटलं. आदित्यनं तिला एवढी मोठी बातमी देखील सांगितली नाही. त्यांना काय वाटतं, जेलमध्ये जाऊन जिंकली ही मुलगी. मी नसते जाऊ शकले माझी तब्येत चांगली असती तर? हसत हसत फासावर जाऊ शकले असते.

"रोशनी, तुझ्या सरलादिदीचं आक्रीत पाहायचंय? भर बाजारात, सगळ्या लोकांसमोर, भल्या घरची मुलगी..."

आया म्हणाली, "आठवण झाली की अंगावर काटा येतो! चोरडाकूंची रहायची जागा! छी, छी?"

आयाला केशरी रंगाची साडी आठवली. म्हणाली, "पण खोकी, दिदीमणीचं मन खूप मोठं आहे." आयाच्या बोलण्यानं नीरजाला धक्का बसला. अचानक जाग आल्यासारखी ती म्हणाली, "बरोबर बोललीस रोशनी, बरोबरच बोललीस. मी विसरलेच होते. शरीर बिघडलं की मनही बिघडतं. पूर्वीपेक्षा मी किती खालच्या पातळीवर उतरले आहे. छी! छी! स्वतःच्या थोबाडीत मारून घ्यावंसं वाटतं! सरला सच्ची मुलगी आहे. तिला खोटेपणा माहीत नाही. अशी मुलगी पहायला मिळत नाही. माझ्यापेक्षा खूप चांगली आहे. जा, पटकन गणेश सरकारला बोलावून आण."

आया गेल्यावर ती पेन्सिल घेऊन एक चिठ्ठी लिहायला बसली. गणेश आला. त्याला म्हणाली, "ही चिठ्ठी, तुरुंगात सरलादीदीकडे पोचवू शकशील?"

गणेश गांगुलीला आपल्या कार्यकुशलतेचा अभिमान होता. म्हणाला, "पोचवू शकेन. थोडा खर्च करावा लागेल, पण लिहिलं काय आहे, ते सांगा. कारण चिठ्ठी पोलिसांच्या हातात पडणार आहे."

नीरजानं चिठ्ठी वाचून दाखवली -

"तुझ्या मोठेपणाची धन्य आहे. आता जेव्हा तुरुंगातून बाहेर येशील, तेव्हा बघशील तुझ्या मार्गात माझा मार्ग मिळालेला आहे."

गणेश म्हणाला, "हे जे मार्गाबद्दल लिहिलं आहे, ते बरोबर वाटत नाही. आपल्या वकील बाबूंना दाखवून दुरुस्त करता येईल."

गणेश निघून गेला. नीरजा मनातल्या मनात रमेनला प्रणाम करून म्हणाली, "ठाकुर पो, तुम्ही गुरू आहात माझे!"

आदित्य एका ग्लासात औषध घेऊन खोलीत आला. नीरजा म्हणाली, "हे काय पुन्हा?"

आदित्य म्हणाला, "डॉक्टर सांगून गेले आहेत तासातासानं औषध घ्यायला लागेल."

"औषध देण्यासाठी घरात आणखी कुणी सापडलं नाही वाटतं. नाही तर दिवसभरासाठी एक नर्स ठेवून द्या नं, जर इतकी काळजी वाटते आहे तर."

"सेवा करण्याच्या निमित्तानं जवळ रहायची संधी मिळाली, तर का म्हणून सोडू?"

"त्यापेक्षा कोणती तरी संधी पाहून तुमच्या बागेच्या कामाकडे जाल, तर मला जास्त आनंद होईल. मी पडून आहे, आणि दिवसेंदिवस बाग तिकडे सुकत चालली आहे."

"जाऊ दे की सुकून. आधी बरी हो, मग त्या दिवसांसारखं दोघं मिळून काम करू."

"सरला निघून गेली. तुम्ही एकटे पडलात. कामात मन लागत नाही. पण करणार काय? तेवढ्यासाठी नुकसान होऊ देऊ नका."

"नुकसानाचा विचार मी करत नाही नीरू. बागकाम हा माझा व्यवसाय आहे ही गोष्ट इतके दिवस तूच विसरून गेली होतीस. तेव्हा काम करण्यात सुख होतं. आता मन लागत नाही."

"असं वाईट का वाटून घेता? आत्ता आत्तापर्यंत चांगलं तर चाललं होतं तुमचं काम. काही दिवसांकरता थोडा व्यत्यय आला तर त्यामुळे इतके व्याकूळ होऊ नका."

"पंखा हलवू?"

"जास्त करू नका तुम्ही, ही सगळी कामं तुमची नाहीत. अशा वागण्याचा मला आणखी त्रास होतो. जर दिवसाचा वेळ काही करून घालवायचा असेल, तर

तुमचा हॉर्टिकल्चरलिस्ट क्लब आहे.''

''तुला जी दुरंगी लिली आवडते ती बागेत शोधली. एक देखील सापडली नाही. यंदा पाऊस चांगला झाला नाही, त्यामुळे बागेतल्या झाडांवर तेज नाही.''

''उगीच काय काही तरी बोलत बसलाय! त्यापेक्षा हलाला हाक मारा, मी पडल्या पडल्याच बागेचं काम करवून घेईन. तुम्हाला काय वाटतं, मी आडवी झाले म्हणून काय माझी बाग पण आडवी होईल? ऐका मी काय सांगते ते. मोसमी फुलांची वाळलेली रोप उपटून टाकून तिथे जमीन तयार करून घ्या. माझ्या जिन्याच्या खालच्या खोलीत सरसोंच्या पेंडीचं पोतं आहे. खोलीची किल्ली हलाकडे आहे.''

''हो का, हला इतके दिवस काही बोलला नाही.''

''त्याला कसं बोलावंसं वाटेल. तुम्ही लोक काय त्याला कमी हिणवता. नवा तरुण साहेब जुन्या अनुभवी कारकुनाला महत्त्व देत नाही, तसाच प्रकार, आणखी काय.''

''हला माळ्याबद्दल मी खरं काय ते सांगायचं ठरवलं तर तुला आवडणार नाही.''

''ठीक आहे. मी या बिछान्यात पडल्या पडल्याच त्याच्याकडून काम करवून घेईन. पहाल दोन दिवसातच बागेचं रूप पालटतं की नाही. बागेचा नकाशा माझ्याकडे द्या. आणि माझी बागकामाची डायरी. मी नकाशावर पेन्सिलीनं खुणा करून कामाची सगळी आखणी करेन.''

''माझा त्यात काही सहभाग रहाणार नाही?''

''नाही. जाण्यापूर्वी या बागेवर संपूर्ण माझीच छाप ठेवून जाणार आहे. सांगून ठेवते, रस्त्यांच्या कडेला या बॉटलपामपैकी मी एकही ठेवणार नाही. तिथे सुरूची झाडं रांगेनं लावेन. अशी मान हलवू नका. तयार झाली की पहा. तुमची ही लॉन मी ठेवणार नाही. तिथे मार्बलचा चबुतरा बांधेन.''

''चबुतरा त्या ठिकाणी चांगला दिसेल का? स्वस्तातल्या श्रीमंतीसारखा दिसेल.''

''काही बोलूच नका. खूप छान दिसेल. तुम्ही मधे काही बोलायचं नाही. काही दिवसांकरता ही बाग माझी एकटीची असेल, पूर्णपणे माझी. त्यानंतर ती माझी बाग मी तुमच्या हाती सोपवून जाईन. तुम्हाला वाटतंय माझी शक्ती क्षीण झाली आहे. पण मी दाखूवन देईन मी काय करू शकते. मला आणखी तीन माळी हवेत, आणि मजूर लागतील सहा एक. आठवतंय एकदा तुम्ही म्हणाला होता, बाग तयार करण्यासाठी मला ट्रेनिंग मिळालेलं नाही. मिळालेलं आहे की नाही त्याची परीक्षा देऊन जाईन. तुम्हाला आठवण ठेवावी लागेल, ठेवावीच लागेल की ही माझी बाग आहे, माझीच बाग आहे. तिच्यातून माझं मी पण कधीही पुसलं जाणार नाही.''

''ठीक आहे. तसंच होईल. पण मग मी काय करू?''

“तुम्ही तुमचं दुकान पहा. तिथे तुमचं कागदपत्रांचं काम तर काही कमी नाही.”

“म्हणजे तुझ्याजवळ रहाणं माझ्यासाठी निषिद्ध समजायचं?”

“हो, सतत जिच्याजवळ रहावं, अशी काही मी आता राहिलेली नाही. आता मी केवळ आणखी कुणाची तरी आठवण करून देईन. त्याचा काय उपयोग!”

“ठीक तर मग. जेव्हा तुला माझा सहवास हवासा वाटेल तेव्हाच येईन. तेव्हा बोलावणं पाठव मला. आज तुझ्या फुलदाणीत ठेवायला अनंताचं फूल आणलं आहे. तुझ्या बिछान्यावर ठेवून जातो. रागावू नको,” असं म्हणून आदित्य उठून उभा राहिला.

नीरजा त्याचा हात धरून म्हणाली, “नाही, जाऊ नका, जरा बसा.” फुलदाणीतलं एक फूल त्याला दाखवून म्हणाली, “या फुलाचं नाव माहीत आहे?”

आदित्यला माहीत होतं काय उत्तर दिलं की ती खुष होईल. म्हणून खोटं खोटंच म्हणाला, “नाही, मला नाही माहीत.”

“मला माहीत आहे. सांगू? पेट्यूनिया. तुम्हाला वाटतं मला काही माहीत नाही, मी मूर्ख आहे.”

आदित्य हसून म्हणाला, “तू माझी सहधर्मचारिणी आहेस, तू जर मूर्ख असशील तर माझ्या सारखीच मूर्ख असशील. आपल्या आयुष्यात मूर्खपणाचा कारभार अर्धा अर्धा भागीदारीत चालतो.”

“तो कारभार माझ्या नशिबानं आता संपून गेला आहे. हा जो दरवान इथे दाराशी बसून तंबाखू चघळतो आहे, तो देवडीवर जाईल. काही दिवसांनंतर मी नसेन. ही जी बैलगाडी दगडी कोळसा ओतून टाकून रिकामी होऊन परत जाते आहे तिचं जाणं येणं रोज चालत राहील, पण हे हृदयाचं यंत्र मात्र चालणार नाही.”

नीरजानं आदित्यचा हात एकदम घट्ट धरला, आणि म्हणाली, “मी अजिबात शिल्लक रहाणार नाही? माझं काहीच शिल्लक रहाणार नाही? सांगा मला, तुम्ही खूप पुस्तकं वाचली आहेत. सांगा ना मला खरं काय ते!”

“ज्यांची पुस्तकं वाचली आहेत, त्यांचं ज्ञान जेवढं, तेवढंच माझं ज्ञान. यमाच्या दरवाज्याजवळ येऊन थांबलं आहे. पुढे गेलं नाही.”

“सांगा ना, तुम्हाला काय वाटतं, माझं काहीच शिल्लक रहाणार नाही? एवढंसं देखील नाही?”

“आत्ता आहे, हे जर संभवनीय असेल, तर तेव्हा असेल हे देखील संभवनीय असेल.”

“नक्कीच असेल. ही बाग असेल. आणि मी मात्र नसेन असं होणं शक्यच नाही. कधीच नाही. संध्याकाळच्या वेळी अशाच धूसर प्रकाशात कावळे घराकडे जातील, सुपारीच्या झाडाच्या झावळ्या हलत रहातील, माझ्या नजरेसमोर. त्या दिवशी

तुमच्या लक्षात असू द्या – मी आहे, मी आहे. सगळी बाग भरून मी आहे. लक्षात असू द्या, वारा जेव्हा तुमचे केस उडवेल तेव्हा माझ्या बोटांचा स्पर्श त्यात असेल. सांगा, लक्षात ठेवाल नं?

आदित्यला म्हणावं लागलं, ''हो, लक्षात ठेवीन.' पण तिचा विश्वास बसेल, अशा स्वरात तो हे म्हणू शकला नाही.

नीरजा अस्वस्थ होऊन म्हणाली, ''तुमची पुस्तकं जे लिहितात, ते फारच विद्वान म्हणायचे! त्यांना काहीच समजत नाही. मला नक्की माहीत आहे. माझ्या बोलण्यावर विश्वास ठेवा. मी राहीन. मी इथेच राहीन. मी तुमच्याच जवळ राहीन. मला अगदी स्पष्ट दिसतं आहे. तुम्हाला सांगून जाते, वचन देऊन जाते. तुमच्या बागेतली सगळी झाडंझुडपं मी पाहीन. जशी आधी पहात असे त्यापेक्षा जास्त चांगल्या रीतीनं पाहीन. तुमची गरज पडणार नाही. कुणाचीही नाही.''

नीरजा बिछान्यावर आडवी झालेली होती, उठून उशीचा आधार घेऊन बसली. म्हणाली, ''माझ्यावर दया करा, दया करा. तुमच्यावर माझं इतकं प्रेम आहे, ते प्रेम मनात आणून माझ्यावर दया करा. इतके दिवस तुमच्या घरात तुम्ही मला जे आदराचं स्थान दिलं होतं, यापुढच्या दिवसात सुद्धा तसंच स्थान द्या. दरेक ऋतूत तुमची जी सगळी फुलं उमलतील, ती तशीच मनातल्या मनात खुडून माझ्या हातात द्या. तुम्ही निर्दय व्हाल तर मी इथे राहू शकणार नाही. माझी बाग जर हिरावून घ्याल तर कोणत्या शून्याकारात हवेतल्या हवेत तरंगत फिरू?'' नीरजाच्या डोळ्यांमधून झर झर अश्रू वहायला लागले.

आदित्य मोढ्यावरून उठून बिछान्यावर येऊन बसला. नीरजाला आपल्या छातीशी धरून हळू हळू तिच्या मस्तकावरून हात फिरवायला लागला, म्हणाला, ''नीरू, तब्येत बिघडवून घेऊ नको.''

''जाऊ दे न माझी तब्येत! मला आणखी काही नको आहे. मला फक्त तुम्ही हवे आहात, ह्या सगळ्या सगळ्यांबरोबर. तुम्हाला एक गोष्ट सांगते - माझ्यावर रागावू नका, रागावू नका.'' बोलता बोलता तिचा स्वर रूद्ध झाला. थोडी शांत होऊन मग म्हणाली, ''सरलावर मी अन्याय केला आहे. तुमचे पाय धरून सांगते, आणखी अन्याय करणार नाही. जे झालं त्याबद्दल मला क्षमा करा. पण माझ्यावर प्रेम करा, माझ्यावर तुम्ही प्रेम करा, तुम्ही जे म्हणाल, ते सगळं मी करेन.''

आदित्य म्हणाला, ''शरीराबरोबर तुझं मनही आजारी झालं होतं नीरू म्हणूनच स्वत:ला विनाकारण त्रास करून घेतलास.''

''ऐका सांगते, काल रात्रीपासून पुन्हा पुन्हा निश्चय केला आहे. आत्ता पुन्हा तिची भेट झाली तर निर्मळ मनाने तिला स्वत:जवळ ओढून घेईन, स्वत:च्या बहिणीप्रमाणे. तुम्ही मला माझी ही अखेरची इच्छा पूर्ण करण्यासाठी मदत करा.

म्हणा, की मी तुमच्या प्रेमापासून वंचित होणार नाही, म्हणजे मी सगळ्यांना माझं प्रेम देऊन जाऊ शकेन.''

या बोलण्याला काही उत्तर न देता आदित्यनं पुन्हा पुन्हा तिच्या चेहऱ्याची, तिच्या कपाळाची चुंबनं घेतली. नीरजाचे नेत्र मिटून गेले.

थोड्या वेळानं नीरजानं विचारलं, ''सरलाची सुटका होणार आहे, असं मागे ऐकलं आहे. त्याआधीच मरून जाईन अशी भीती वाटते. तिला सांगून जाऊ शकणार नाही की माझं मन आता अगदी स्वच्छ झालं आहे. आता दिवा लावा. अक्षय बडालांचं ''एषा'' मला वाचून दाखवा. नीरजानं उशीखालून पुस्तक बाहेर काढून दिलं. आदित्य वाचून दाखवायला लागला.

ऐकता ऐकता नीरजाला झोप लागत होती, तेवढ्यात आया खोलीत येऊन म्हणाली, ''पत्र.''

नीरजा दचकून जागी झाली. तिची छाती धडधड करायला लागली. कुणा मित्रानं आदित्यला कळवलं होतं, तुरुंगात जागेची कमतरता आहे, म्हणून ज्या काही कैद्यांना शिक्षेची मुदत पूर्ण होण्याआधी सोडणार आहेत, त्यात सरलाही आहे.

आदित्यच्या मनानं उसळी घेतली. प्राणपणानं त्या उसळीला त्यानं दाबून ठेवलं. नीरजानं विचारलं, ''कुणाचं पत्र? काय बातमी आहे?''

वाचून दाखवताना आवाज कापला असता, म्हणून त्यानं ते पत्र नीरजाच्या हातातच दिलं. नीरजानं आदित्यच्या चेहऱ्याकडे पाहिलं. तो काही बोलला नाही, पण बोलण्याची गरजच नव्हती. नीरजाच्या तोंडून देखील थोडा वेळ काही शब्द बाहेर पडला नाही. त्यानंतर सगळं बळ एकवटून ती म्हणाली, ''याचा अर्थ आता फार उशीर नाही. आजच येईल. तिला माझ्याकडे नक्की घेऊन या.''

''हे काय! काय झालं? नीरू! नर्स, डॉक्टर आहेत?''

''आहेत बाहेरच्या खोलीत.''

''आत्ताच्या आत्ता घेऊन ये! हे आले डॉक्टर! आत्ता आत्ता व्यवस्थित बोलत होती. बोलता बोलता बेशुद्ध झाली.''

डॉक्टर नाडी पाहून गप्प झाले.

थोड्या वेळानं नीरजा डोळे बंद ठेवूनच म्हणाली, ''डॉक्टर तुम्हाला मला वाचवावंच लागेल. सरलाला न भेटता मी जाऊ शकणार नाही, त्यातून भलं होणार नाही. आशीर्वाद देईन तिला - अखेरचा आशीर्वाद.''

डोळे मिटलेले. हातांच्या मुठी घट्ट वळल्या. एकदम म्हणाली, ''ठाकुरपो, वचन पूर्ण करीन. कृपणासारखी मरणार नाही.''

मधून मधून चेतना क्षीण होऊन जग धूसर होत होतं. विझू विझू होणाऱ्या नीरांजनासारखी जीवनज्योत पुन्हा उजळून जात होती. पतीला वरचेवर विचारत

होती, "केव्हा येणार सरला?"

राहून राहून मोठ्यानं हाक मारायची, "रोशनी!"

आया म्हणायची, "काय खोकी?"

"ठाकुरपोंना बोलावून आण आत्ताच्या आत्ता."

एकदा स्वत:च म्हणाली, "काय होईल माझं, ठाकुरपो! देईन, देईन, देईन, सर्व काही देईन."

रात्रीचे नऊ वाजले आहेत. नीरजाच्या खोलीच्या कोपऱ्यात एक मेणबत्ती क्षीण प्रकाशानं जळते आहे. वाऱ्यात मॅग्नोलियाचा सुगंध. उघड्या खिडकीतून बागेतल्या झाडाझुडपांमधला घनीभूत काळिमा दिसतो आहे, आणि त्याच्या वरच्या बाजूच्या आकाशात काळपुरुषाची नक्षत्रमालिका.

नीरजा झोपली असेल या विचारानं आदित्य सरलाला दरवाज्याजवळ उभी करून हलक्या पावलानं तिच्या बिछान्याजवळ आला. आदित्यनं पाहिलं, ओठ हलत होते. जणू काही एखादा नि:शब्द जप चालला होता. भानावर नसल्यासारखा विव्हल चेहरा. नीरजाच्या कानाजवळ वाकून आदित्य म्हणाला, "सरला आली आहे."

डोळे किंचित उघडून नीरजा म्हणाली, "तुम्ही जा."

मोठ्यानं हाक मारली, "ठाकुर पो!"

कुठूनही प्रतिसाद आला नाही.

सरलानं येऊन प्रणाम करण्यासाठी पायाला स्पर्श करताक्षणी नीरजाचं संपूर्ण शरीर विजेचा धक्का बसल्यासारखं आखडून गेलं. पाय आपल्याआपच झटकन बाजूला झाला. फाटलेल्या आवाजात नीरजा मोठ्यानं म्हणाली, "नाही शक्य झालं, नाही झालं शक्य! देऊ शकणार नाही, नाही देऊ शकणार."

बोलता बोलता तिच्या शरीरात अनैसर्गिक ताकद आली. डोळे विस्फारीत होऊन आग ओकायला लागले. तिनं सरलाचा हात घट्ट धरला, कंठस्वर तीव्र झाला, म्हणाली, "जागा होणार नाही तुझ्यासाठी, राक्षसिणी, जागा होणार नाही. मी राहीन, राहीन, राहीन."

सैल खमीस घातलेली पांढुरकी अशक्त आकृती एकदम बिछाना सोडून उठून उभी राहिली. विचित्र स्वरात म्हणाली, "पळ, पळ, पळ, आत्ताच्या आत्ता पळ! नाही तर रोजच्या रोज भाला खुपसेन तुझ्या छातीत, शोषून सुकवून टाकेन तुझं रक्त."

बोलता बोलता टेबलावर कोसळली.

बोलण्याचा आवाज ऐकून आदित्य धावत खोलीत आला. शरीरातली सर्व शक्ती संपवून टाकून नीरजाचे अखेरचे शब्द तेव्हा शांत झाले होते.

◆

दुई बोन
(दोन बहिणी)

शर्मिला

स्त्रिया दोन प्रकारच्या असतात, असं कुणा कुणा विद्वानांकडून ऐकलं आहे. एक प्रकारची स्त्री असते मुख्यत: 'आई', आणि दुसऱ्या प्रकारची स्त्री असते मुख्यत: 'प्रिया.'

ऋतूशी जर तुलना केली, तर 'आई' असते वर्षाऋतु. पाणी देते, पीक देते, ताप निवारते, स्वत:ला विरघळवून घेत खाली येते, शुष्कता दूर करते. अभाव भरून काढते.

आणि 'प्रिया' असते वसंतऋतु. तिचं रहस्य खोल असतं, आणि तिची मोहिनी मधुर असते. तिची चंचलता रक्तात कंपनं जागी करते, मनाच्या रत्नजडित गाभाऱ्यात पोचवते, जिथे सोन्याच्या वीणेची एकाकी, मूक तार झंकाराची वाट पहात असते, ज्या झंकारानं संपूर्ण देहमनातून एक अनिर्वचनीय ध्वनी उमटणार असतो.

शशांकची पत्नी शर्मिला आईच्या जातीची आहे.

मोठे मोठे शांत डोळे; सौम्य गंभीर नजर, पाण्यानं जडावलेल्या पहिल्या मेघासारखं पृथुल शरीर, स्निग्ध आणि सावळं; भांगात सिंदूराची अरुण-रेषा; साडीचा काळा काठ रुंद, दोन हातात दोन जाड मगरमुखी तोडे, या अलंकाराची भाषा शृंगाराची भाषा नाही, सौभाग्याची भाषा आहे.

तिच्या पतीच्या आयुष्यात असा एकही कोपरा नाही जिथे तिच्या साम्राज्याचं वर्चस्व ढिलं पडेल. पत्नीनं फार लाडावून ठेवल्यामुळे पती बेफिकीर झाला आहे. फाऊंटन पेन सहज जरी टेबलावरच्या एखाद्या आडबाजूच्या कोपऱ्यात क्षणभराकरता नजरेआड झालं तरी ते शोधून काढण्याची जबाबदारी पत्नीची. स्नानाला जायच्या आधी मनगटावरचं घड्याळ कुठे काढून ठेवलं ते शशांकला चट्दिशी आठवत

नाही, त्याच्या बायकोची हटकून त्याच्यावर नजर जाते. दोन वेगवेगळ्या रंगांच्या मोज्यांच्या जोडीतला एकेक मोजा एकेका पायात घालून तो जेव्हा बाहेर जायला निघतो, तेव्हा त्याची बायको येऊन त्याची चूक सुधारून देते. बंगाली महिना आणि इंग्रजी महिना यांच्या तारखांच्या घोटाळ्यावरून तो मित्रांना जेवायला बोलावतो, आणि या अनपेक्षित पाहुण्यांचं आदरातिथ्य करण्याची जबाबदारी येऊन पडते बायकोवर. शशांकला माहीत आहे की रोजच्या कामात काही मागेपुढे झालं तर त्याची बायको नक्की सगळं सावरून घेईल. त्यामुळे असं मागेपुढे करण्याची त्याला सवय होऊन गेली आहे. बायको लटक्या रागानं म्हणते, "हात टेकले बाई तुमच्यापुढे! कधी तुमच्यात सुधारणा होणार!' जर सुधारणा झाली असती तर शर्मिलाचे दिवस बिन पीकपाण्याच्या जमिनीसारखे होऊन गेले असते.

शशांक मित्राकडे जेवायला गेला होता. रात्रीचे अकरा वाजले, मध्यरात्र झाली, ब्रिजचा डाव चालू होता. एकदम मित्रमंडळी हसायला लागली, "बघ रे बुवा, शिपाई तुझ्यासाठी समन्स घेऊन आलाय. आता तुझी काही खैर दिसत नाही!"

तोच नेहमीचा नोकर महेश. मिशीचे केस पांढरे, डोक्यावरचे केस काळे, अंगात कुडतं, खांद्यावर रंगीत फडकं, काखेत बांबूची लाठी, बाईसाहेबांनी विचारायला पाठवलंय, बाबूजी इथे आहेत? बाईसाहेबांना काळजी, परतीच्या वाटेवर रात्रीच्या अंधारात काही जास्त कमी झालं तर – म्हणून नोकराबरोबर एक कंदीलही पाठवला आहे.

शशांक रागावून पत्ते फेकून उठून उभा राहिला. मित्र म्हणाले, "अरेरे, एक असाहाय्य पुरुष माणूस!"

घरी परत आल्यावर शशांक बायकोशी जे काही बोलला ते सौम्य भाषेतलं बोलणं नव्हतं, किंवा शांतपणे बोललेलं नव्हतं. शर्मिलानं गप्प बसून त्याचं वाक्‌तांडव ऐकून घेतलं. काय करणार, तिच्याच्यानं राहवतच नाही. ती जवळ नसताना तिच्या नवऱ्यावर कोणकोणत्या प्रकारची अशक्य कोटीतली संकटं-कारस्थानं चाल करून येतील त्याबद्दलच्या कुशंका ती मनातून दूर करू शकत नाही.

बाहेर लोक बसलेले असतात, कामासाठी आलेले असतात. मिनिटा मिनिटाला आतल्या खोलीतून लहान लहान चिठ्ठ्या येतात, "लक्षात आहे नं, काल तुम्हाला बरं वाटत नव्हतं. आज लौकर जेवायला या!"

शशांक रागावतो, पण हारही मानतो. एकदा तो तिला खूप वैतागून म्हणाला होता, "कृपा कर, आणि चक्रवर्तींच्या घरातल्या बायकांसारखी कोणत्या तरी देवाच्या भजनी लाग. तुझं सगळं लक्ष माझ्या एकट्यावर लागलेलं असतं. ते देवाबरोबर वाटलं गेलं तर मला जरा बरं होईल. तू भक्तीची कितीही जबरदस्ती

केलीस तरी देव काही हरकत घेणार नाही. पण माणसाच्या सहनशक्तीला मर्यादा असते.''

शर्मिला म्हणाली, ''असं कसं म्हणता? आठवतंय नं, एकदा मी काकांबरोबर हरिद्वारला गेले होते, तेव्हा तुमची काय अवस्था झाली होती?''

स्थिती फारच वाईट झाली होती, हे शशांकनंच एकदा बायकोला खूप तिखटमीठ लावून वर्णन करून सांगितलं होतं. त्याला ठाऊक होतं की हे अतिरंजित वर्णन ऐकून शर्मिलाला तिच्या जाण्याचा जितका पश्चाताप होईल, तितकाच दुसरीकडे आनंद देखील होईल. आज आता त्या सर्व अतिशयोक्त बोलण्याचा प्रतिवाद कोणत्या तोंडानं करणार! गप्प बसून सर्व ऐकून घ्यावं लागलं. इतकंच नव्हे, त्या दिवशी पहाटे जरा थोडी सर्दी झाल्यासारखं वाटलं तर शर्मिलानं त्याला क्विनाईनचा डोस घ्यायला लावला, आणि शिवाय तुळशीचा चहा. नाही म्हणायला तोंड नव्हतं. कारण पूर्वी एकदा सर्दी झाली असताना त्यानं क्विनाईन घ्यायला नकार दिला होता, त्यानंतर त्याला ताप भरला होता, आणि ही घटना शशांकच्या इतिहासात कधी न पुसल्या जाणाऱ्या अक्षरात लिहिली गेली होती.

घरामध्ये शशांकच्या तब्येतीची काळजी घेण्यात आणि त्याला विश्रांतीचा आग्रह करण्यात शर्मिला जितक्या प्रेमानं गुंतलेली असायची, तितक्याच जागरूकपणे घराबाहेर शशांकचा मान राखण्यासाठी ती दक्ष असायची. एक उदाहरण आठवतंय. ती दोघं नैनितालला गेली होती. गाडीचा डबा आधीपासून रिझर्व करून ठेवलेला होता. जंक्शन आल्यावर शर्मिला डब्यातून उतरून खायला काही मिळतंय का ते बघायला गेली. परत आल्यावर तिला दिसलं की युनिफॉर्म घातलेला एक माणूस त्या दोघांचं सामान डब्यातून काढायला पहात होता. स्टेशनमास्तर येऊन म्हणाला की तो डबा खरंतर जनरलच्या हुद्यावरच्या एका प्रसिद्ध लष्करी अधिकाऱ्यासाठी राखून ठेवलेला होता. तुमची नावं चुकून घातली गेली. शशांक जरा आश्चर्यचकित झाला, पण सामान दुसरीकडे न्यायच्या तयारीला लागला. तेवढ्यात शर्मिला डब्यात चढून दरवाजा अडवून म्हणाली, ''कोण आम्हाला उतरवतंय ते पहातेच. आणा बोलावून तुमच्या त्या जनरलला.''

शशांक तेव्हा सरकारी नोकरीत होता. आपल्या वरिष्ठ अधिकाऱ्यांची नजर चुकवून सुरक्षित रस्त्यावरून चालायची त्याची सवय होती. तो गडबडीनं शर्मिलाला म्हणाला, 'जाऊ दे ना! कशाला? आणखी दुसरा डबा आहे की.''

शर्मिलानं त्याचं काही ऐकूनच घेतलं नाही. जनरलसाहेब उपाहाराच्या दालनातून खाणंपिणं करून चिरूट ओढत बाहेर आले, त्यांनी लांबूनच शर्मिलाचा उग्र आविर्भाव पाहिला आणि ते स्वत:च दुसऱ्या डब्यात गेले.

शशांक आपल्या बायकोला म्हणाला, 'किती मोठे गृहस्थ आहेत ते, तुला

माहितेय का?''

त्याची बायको म्हणाली, ''माहीत असण्याची काही गरज नाही. जो डबा आपण रिझर्व्ह केलाय त्या डब्यात तुमच्यापेक्षा मोठं दुसरं कुणी असू शकत नाही.''

शशांक म्हणाला, ''त्यांनी आपला अपमान केला असता तर?''

''मग तुम्ही कशासाठी आहात,'' शर्मिला उत्तरली.

शशांक शिवपुरच्या कॉलेजातून इंजिनिअर झाला होता. घरातल्या व्यवहारात तो कितीही ढिलाढाला असला तरी नोकरीच्या कामात तो पक्का होता. त्याचं मुख्य कारण नोकरीच्या जागी ज्या ग्रहाची कडक नजर असते तो ग्रह असतो ''साहेब.'' बायको नव्हे. शशांक डिस्ट्रिक्ट इंजिनिअर म्हणून तात्पुरतं काम पहात होता तेव्हा त्याच्या बढतीचा मार्ग उलट दिशेला वळला. पात्रता किंवा अनुभव काहीही नसून देखील नुकती मिसरूड फुटलेल्या एका पोरगेल्या इंग्रजानं त्याच्या खुर्चीचा ताबा घेतला.

शशांकला माहीत होतं की त्या कालच्या पोराला वरच्या खुर्चीत बसवून खालच्या खुर्चीतून त्यालाच सगळं काम करावं लागणार होतं. त्याचे वरिष्ठ अधिकारी त्याच्या पाठीवर थोपटत म्हणाले, ''व्हेरी सॉरी मजूमदार, शक्य तितक्या लौकर तुला तुझ्या जोगती जागा मिळवून देतो.'' ते दोघेही गोरे साहेब फ्रीमॅसन लॉजचे सभासद होते.

पण सहानुभूती आणि आश्वासन मिळून सुद्धा या सगळ्या प्रकरणामुळे मजूमदारची वृत्ती कडवट होऊन गेली. घरी येऊन लहान सहान गोष्टींवरून तो चिडचिड करायला लागला. त्याच्या कामाच्या खोलीच्या कोपऱ्यातलं कोळ्याचं जाळं त्याच्या नजरेला खुपायला लागलं. दिवाणावरच्या हिरव्या चादरीचा रंग त्याच्या नजरेला सहन होईनासा झाला. नोकर व्हरांडा झाडत होता, तर धूळ उडते म्हणून त्याच्यावर जोरात ओरडला. धूळ रोजच उडायची, पण त्याचा राग आज नवीन होता.

आपला अपमान झाल्याची गोष्ट शशांकनं बायकोला सांगितली नव्हती. तिला कळलं असतं तर नोकरीच्या गुंतागुंतीत आणखी एक गाठ पडली असती - ती स्वतःच एखादेवेळी ऑफिसच्या लोकांशी भांडायला निघाली असती. तिचा त्या डोनाल्डसन्वर विशेष राग होता. एकदा तो सर्किट हाऊसमध्ये उच्छाद करणाऱ्या वानरांवर बंदूक उडवत होता, तेव्हा शशांकच्या उन्हाच्या टोपीला गोळी लागली होती. काही इजा वगैरे झाली नाही, पण होऊ शकली असती. लोक म्हणाले, चूक शशांकची होती. हे ऐकून शर्मिलाला डोनाल्डसन्चा आणखीनच राग यायचा. रागाचं खरं कारण असं होतं की वानरावर नेम धरून मारलेली गोळी शशांकला लागली ही गोष्ट पुन्हा पुन्हा सांगून शशांकचे सहकारी मोठमोठ्यानं हसत असत.

शशांकची पदावनती झाल्याची गोष्ट शर्मिलानं स्वत:च शोधून काढली. त्याचं अलीकडलं वागणं पाहून तिला वाटतच होतं की कुठेतरी काहीतरी बिनसलंय. त्यानंतर त्याचं कारण शोधून काढायला तिला वेळ लागला नाही. आणि ते कळल्यावर तिनं सनदशीर आंदोलनाऐवजी स्वयंनिर्णयाची घोषणा केली. नवऱ्याला म्हणाली, ''पुष्कळ झालं. आत्ताच्या आत्ता नोकरी सोडून द्या.'' नोकरी सोडून दिली असती, तर अपमानाचं ओझं छातीवरून उतरलं असतं, हे खरं, पण दर महिन्याला मिळणारा पगार, आणि निवृत्तीनंतर मिळणारं नियमित पेन्शन हे देखील नजरेआड करता येण्यासारखं नव्हतं.

शशांकमौली ज्या वर्षी एम.एस्सीची सर्वोच्च परीक्षा पास झाला त्याच वर्षी शर्मिलाच्या वडिलांनी त्याच्याशी शर्मिलाचं लग्न लावून दिलं होतं. श्रीमंत सासऱ्याच्या मदतीनं तो इंजिनिअर झाला. त्यानंतर राजारामबाबू आपल्या जावयाच्या भवितव्याबद्दल निश्चिंत झाले होते. त्यांच्या मुलीला देखील तिच्या आयुष्यात काही फरक पडल्याचं जाणवलं नव्हतं. संसारात कशाची कमतरता नव्हती, एवढंच त्याचं कारण नव्हतं. वडिलांच्या घरचं सगळं वळण इथेदेखील तिने कायम ठेवलं होतं. कौटुंबिक साम्राज्यातली सगळी व्यवस्था शर्मिलाच्या हातात होती. तिला मूल नव्हतं. होण्याची आशा देखील सोडल्यासारखीच होती. नवऱ्याचा सगळा पगार तिच्याच हातात पडत असे. काही कारणानं पैसे हवे असतील तर शशांकला ते घरच्या अन्नपूर्णेकडून मागून घ्यावे लागत असत. त्याची मागणी गैर असेल, तर ती मंजूर होत नसे. मात्र त्यामुळे झालेली त्याची निराशा एका वेगळ्या मार्गाने दूरही केली जात असे.

शशांक म्हणाला, ''नोकरी सोडण्याचं मला काही नाही. त्रास तुलाच होईल.''

शर्मिला म्हणाली, ''अन्याय गिळून टाकताना त्याच्याहून जास्त त्रास होईल.''

शशांक म्हणाला, ''काम तर करायचंच आहे. हातचं सोडून दुसरं शोधायला कुठे कुठे जाऊ?''

''तुम्हाला ते ठिकाण दिसतच नाही. एक नोकरीचं ठिकाण सोडलं तर त्याबाहेरचं जग तुमच्या खिजगणतीत नसतं.''

''झालं! बाहेरचं जग! इतक्या प्रचंड बाहेरचं जग शोधत हिंडणार कोण, इतकी मोठी दुर्बीणतरी कुठल्या बाजारात मिळणार आहे?''

''तुम्हाला दुर्बीण वापरायची गरज नाही. माझ्या नात्यातला मथुरदादा कलकत्त्यातला मोठा कॉन्ट्रॅक्टर आहे. त्याच्याबरोबर भागीदारीत व्यवसाय केला, तर काम होऊन जाईल.''

''भागीदारी समान प्रमाणात होणार नाही. माझा कमी पक्ष आहे. जबरदस्तीनं भागीदारीत शिरलो तर आब रहाणार नाही.''

"आपला कोणत्याही प्रकारे कमी पक्ष नाही. तुम्हाला माहीत आहे, बाबांनी माझ्या नावानं बँकेत जो पैसा ठेवला आहे, त्यावर व्याज चढतं आहे. भागीदारीत तुम्हाला कमीपणा घ्यावा लागणार नाही."

"असं कसं! तो पैसा तुझा आहे," असं म्हणून शशांक उठून उभा राहिला. बाहेर लोक बसले होते. शर्मिलानं नवऱ्याचा शर्ट खेचून त्याला खाली बसवलं आणि म्हणाली, "मी पण तर तुमचीच आहे." पुढे म्हणाली, "काढा पाहू फाऊंटन पेन तुमच्या खिशातून बाहेर. हा घ्या कोरा कागद. लिहा राजीनाम्याचं पत्र. ते पोस्टात टाकल्याशिवाय मला स्वस्थता मिळणार नाही."

"तसं केलं नाही तर मला देखील स्वस्थता मिळणार नाही, अशी लक्षणं दिसतायत."

शशांकनं राजीनामा लिहून टाकला. दुसऱ्याच दिवशी शर्मिला कलकत्त्याला गेली, आणि मथुरदादाच्या घरी येऊन ठाकली. जरा घुश्शातच म्हणाली, "एक दिवससुद्धा बहिणीची चौकशी करावीशी वाटली नाही ना!"

समोरची व्यक्ती बाई असती तर म्हणाली असती, "तुला तरी कुठे करावीशी वाटली?" पुरुषाला ते प्रत्त्युत्तर सुचलं नाही. त्यानं कबूल केलं. म्हणाला, "श्वास टाकायलासुद्धा फुरसत नसते बघ. मी स्वतःच अस्तित्वात आहे की नाही, ते सुद्धा लक्षात येत नाही. शिवाय तुम्ही लोक देखील कुठे कुठे हिंडत असता."

शर्मिला म्हणाली, "वर्तमानपत्रात वाचलं की तुला मयूरभंज की मथुरगंज कुठेतरी पूल बांधायचं काम मिळालंय. वाचून इतका आनंद झाला म्हणून सांगू! तेव्हाच ठरवलं की स्वतः जाऊन मथुरदादाचं अभिनंदन करायचं."

"जरा दम धर. अभिनंदन करायची वेळ अजून आलेली नाही."

कारण असं होतं की रोख पैसा उभा करायची गरज होती. एका श्रीमंत मारवाड्याबरोबर भागीदारीत काम करण्याची बोलणी चालली होती. त्यातून निष्पन्न असं झालं होतं की मारवाडी ज्या अटी घालत होता त्यानुसार धान्य मारवाड्याच्या वाट्याला जाणार होतं, आणि फोलपट मथुरदादाच्या वाट्याला. म्हणून मथुरदादा त्या व्यवहारातून अंग काढून घेण्याच्या बेतात होता.

शर्मिला उत्तेजित होऊन म्हणाली, "तसं नको करू. भागीदारीत काम करायचं असेल, तर आमच्या बरोबर कर. मोठं काम तुझ्याहातून निसटून जावं हे बरोबर नाही. मी तसं मुळीच होऊ देणार नाही. तू काहीही म्हण."

त्यानंतर कागदपत्रं तयार व्हायला वेळ लागला नाही. मथुरदादाचं मन विरघळून गेलं.

काम जोरात सुरू झालं. यापूर्वी शशांक नोकरी म्हणून काम करायचा तेव्हा त्याची जबाबदारी मर्यादित होती. त्याचा वरिष्ठ कुणीतरी दुसरा होता. जबाबदारी

आणि कर्तव्य यांचा हिशोब समान होता. आता त्याला स्वत:च वरिष्ठ व्हायचं होतं. जबाबदारी आणि कर्तव्य एक होऊन गेलं होतं. त्यामुळेच तो इतक्या झपाट्यात काम करत होता. सगळ्यात आधी बायकोचं कर्ज फेडायचं होतं. त्यानंतर रमतगमत चालायला वेळ मिळणार होता.

डाव्या हाताच्या मनगटावर घड्याळ, डोक्यावर उन्हाची हॅट, शर्टाच्या बाह्या दुमडलेल्या, खाकी रंगाची पँट, तिला चामड्याचा पट्टा आवळलेला, जाडजाड तळव्यांचे बूट, डोळ्यांवर उन्हाचा काळा चष्मा. असा सगळा जामानिमा करून शशांक कामाला लागला. बायकोकडून घेतलेलं कर्ज फिटायला आलं तेव्हा त्याच्या कामाचा जोर कमी तर झाला नव्हताच, उलट त्याचं मनही पूर्ण तापलं होतं.

याच्याआधी संसारातला जमाखर्च एकाच दिशेनं चाललेला असायचा, आता त्याला दोन फाटे फुटले. शर्मिलाचा घरखर्च पूर्वीसारखाच चालू होता. त्याच्यासाठी लागणाऱ्या रकमेबद्दल शशांकला काही माहीतही नव्हतं. आणि धंद्याच्या हिशोबाची वही शर्मिलासाठी दुर्गम किल्ल्यासारखी होती. त्यानं काही बिघडत नव्हतं. पण नवऱ्याच्या व्यावसायिक दिनक्रमाचा परीघ तिच्या संसारचक्राच्या बाहेरून जात होता, त्यामुळे तिच्या संसाराचे नियम डळमळीत होत चालले होते. ती शशांकला विनवून सांगायची, ''फार श्रम करू नका. तब्येत खराब होईल.'' त्याचा काही उपयोग होत नव्हता. आश्चर्य म्हणजे या सगळ्या श्रमांचा शशांकच्या तब्येतीवर अजिबात परिणाम होत नव्हता. तब्येतीबद्दल काळजी, विश्रांती न घेण्याबद्दल आक्षेप, आराम करत नाही म्हणून राग अशा दांपत्य जीवनातल्या तळमळीकडे पूर्ण दुर्लक्ष करीत शशांक सकाळी सकाळीच उठून आपल्या सेकंड हँड फोर्ड गाडीत जाऊन बसायचा, आणि गाडीचा हॉर्न दाबत बाहेर पडायचा. दुपारी दोन अडीचच्या सुमाराला घरी परत येऊन शर्मिलाची रागाची बोलणी खायचा आणि बाकीचं खाणं देखील भराभरा संपवून टाकायचा.

एक दिवस त्याच्या मोटारीला दुसऱ्या कुणाच्या तरी गाडीचा धक्का लागला. तो वाचला, पण गाडीला लागलं, त्यामुळे गाडी दुरुस्तीला द्यावी लागली.

शर्मिलाचा जीव खालीवर झाला. ती रडकुंडीला येऊन म्हणाली, ''तुम्ही नका गाडी चालवत जाऊ.''

शशांकनं तिचं बोलणं हसून उडवून लावलं. म्हणाला, ''ॲक्सिडेंट दुसऱ्याच्या हातून झाला तरी परिणाम तोच होणार.''

एक दिवस शशांक कसलं तरी दुरुस्तीचं काम तपासायला गेला तर एका मोडक्या खोक्याचा खिळा त्याच्या बुटाच्या आत शिरून पायात घुसला. हॉस्पिटलमधे जाऊन, ड्रेसिंग करून, बँडेज बांधून, धनुर्वाताची लस टोचून घेऊन तो घरी आला

तेव्हा शर्मिलानं खूप रडारड केली. म्हणाली, "थोडे दिवस विश्रांती घ्या आता." शशांक फक्त एवढंच म्हणाला "काम." वाक्याचा याहून जास्त संक्षेप करणं शक्य नव्हतं. शर्मिला म्हणाली, "अहो पण..."

यावर काही न बोलता बँडेज बांधलेला पाय घेऊन शशांक कामावर गेला, पुढे काही बोलण्याची शर्मिलाची हिंमत झाली नाही. नवऱ्यानं त्याच्या पुरुषी क्षेत्रात त्याचा अधिकार दाखवून दिला होता. तिच्या काकुळत्या, विनंत्या, युक्त्या, वाद-विवाद-वितंडवाद या सगळ्यांच्या पलीकडे जाणारं एक वाक्य त्याच्याजवळ होतं. - "काम आहे."

शर्मिला विनाकारण काळजी करत बसून रहायची. त्याला उशीर झाला, की वाटायचं मोटारीला अपघात झाला. उन्हात काम करून नवऱ्याचा चेहरा लालबुंद झाला की तिला वाटायचं त्याला इन्फ्लुएन्झा झालाय. भीत भीत म्हणायची, डॉक्टरला दाखवूया. आणि नवऱ्याचा चेहरा पाहून बोलता बोलता थांबून जायची. काळजीसुद्धा मोकळ्या मनानं दाखवण्याची सोय आजकाल राहिली नव्हती.

शशांक बघता बघता उन्हानं रापून रापून वाळून गेला होता. तोकडे घट्ट कपडे, तोकडा वेळ, झपाझप हालचाल, बोलणं ठिणगीसारखं, शशांकच्या द्रुत लयीशी शर्मिला आपल्या सेवेची लय जुळवून घेण्याचा प्रयत्न करायची. शेगडीजवळ नेहमी काही ना काही खायचा पदार्थ गरम ठेवायला लागायचा. शशांक केव्हा एकदम जायला निघेल, आणि परत यायला उशीर होईल म्हणून सांगेल, त्याचा नेम राहिला नव्हता. त्याच्या गाडीत एक सोडावॉटरची बाटली आणि एका डब्यात खायचा काहीतरी कोरडा पदार्थ ठेवलला असायचा. सहज लक्ष जाऊन हाताशी राहील अशा जागी कोलनवॉटरची एक लहानशी बाटली ठेवलेली असायची. कधी वाटेत डोकंबिकं दुखायला लागलं तर उपयोगी पडावी म्हणून. गाडी परत आल्यावर शर्मिला पहायची. या सगळ्यातलं काहीही वापरलं गेलेलं नसायचं. ती हिरमुसली व्हायची.

झोपायच्या खोलीत समोरच स्वच्छ धुतलेले कपडे रोज घडी करून ठेवलेले असायचे. तरीदेखील आठवड्यातून चार वेळा तरी शशांकला कपडे बदलायला वेळ नसायचा. संसारातल्या गोष्टींबद्दल बोलणं अगदी कमी होत आलं होतं, बोलायचं तेदेखील टेलिग्रममधल्या मजुकरासारखं जेवढ्यास तेवढं. आणि जाता जाता मागून हाका मारीत - "अहो, जरा ऐका काय म्हणते ते..."

त्याच्या व्यवसायाशी शर्मिलाचा जो संबंध होता तो देखील संपुष्टात आला. तिचे पैसे व्याजासकट फेडले गेले होते. व्याज दिलं होतं, तेदेखील व्यवस्थित हिशोब करून आणि पावतीवर सही घेऊन. शर्मिला म्हणायची, "पहा ना, प्रेमात सुद्धा पुरुष स्वतःला झोकून देत नाहीत, एक कोपरा मोकळा सोडतात,

स्वत:च्या अहंकारासाठी.''

धंद्यात जो नफा मिळाला त्यातून शशांकनं भवानीपुरात स्वत:च्या आवडीचं घर बांधलं ती त्याची हौस होती. त्याच्या डोक्यात सुखसोयींच्या नव्या नव्या कल्पना होत्या. शर्मिलाला चकित करण्याचा त्याचा प्रयत्न चालला होता. शर्मिलानं पण त्याच्या अपेक्षेला अनुसरून आश्चर्यचकित होण्यात कसर ठेवली नाही. इंजिनिअर साहेबांनी कपडे धुण्याचं यंत्र तयार केलं होतं. शर्मिलानं ते त्याच्याभोवती गोल फिरून पाहिलं. आणि त्याची खूप तारीफ केली. पण मनात म्हणाली, ''कपडे आज धोब्याकडे जातायत, तसे उद्या पण जाणारेत. मळलेले कपडे वाहून नेणारं गाढव माहीत आहे, पण मळलेले कपडे धुणारं यंत्र काय आहे, कुणास ठाऊक! बटाट्याच्या साली काढणारं यंत्र पाहून म्हणाली, दम आलू भरण्यातला बारा आणे त्रास कमी झाला. नंतर कळलं की ते यंत्र पोचे पडलेली भांडी, आणि तडे गेलेल्या बश्यांच्या जोडीनं अडगळीच्या खोलीत विस्मरणाच्या बिछान्यावर आराम करत आहे.

घर बांधून झालं तशी शर्मिलाची सगळी आवरून धरलेली माया त्या जड वास्तूवर बरसू लागली. मांडामांड, सजवासजव करताना दोन दोन नोकर सुद्धा धापा टाकायला लागले. त्यातला एकजण तर काम सोडूनच गेला. पण शर्मिलाच्या अंगात भरपूर काटकपणा होता. घराची सजावट शशांकच्या सोयीसाठी होत होती. बैठकीच्या खोलीत तो फारसा बसत नसे. तरीपण त्याच्या दमलेल्या पाठीसाठी नाना प्रकारच्या कुशन्स आणल्या होत्या. टीपॉय, टेबल सगळीकडे फुलदाण्या ठेवल्या. होत्या. शिवाय त्यांच्यावरच्या आवरणावर फुलाफुलाचं भरतकाम केलेलं होतं. झोपायच्या खोलीत शशांक दिवसा जातच नसे. कारण त्याच्या नव्या वेळापत्रकात रविवार हा सोमवारचाच भाईबंद होता. दुसऱ्या एखाद्या सुट्टीच्या दिवशी जेव्हा काम बंद असायचं तेव्हा तो कुठली तरी बारीक सारीक कामं उकरून काढायचा आणि ऑफिसच्या खोलीत जाऊन ट्रेसिंग पेपर किंवा फाईल घेऊन बसायचा. तरी पण बाकी सर्व व्यवस्था पूर्वीसारखीच होती. प्रशस्त, जाडजूड सोफ्यासमोर घरी वापरायचे नरम जोडे ठेवलेले असायचे. पानाच्या डब्यात पूर्वीप्रमाणेच विडे तयार करून भरून ठेवलेले असायचे. कपड्यांच्या स्टँडवर तलम रेशमी कुर्ता आणि निऱ्या केलेलं धोतर ठेवलेलं असायचं. ऑफिसच्या खोलीत जाऊन काही व्यवस्था लावणं म्हणजे हिंमतीचंच काम होतं, तरीपण शशांक घरात नसताना शर्मिला सामान पुसण्याचं फडकं घेऊन तिथे जायची. त्या खोलीतल्या ठेवायच्या वस्तू आणि टाकायच्या वस्तू यांच्या खिचडीतून सगळं काही नीटनेटकं आणि व्यवस्थित करण्याचा तिचा सतत प्रयत्न चाललेला असायचा.

शर्मिला शशांकसाठी सारखं काही ना काही करत असायची, पण आजकाल

त्यातलं बरंच काही त्याच्या नकळत. पूर्वी ती त्याच्यासाठी जे काही करत असे ते व्यक्तिश: त्याच्यासाठी असायचं. आता ते प्रतीक रूपानं करायला लागायचं. घर सजवायचं, बाग लावायची, शशांक ज्या दिवाणावर बसायचा त्याच्यावर फुला फुलाचं भरतकाम केलेली रेशमी चादर घालायची, ऑफिसच्या टेबलावर एका कोपऱ्यात निळ्या काचेच्या फुलदाणीत रातराणीची फुलं ठेवायची. पूजेसाठी वापरण्याचं अर्घ्य पूजेच्या ठिकाणाहून लांब ठेवायला लागायचं. हल्ली त्याचं कारण फारच दु:खदायक होतं. काही दिवसांपूर्वी तिच्या मनावर जो आघात झाला होता त्याची खूण तिला डोळ्यातल्या अश्रूंनी पुसावी लागली होती. त्यादिवशी शशांकचा वाढदिवस होता - कार्तिक महिन्याची एकोणतीस तारीख. शर्मिलाच्या आयुष्यातला सगळ्यात मोठा आनंदोत्सवाचा दिवस. नेहमीप्राणे तिनं नातेवाईकांना-मित्रमंडळींना जेवायचं आमंत्रण दिलं. घर फुलापानांनी सजवलं.

सकाळचं काम संपवून शशांक घरी आला, आणि ते सगळं पाहून म्हणाला, 'प्रकार काय आहे? बाहुलीचं लग्न-बिग्न आहे की काय?''

शर्मिला म्हणाली, ''कपाळ माझं! आज तुमचा वाढदिवस आहे हेसुद्धा विसरलात का! सांगून ठेवते हं, आज संध्याकाळी कुठेही बाहेर जायचं नाही.''

''धंद्याचं काम वाढदिवस वगैरे जाणत नाही. जाणतं फक्त मृत्यूचा दिवस.''

''पुन्हा कधी नाही सांगणार, आज लोकांना जेवायला बोलावलं आहे.''

''हे बघ शर्मिला, तू मला बाहुला बनवून इतर लोकांसमोर नाचवू नको.'' एवढं बोलून शशांक झपाट्यानं निघून गेला. शर्मिला झोपायच्या खोलीत जाऊन दार बंद करून खूप रडली.

संध्याकाळी पाहुणेमंडळी आली. धंद्याच्या कामामुळे शशांक येऊ शकणार नाही, हे त्यांना सहजच पटलं. हा जर कालिदासाचा वाढदिवस असता, आणि ''शाकुंतल''चा तिसरा अंक लिहिण्यात गर्क असल्यामुळे तो जेवायला येऊ शकणार नाही, असं पाव्हण्यांना सांगितलं असतं, तर त्यांना ती चक्क थाप वाटली असती. पण बिझनेस! भरपूर हास्यविनोद झाला. नाथूबाबूंनी कुणातरी नटाची नक्कल करून सगळ्यांना खूप हसवलं. त्या हसण्यात शर्मिला पण सामील झाली. शशांकशिवाय साजऱ्या झालेल्या शशांकच्या वाढदिवसानं बिझनेसला साष्टांग नमस्कार घातला.

शर्मिलाला खूप वाईट वाटलं, पण तरी तिनं देखील शशांकच्या बिझनेसच्या भरधाव जाणाऱ्या रथाच्या ध्वजपताकेला मनोमन नमस्कार केला. जे कर्तव्यकर्म कुणाचाही मुलाहिजा बाळगत नाही - पत्नीच्या विनंतीचा, मित्रांच्या मित्रत्वाचा, किंवा स्वत:च्या विश्रांतीचा देखील - ते नवऱ्याचं काम तिच्या दृष्टीनं सगळ्यात महत्त्वाचं होतं. या कामावर श्रद्धा ठेवूनच पुरुष माणूस स्वत:वर श्रद्धा ठेवू शकतो.

त्याच्या स्वतःच्या कर्तबगारीला त्यानं दिलेली ही मानवंदना असते. शर्मिला तिच्या रोजच्या घरकामाच्या किनाऱ्यावर उभी राहून चकित नजरेनं पलीकडे पहायची - पलीकडल्या किनाऱ्यावर असायचा शशांकचा "बिझनेस." त्याचा प्रभाव खूप लांबवर पसरलेला असायचा, घराच्या सीमा ओलांडून दूर देशात, दूर समुद्राच्या पलीकडे - ओळखीच्या, अनोळखी कितीतरी लोकांना तो प्रभाव आपल्या अधिकाराच्या जाळ्यात खेचून आणायचा. स्वतःच्या नशिबाबरोबर पुरुषाची रोजची झटापट असते. त्याच्या मार्गात स्त्रीच्या बाहूचं बंधन आडवं आलं तर तो निष्ठूरपणे ते बंधन तोडून टाकेल यात काय नवल! शशांकचा हा निष्ठूरपणा, शर्मिलानं भक्तिभावानं स्वीकारला. कधी कधी तिच्यानं रहावायचं नाही. ज्या क्षेत्रात तिचा अधिकार नव्हता तिथेच तिची उत्कंठा तिला ओढून आणायची. ती ठेच खायची, आणि असं ठेच खाणं वाट्याला येणारच होतं, अशी स्वतःची समजूत घालून दुःखी मनानं त्या रस्त्यावरून मागे फिरायची. पतीला म्हणायची, "क्षितिजरेषा!" या रेषेपाशी तिची नजर पोचून तिथेच थांबून रहायची.

नीरद

बँकेत जमा झालेल्या पैशांवर स्वार होऊन त्यांच्या संसाराची समृद्धी सहा आकड्यांच्या संख्येच्या दिशेनं दौडू लागली होती, त्याचवेळेला शर्मिलाला कसला तरी असाध्य विकार झाला. तिच्या अंगात उठून बसण्याचं त्राण राहिलं नाही. यासंबंधात काळजीचं कारण काय होतं ते जरा सविस्तर सांगायला हवं.

राजारामबाबू शर्मिलाचे वडील होते. बारिशाल भागात गंगेच्या एका फाट्याजवळ त्यांची खूप मोठी जमीनदारी होती. त्याखेरीज शालीमार घाटावरच्या जहाज बांधण्याच्या व्यवसायात त्यांची भागीदारी होती. त्यांचा जन्म त्या जुन्या काळाच्या सीमेवर या नव्या काळाच्या सुरुवातीला झाला होता. कुस्ती खेळणं, शिकार करणं, लाठी फिरवणं यात ते उस्ताद होते. पखवाज वाजवण्यासाठी त्यांचं नाव प्रसिद्ध होतं. मर्चंट ऑफ व्हेनिस, ज्युलिअस सीझर, हॅम्लेट, यातली दोन चार पानं ते सहज तोंडपाठ म्हणून दाखवत असत. मॅकॉलेची इंग्रजी भाषा हा त्यांचा आदर्श होता. बर्कच्या शैलीवर ते मुग्ध होते. बंगाली भाषेवरची त्यांची श्रद्धा "मेघनाद वध" काव्यापाशी येऊन थांबली होती. मद्यपान आणि निषिद्ध भोजन हे आधुनिक काळात स्वतःचा विकास करून घेण्यासाठी आवश्यक आहे, असं त्यांना त्यांच्या तरुण वयात वाटत असे. उतारवयात त्यांनी ते सोडून दिलं होतं. त्यांचा पोशाख काळजीपूर्वक केलेला असायचा. चेहऱ्यावरचे भाव गंभीर असायचे. त्यांची शरीरयष्टी बलिष्ठ आणि उंच होती. स्वभाव चार माणसांमध्ये मिळून मिसळून रहाण्याचा होता.

कोणी त्यांच्याकडे काही मागायला आलं तर त्याला "नाही" म्हणणं त्यांना माहीत नव्हतं. पूजा अर्चा करण्यावर त्यांचा विश्वास नव्हता, पण त्यांच्या घरी धार्मिक समारंभ होत असत. या समारंभांमधून त्यांच्या घराण्याचे रीतिरिवाज पाळले जात असत. पूजा-अर्चा घरातल्या बायकांसाठी आणि इतरांसाठी असायची. त्यांच्या मनात असतं तर त्यांना "राजा" ही पदवी सहज मिळाली असते. त्याबद्दल त्यांना विचारलं तर राजारामबाबू हसून म्हणायचे, वाडवडलांकडून आलेल्या राजेपणाचा उपभोग घेतोच आहे, यावर आणखी एक पदवी आणून बसवली तर तिचं महत्त्व उणावेल. गव्हर्नरच्या प्रासादात प्रवेश करण्यासाठी त्यांच्यासाठी एक वेगळा खास दरवाजा होता. सरकारामध्ये उच्च पदस्थ इंग्रज अधिकारी त्यांच्या घरच्या पारंपारिक जगद्धात्री पूजेसाठी येत असत तेव्हा शँपेनचे तीर्थ भरपूर प्रमाणात प्राशन करीत असत.

शर्मिलाचं लग्न झाल्यानंतर त्यांच्या पत्नीविहीन घरात त्यांचा मोठा मुलगा हेमंत आणि धाकटी मुलगी उर्मिलाच होते. मुलाचे शिक्षक म्हणत असत की तो अत्यंत कुशाग्र बुद्धीचा आहे, इंग्रजीत ज्याला ब्रिलिअंट म्हणतात तसा. मागे वळून पुन्हा पहावं असा त्याचा चेहरा देखणा होता. असा एकही विषय नव्हता ज्यात त्याला परीक्षेसाठी ठेवलेले जास्तीत जास्त मार्क मिळत नसत. याखेरीज शरीर सौष्ठव कमवण्यात वडिलांचं नाव राखेल याची लक्षणं दिसत होती. तेव्हा सांगायला नकोच की त्याच्या चारी बाजूंनी उपवर मुलींकडची अधीर माणसं लगबगीनं फेऱ्या घालत हिंडत होती. पण लग्नाच्या बाबतीत त्याचं मन अजून तयार झालं नव्हतं. त्याचं सध्याचं ध्येय होतं युरोपातल्या विद्यापीठातून पदवी घेणं. तो उद्देश मनाशी बाळगून त्यानं फ्रेंच आणि जर्मन शिकायला सुरुवात केली होती.

आणखी विशेष काही काम नसल्यामुळे गरज नसतानासुद्धा त्यानं कायद्याचा अभ्यास करायला सुरुवात केली. त्याच सुमारास हेमंतच्या आतड्यात किंवा शरीराच्या कोणत्यातरी भागात काही तरी बिघाड झाला. त्याचं निदान डॉक्टर मंडळींना काही केल्या करता येईना. लपून छपून वाढणाऱ्या त्या दुखण्याला त्याच्या बलिष्ठ शरीरात जणू काही किल्ल्याचा आश्रय मिळाला होता. त्याला शोधून काढणं म्हणजे एखाद्या शत्रूवर चाल करून जाण्यासारखं होतं. त्यावेळेच्या एका इंग्रज डॉक्टरवर राजारामबाबूंची गाढ श्रद्धा होती. यशस्वी शल्यचिकित्सक म्हणून त्यांची ख्याती होती. त्यांनी रोग्याच्या शरीराचा शोध सुरू केला. शस्त्रक्रिया करण्याच्या आपल्या अनुभवातून ते म्हणाले, शरीराच्या खोल, दुर्गम भागात दुखणं घट्ट मुळं रोवून बसलं आहे. त्याला उपटून काढायला हवं. शस्त्राच्या कुशल साहाय्यानं शरीराला चिरा पाडत जे काही उघड झालं तिथे तो कल्पित शत्रूही नव्हता, आणि त्यानं केलेल्या अत्याचाराचं चिन्हही नव्हतं. चूक सुधारण्याचा मार्ग शिल्लक राहिला

नव्हता. मुलाचा मृत्यू झाला.

वडिलांच्या मनाचा आत्यंतिक शोक कोणत्याही प्रकारे शांत होईना. मृत्यूच्या घटनेपेक्षा सुद्धा एका जिवंत, सुंदर, बलिष्ठ देहाचे असे तुकडे तुकडे केल्याची स्मृती त्यांच्या मनाला काळ्या हिंस्त्र पक्ष्याच्या तीक्ष्ण नखांनी करकचून आवळल्यासारखी जखडून राहिली. त्यांचा जीवनरस शोषून घेत तिनं त्यांना मरणाच्या दारात ओढून आणलं.

हेमंतचा जुना वर्गमित्र नीरद नुकताच डॉक्टरी पास झाला होता. तो हेमंतची शुश्रूषा करण्यात मदत करत होता. तो सारखा आग्रहानं म्हणत होता की कुठेतरी चूक होते आहे. त्यानं स्वत:च्या विचारानं रोगाचं निदान केलं होतं, आणि कोरड्या हवेच्या ठिकाणी जाऊन रहाण्याचा सल्ला दिला होता. पण राजारामबाबूंच्या मनावर त्यांच्या पूर्वजांच्या काळातले संस्कार पक्के बिंबलेले होते. त्यांना वाटायचं, यमराजाबरोबर मुकाबला करायची वेळी आली, तर तो फक्त इंग्रज डॉक्टरच करू शकतो. यावेळेस तसं न झाल्यामुळे नीरदवरची त्यांची माया आणि श्रद्धा प्रमाणाबाहेर वाढली. त्यांच्या धाकट्या मुलीला, उर्मिलाला एकदम वाटायला लागलं की या माणसाची प्रतिभा असामान्य आहे. ती आपल्या वडिलांना म्हणाली, "पहा नं बाबा, इतक्या लहान वयात याला स्वत:बद्दल किती आत्मविश्वास आहे! शिवाय एवढ्या रुंद हाडापेराच्या विलायती डॉक्टरांच्या मताच्या विरोधात आपलं मत नि:संदिग्धपणे मांडण्यात किती मोठं धाडस आहे!" तिचे बाबा म्हणाले, डॉक्टरीचं शिक्षण फक्त पुस्तकी नसतं. कुणाकुणामध्ये त्याचा दुर्लभ असा दैवी संस्कारही असतो. नीरदमध्ये मला तोच दिसतो आहे." त्यांच्या नीरदवरच्या विश्वासाला सुरुवात झाली दु:खाच्या आघातामधून. पश्चातापाच्या वेदनेमधून. त्यानंतर आणखी कसल्या कारणासाठी न थांबता तो विश्वास आपल्या आपण वाढत चालला.

एक दिवस राजारामबाबू आपल्या मुलीला म्हणाले, "उर्मी, मला कधी कधी हेमंतचा आवाज ऐकू येतो. तो मला हाक मारून म्हणत असतो, लोकांच्या रोगराईचं दु:ख दूर करा." त्याच्या नावानं एक हॉस्पिटल सुरू करावं, असं मी ठरवतो आहे."

उर्मी तिच्या नेहमीच्या उत्साही स्वभावानुसार उल्हसित होऊन म्हणाली, "खूप छान होईल, मला तुम्ही युरोपला पाठवा. मी तिथून डॉक्टरीचं शिक्षण घेऊन येईन, आणि हॉस्पिटलची जबाबदारी सांभाळेन."

तिचं बोलणं राजारामबाबूंच्या मनाला भिडलं. ते म्हणाले, "हे हॉस्पिटल देवाच्या नावानं काढलेलं असेल. तू तिथली सेवेकरी असशील. हेमंतला फार यातना सोसाव्या लागल्या. त्याची तुझ्यावर खूप माया होती. तू हे पुण्याचं काम केलंस तर त्याला परलोकात शांती मिळेल. तो आजारी असताना तूच तर रात्रंदिवस

त्याची शुश्रूषा करत होतीस. तीच तुझी सेवा आणखी मोठं रूप घेईल.''

जुन्या परंपरेतल्या खानदानी घराण्यातली मुलगी डॉक्टर होणार यात काही जगावेगळं आहे असं त्या वृद्ध गृहस्थांच्या मनातही आलं नाही. दु:खाच्या पंजातून माणसाला सोडवणं म्हणजे काय ते आज त्यांना स्वत:च्या अनुभवातून समजलं होतं. त्यांचा मुलगा वाचला नाही, पण इतरांची मुलं जर वाचू शकली तर त्यांच्या आयुष्यातली कमतरता भरून निघाली असती, त्यांच्या दु:खाची तीव्रता कमी झाली असती. ते आपल्या मुलीला म्हणाले, ''इथल्या युनिव्हर्सिटीतून विज्ञानाचं शिक्षण पूर्ण कर, त्यानंतर मग युरोप.''

यानंतर राजारामबाबूंच्या मनात एक विचार घोळायला लागला. नीरदबद्दलचा विचार. सोन्यासारखा मुलगा आहे. जे काही पाहिलं आहे ते उत्तमच आहे. डॉक्टरी पास झाला आहे, पण तेवढ्यावर थांबलेला नाही. परीक्षेचा उजाड माळ ओलांडून डॉक्टरी विद्येच्या सात समुद्रात रात्रंदिवस पोहतो आहे, पोहत फिरतो आहे. वयानं लहान आहे, तरी खेळ करमणुकीनं त्याचं मन विचलित होत नाही. अलीकडे जे काही नवीन शोध लागतायत त्याचा अभ्यास करतो, त्यावर उलटसुलट विचार करतो, त्याची चाचणी करतो आणि स्वत:चं व्यावसायिक नुकसान करून घेतो. ज्यांची प्रॅक्टिस चांगली चालते त्यांच्याबद्दल तुच्छता दाखवतो. म्हणतो, मूर्ख माणसांचा उत्कर्ष होतो, लायक माणसांचा गौरव होतो. कुठल्या तरी पुस्तकातून त्यानं हे वाक्य घेतलं आहे.

अखेर एक दिवस राजारामबाबू उर्मीला म्हणाले, ''मी विचार केलाय की आपल्या हॉस्पिटलमधे तू नीरदची सहकारी म्हणून काम केलंस तर काम व्यवस्थित होईल, आणि माझीही काळजी मिटेल. त्याच्यासारखा मुलगा दुसरा कुठे मिळणार?''

राजारामबाबूंनी इतर कुणाचं म्हणणं ऐकलं नाही तरी हेमंतचं म्हणणं ते डावलू शकत नसत. हेमंत म्हणायचा, मुलीच्या आवडीकडे दुर्लक्ष करून आईवडिलांनी स्वत:च्या पसंतीनं तिचं लग्न ठरवणं म्हणजे रानटीपणा आहे. राजारामबाबू एकदा म्हणाले होते की लग्न ही काही फक्त व्यक्तिगत गोष्ट नाही. तिच्याशी संसाराचा संबंध आहे. त्यामुळे लग्नाच्या बाबतीत फक्त इच्छेनुसार नाही, तर अनुभवानुसारही विचार करण्याची गरज असते. कितीही युक्तिवाद केला, मत काहीही असलं, तरी हेमंतवरचं त्यांचं प्रेम इतकं गाढ होतं की त्याच्या इच्छेचाच या कुटुंबात विजय झाला.

नीरद मुखर्जीचं या घरी येणं जाणं होतं. हेमंतनं त्याचं नाव ठेवलं होतं ''आऊल'' म्हणजे घुबड. त्याचा अर्थ विचारल्यावर तो म्हणायचा, हा माणूस पुराणकालीन आहे, मायथॉलॉजिकल. त्याला वय नाही, फक्त विद्याज्ञान आहे, म्हणून मी त्याला मिनर्व्हा देवतेचं वाहन म्हणतो.

नीरद त्यांच्या घरी अधून मधून चहा घ्यायचा, हेमंतशी खूप वादविवाद करायचा, मनातल्या मनात त्यानं उर्मीची दखल नक्कीच घेतली असेल, पण तसं त्यानं कधी दर्शवलं नाही, कारण अशा बाबतीत जसं वागतात तसं वागण्याचा त्याचा स्वभाव नव्हता. तो वाद घालू शकत असे, त्याला गप्पा मारता येत नसत. यौवनाची उष्णता त्याच्यामध्ये असेलही, पण त्याचा प्रकाश नव्हता. म्हणूनच त्याचा अपमान करून तो स्वत:चं समाधान करून घ्यायचा. या सगळ्या कारणांमुळे उर्मीसाठीच्या संभाव्य वरांच्या रांगेत त्याची गणना करण्याचं धाडस कुणी केलं नव्हतं. पण या बाबतीत दिसून येणाऱ्या त्याच्या उदासीनतेनं सध्याच्या परिस्थितीत उर्मीला त्याच्याविषयी वाटणाऱ्या आदराला भक्तीच्या सीमेपर्यंत ओढत आणलं होतं.

राजारामबाबूंनी जेव्हा स्पष्टपणे म्हटलं की मुलीच्या मनात दुसरा काही विचार नसेल तर तिचं नीरदशी लग्न झाल्याचा त्यांना आनंद होईल, तेव्हा मुलीनं संमतीदर्शक मान हलवली. मात्र त्याचबरोबर हेही सांगितलं की इथलं आणि विलायतेतलं शिक्षण पूर्ण झाल्यानंतरच लग्न होईल. बाबा म्हणाले, "तेच ठीक राहील. पण एकमेकांच्या संमतीनं संबंध पक्का झाला की मग त्याबद्दल काही काळजी रहाणार नाही."

नीरदची संमती मिळवायला वेळ लागला नाही. पण त्याच्या एकूण आविर्भावावरून असं वाटत होतं की विवाहाचं बंधन स्वीकारणं हा वैज्ञानिकासाठी मोठाच त्याग करण्यासारखं आहे. - जवळ जवळ आत्मघात करण्यासारखंच. या दुर्दैवी गोष्टीची तीव्रता काहीशी कमी करण्याचा उपाय म्हणून बहुधा अशी अट घालण्यात आली की अभ्यास आणि इतर सगळ्याच बाबतीत नीरद उर्मीला मार्गदर्शन करेल - म्हणजेच भावी पत्नी म्हणून तिला हळूहळू स्वत:च्या हातानं घडवेल, आणि ते घडवणं देखील वैज्ञानिक पद्धतीनं होईल, नियमांनी पक्क नियंत्रित, प्रयोगशाळेतल्या बिनचूक प्रक्रियेला अनुसरून.

नीरद उर्मिलेला म्हणाला, "पशुपक्षी निसर्गाच्या कारखान्यातून एक तयार वस्तू म्हणून बाहेर पडतात. पण माणूस हा कच्चा माल असतो. त्याच्यावर स्वत:च स्वत:ला घडवण्याची जबाबदारी असते, उर्मी नम्रपणे म्हणाली, "ठीक आहे. परीक्षा घेऊन पहा. तुम्हाला त्यात काही बाधा येणार नाही."

नीरद म्हणाला, "तुझ्यामध्ये खूप वेगवेगळ्या प्रकारच्या क्षमता आहेत. त्या सगळ्यांना तुझ्या जीवनातल्या फक्त एका विशिष्ट उद्दिष्टाच्या भोवती एकत्रित करून बांधून ठेवलं पाहिजे. असं झालं तरच तुझ्या जीवनाला अर्थ प्राप्त होईल. विखुरलेल्या क्षमतांना एका विशिष्ट उद्देशानं खेचून आणून एकत्र ठेवलं जाईल, तेव्हाच त्या क्षमतांच्या एकत्वाला 'मॉरल ऑर्गनिझम' असं म्हणता येईल."

उर्मी आनंदानं पुलकित झाली. तिच्या मनात आलं, तिच्या चहाच्या टेबलावर, टेनिसच्या कोर्टावर कित्येक तरुण मुलं आलेली आहेत, पण ज्यावर विचार करावा असं काहीच त्यांच्यापैकी कुणीच, कधीच बोलत नाही आणि दुसरं कुणी बोललं तर जांभया देतात. नीरदची खरोखरच अतिशय गंभीरपणे काही बोलण्याची पद्धत होती. तो काहीही बोलला तरी उर्मीला वाटायचं की त्यात काहीतरी खूप महत्त्वाचा अर्थ आहे. अगदी उच्च दर्जाचा इंटलेक्च्युल अर्थ.

राजारामबाबूंनी त्यांच्या मोठ्या जावयालाही बोलावणं पाठवलं. अधून मधून जेवायला बोलावून त्या दोघांची एकमेकांशी चांगली ओळख व्हावी यासाठी प्रयत्न केले. शशांक शर्मिलाला म्हणायचा, 'हा मुलगा म्हणजे अगदी 'बोअर' करणारा, 'थोरला काका' आहे. त्याला वाटतं आपण सगळे त्याचे विद्यार्थी आहो, तेदेखील शेवटच्या बाकावर शेवटच्या कोपऱ्यात पडलेले!' शर्मिला हसून म्हणायची, 'ही तुमची जेलसी आहे. मला तर बाई तो ठीक ठाक वाटतो.'' शशांक म्हणायचा, 'धाकट्या बहिणीबरोबर अदलाबदल करायचीय का?' शर्मिला म्हणायची, 'तसं केलं तर तुम्हाला बरंच होईल. माझी गोष्ट वेगळी.''

नीरदच्या मनातही शशांकबद्दल बंधुभाव निर्माण झाला असल्यासारखं दिसत नव्हतं. तो मनात म्हणायचा, 'हा तर कामगार आहे, वैज्ञानिक थोडाच आहे. हात आहेत, डोकं कुठाय?'

शशांक नीरदवरून त्याच्या मेव्हणीची नेहमी थट्टा करायचा. म्हणायचा, ''आता जुनं नाव बदलायची वेळ आली आहे.''

''इंग्रजी पद्धतीनं?''

''नाही, शुद्ध संस्कृत पद्धतीनं.''

''नवीन नाव ऐकू दे तरी.''

''विद्युल्लता. नीरदला आवडेल. या वस्तूशी त्याचा लॅबॉरेटरीत परिचय आहे. आता घरातच गाठ पडेल.'' मनातल्या मनात म्हणायचा, ''खरंच, हे नाव तिला शोभून दिसतं.'' आत एक ओरखडा उठायचा. ''काय नशीब तरी, असल्या अव्वल दर्जाच्या ''प्रिग्''च्या हातात अशी मुलगी पडणार.''

कुणाच्या हातात ती पडली असती तर शशांकला आनंद झाला असता, आणि त्याचं समाधान झालं असतं ते सगळं कठीणच होतं.

काही दिवसात राजारामबाबूंचं निधन झालं. उर्मीचा भावी सर्वाधिकारी असलेल्या नीरदनाथनं एकाग्र मनानं तिचा विकास करण्याची जबाबदारी उचलली.

उर्मिला जितकी सुंदर होती त्याहून अधिक सुंदर दिसत असे. तिच्या चंचल हालचालींमधून. तिच्या मनाची उज्ज्वलता चमचम करत लहरायची. तिला सगळ्या गोष्टींबद्दल कुतूहल असायचं. विज्ञानात तिचं मन जितकं रमायचं, त्याहून जास्त

साहित्यात रमायचं, कमी तर नाहीच. मैदानावर फूटबॉल पहायला जाण्याबद्दल तिचा जोरदार आग्रह असायचा. सिनेमा पहायला जाण्याबद्दल तिची 'ना' नसायची. प्रेसिडेन्सी कॉलेजात परदेशाहून फिजिक्सचे एक व्याख्याते आले होते, त्या सभेला देखील ती हजर होती. रेडिओकडे लक्ष असायचं. तोंडानं म्हणेल, "छी:!" पण त्याबद्दल औत्सुक्य भरपूर. रस्त्यावरून लग्नाची वरात वाजतगाजत जायला लागली की ती धावत व्हरांड्यात यायची. 'झू' मधे अधून मधून फेरी घालून यायची. तिथे तिला फार आवडायचं. विशेषत: माकडांच्या पिंजऱ्यासमोर उभं रहायला. तिचे बाबा जेव्हा मासे पकडायला जायचे तेव्हा ती त्यांच्याजवळ गळ धरून बसायची. टेनिस खेळायची, बॅडमिंटन खेळण्यात तर पारंगतच होती. हे सगळं दादाकडून शिकलेलं होतं. लवलवत्या वेलीसारखी सडपातळ होती ती, वाऱ्याच्या लहानशा झुळकीनं झुलायला लागायची. रहाणी साधी आणि नीटनेटकी. साडी कशी काय इकडून तिकडून किंचित् खेचून, गुंडाळून, फिरवून, सैल सोडून निऱ्या घालून अंगाला चापून चोपून शोभून दिसेल अशी नेसायची, त्याचं रहस्य काही उलगडलं जात नसे. गाणं चांगलं म्हणता येत नसे. पण सतार वाजवायची. ते संगीत प्रेक्षणीय होतं की श्रवणीय, कुणी सांगावं! वाटायचं तिची नाचरी बोटंच संगीतमय आहेत. गप्पा मारण्याच्या विषयांना कधी तोटा नसायचा. हसत सुटायला विशेष कारणाची वाट पहावी लागत नसे. मदत करण्याची प्रचंड ताकद होती. जिथे जी गरज असेल तिथली सगळी गरज ती एकटी पूर्ण करायची. फक्त नीरदसमोर ती एक वेगळी व्यक्ती होऊन जायची. शिडाच्या होडीचा वारा बंद होऊन जायचा. दोरखंडानं खेचत नेलेली होडी जशी नरमाईनं आणि सावकाश जाते तशी होऊन जायची.

सगळेजण म्हणायचे, ऊर्मीचा स्वभाव तिच्या भावासारखा चैतन्यानं रसरसलेला आहे. ऊर्मीला माहीत होतं की तिच्या भावानं तिच्या मनाची बंधनं मोकळी करून दिली होती. हेमंत म्हणायचा, "आपली घरं म्हणजे साचे असतात, मातीची माणसं तयार करण्याचे. म्हणून तर इतक्या वर्षांपासून परदेशी डोंबारी इतक्या सहजपणे तेहतीस कोटी बाहुल्यांना नाचवत फिरतायत." तो म्हणायचा "माझी वेळ येईल तेव्हा हा डोंबाऱ्याचा खेळ मांडण्यासाठी मी 'काळा पहाड' होऊन बाहेर पडेन." त्याची वेळ आली नाही, पण तो उर्मीच्या मनात ती धगधगती भावना निर्माण करून गेला.

याच्यावरूनच पंचाईत झाली. नीरदची काम करण्याची पद्धत अतिशय नियमबद्ध होती. त्यानं उर्मीसाठी अभ्यास करण्याचे नियम घालून दिले होते. तिला म्हणायचा, "हे बघ ऊर्मी, रस्त्यावरून चालता चालता आपल्या मनाला हिंदकळू देऊ नको. रस्त्याच्या शेवटी पोचशील तेव्हा घड्यामध्ये काय शिल्लक राहील?"

म्हणायचा, "तू फुलपाखरासारखी चंचलपणे इकडून तिकडे फिरतेस, बरोबर

काहीच घेऊन येत नाहीस. मधमाशीसारखं व्हायला पाहिजेस. प्रत्येक क्षणाचा हिशोब असतो. आयुष्य म्हणजे चैन नाही."

नीरदनं सध्या इंपिरिअल लायब्ररी मधून शिक्षणाच्या मूलतत्त्वांसंबंधी एक पुस्तक आणून वाचायला सुरुवात केली होती. त्यात असं सगळं लिहिलेलं होतं. नीरदची भाषा पुस्तकाची भाषा होती कारण त्याला स्वतःला अशी नेहमीची भाषाच नव्हती. आपण अपराधी आहोत, याबद्दल ऊर्मीच्या मनात काही शंका राहिली नाही. तिचं व्रत महाव्रत होतं. तरीदेखील तिचं मन सारखं सारखं त्यापासून दूर, इकडे तिकडे भटकायचं. स्वतःला लांछित करून घ्यायचं. समोरच नीरदचं उदाहरण होतं - किती कमालीची दृढता, लक्ष्यावर किती एकाग्रता, सर्व प्रकारच्या आनंदोल्हासाकडे किती कठोर दुर्लक्ष. ऊर्मीच्या टेबलावर गोष्टीचं किंवा तशाच हलक्या प्रतीच्या साहित्याचं पुस्तक दिसलं तर लगेच ते तो ताब्यात घेत असे. एक दिवस संध्याकाळी तो ऊर्मीची चौकशी करायला आल्यावर त्याला कळलं की ती इंग्रजी थिएटरमध्ये सलिव्हनच्या पिकाडो ऑपेराचा संध्याकाळचा शो पहायला गेली आहे. तिचा दादा असताना अशा प्रकारची संधी सहसा वाया जात नसे. त्यादिवशी नीरदनं तिचा यथायोग्य धिक्कार केला होता. अतिशय गंभीर स्वरात इंग्रजी भाषेत म्हणाला होता, "हे बघ, स्वतःचं संपूर्ण आयुष्य अर्पण करून तुझ्या दादाचा मृत्यू सार्थक करण्याची जबाबदारी तू घेतली आहेस. इतक्यातच तू हे विसरून जायला लागलीस का."

हे ऐकून ऊर्मिलाला अतिशय पश्चाताप झाला. ती मनात म्हणाली, "या माणसाला किती असामान्य अंतर्ज्ञान आहे. माझ्या दुःखाच्या स्मृतीची तीव्रता खरोखरच कमी व्हायला लागली आहे. मला स्वतःला कळलंच नव्हतं. धिक्कार असो माझ्या स्वभावातल्या या चंचलतेचा." ती सावध झाली. आपल्या पोशाखामधून तिनं छानछोकीचा आभाससुद्धा काढून टाकला. जाड सुताच्या, रंग विटून गेलेल्या साड्या नेसायला लागली. ड्रॉवरमध्ये ठेवलेलं चॉकलेट देखील खाण्याचा मोह सोडून दिला. विरोध करणाऱ्या मनाला करकचून आवळून एका घट्ट गाठीत बांधून टाकलं आणि रुक्ष कर्तव्याच्या खुंटीला टांगून ठेवलं. दिदी नाराज व्हायची. शशांक नीरदला उद्देशून जी काही शेलकी विशेषणे वापरायचा, त्याची भाषा शब्दकोशा बाहेरची, ग्राम्य असायची, जरादेखील सुश्राव्य नसलेली.

एका बाबतीत नीरदशी शशांकचं साम्य होतं. शशांकला जेव्हा शिवीगाळ करायला जोर चढायचा, तेव्हा तो इंग्रजी भाषा वापरायचा आणि नीरदच्या उपदेशांचा विषय उच्च दर्जाचा असायचा तेव्हा त्याचीही भाषा इंग्रजीच असायची. नीरदला सगळ्यांत जास्त राग तेव्हा यायचा जेव्हा ऊर्मी जेवणाच्या आमंत्रणाचं निमित्त करून तिच्या दिदीकडे जायची - नुसती जायची असं नाही, तर जाण्याबद्दल फार

उत्सुक आणि आग्रही असायची. दिदीशी असलेल्या ऊर्मीच्या संबंधांमुळे नीरदशी असलेलं तिचं नातं खंडित व्हायचं.

नीरद एकदा गंभीर चेहऱ्यानं ऊर्मीला म्हणाला, "हे बघ ऊर्मी, तू वाईट वाटून घेऊ नको, पण काय करायचं सांग. तुझ्या संबंधात माझी काही जबाबदारी आहे. त्यामुळे कर्तव्य म्हणून अप्रिय गोष्ट बोलावी लागते आहे. मी तुला सावध करतो आहे. शशांकबाबूंच्या घरच्यांशी सारखं येणं जाणं, मिळून मिसळून वागणं तुझ्या व्यक्तिमत्त्वाच्या विकासासाठी अपायकारक आहे. नात्याच्या प्रेमानं तुला आंधळं केलं आहे. पण मी त्याच्या दुष्परिणामाची शक्यता अगदी स्पष्टपणे पहातो आहे."

ऊर्मीचं व्यक्तिमत्त्व म्हणून जे काही होतं ते नीरदच्या पेटीत गहाण ठेवलेलं होतं. तिच्या व्यक्तिमत्त्वात कुठंही काही बदल झाला तर नुकसान नीरदचंच होतं. नीरदनं नाराजी दर्शवल्यामुळे भवानीपूर भागात ऊर्मीचं जाणं येणं आजकाल नानाप्रकारच्या सबबी काढून कमी झालं होतं. ऊर्मीनं स्वत:ला करून घेतलेली ही शिक्षा कर्जफेडीसारखी होती. तिच्या आयुष्याची जबाबदारी स्वत:वर घेऊन नीरदनं स्वत:च्या साधनेवर कायमचा भार टाकला होता. एका विज्ञानतपस्यासाठी याहून मोठा स्वत:च्या शक्तीचा अपव्यय काय असू शकत होता.

निरनिराळ्या आकर्षणांपासून स्वत:च्या मनाला मागे खेचून धरण्याचं दु:ख ऊर्मी कशीबशी सहन करत होती. तरी देखील एक वेदना मधून मधून तिच्या मनात असह्य होऊन उठायची, तिला 'चंचलता' असं म्हणून पूर्णपणे दडपून टाकणं शक्य व्हायचं नाही. नीरद तिला फक्त उपदेश करायचा. त्यानं कधी क्षणभरसुद्धा तिचा अनुनय का केला नाही? तिचं मन या अनुनयाची वाट पहात होतं - या अनुनयाच्या अभावामुळे तिच्या हृदयातलं माधुर्य पूर्ण विकास पावत नव्हतं. तिचं सगळं भविष्य निर्जीव नीरस झालं होतं. कधी एखाद्या दिवशी अचानक वाटायचं, नीरदच्या नजरेत एक आवेग उतरला आहे, आता विलंब नाही, अंतरंगातलं सगळ्यात खोलवरचं रहस्य आत्ताच पकडीत येईल. पण अंतर्यामी जाणत होता, ती खोलवरची वेदना जरी कुठे असली तरी तिची भाषा नीरदला माहीत नाही. बोलता येत नव्हतं, म्हणून बोलण्याच्या इच्छेलाच तो दोष देत असे. विचलित झालेल्या मनाला तो मूकच ठेवत आला होता, आणि हे आपल्या सामर्थ्याचं लक्षण समजून त्याचा अभिमान बाळगत आला होता. म्हणायचा, 'सेंटिमेंटल होणं माझं काम नाही." अशा वेळी ऊर्मीला रडावंसं वाटायचं. पण तिची स्थिती अशी झाली होती की त्याच्यावरच्या भक्तिभावामुळे तिला वाटायला लागायचं की यालाच पौरुष म्हणतात. स्वत:च्या दुर्बल मनाला ती निष्ठुरपणे दडपून टाकायची. कितीही प्रयत्न केला तरी मधून मधून तिला हे स्पष्टपणे जाणवायचं की प्रबळ शोधाच्या भरात, तिनं जे कठीण कर्तव्य स्वत:च्या इच्छेनं स्वीकारलं होतं, ती तिची इच्छा काळाच्या ओघात दुर्बल होत

चालली आहे, आणि दुसऱ्याच एका ईप्सिताला धरायला पहाते आहे.

नीरद तिला स्पष्टपणे सांगत असे, "हे बघ ऊर्मी, सर्वसाधारण मुली पुरुषांकडून ज्या सर्व स्तुतिसुमनांची अपेक्षा करतात ती तुला माझ्याकडून मिळण्याची शक्यता नाही, ही गोष्ट समजून घे. मी तुला जे देईन ते या सर्व बनवाबनवीपेक्षा अधिक सत्य असेल, अधिक मूल्यवान असेल."

ऊर्मी मान खाली घालून गप्प बसून रहायची. मनातल्या मनात म्हणायची, "यांच्यापासून माझ्या मनातलं काहीच लपून रहाणार नाही की काय?"

काही केल्या मनावर ताबा रहात नव्हता. गच्चीत एकटीच फिरायला जायची. संध्याकाळचा प्रकाश धूसर होत असायचा. शहरातल्या लहान मोठ्या नाना आकारांच्या इमारतींचे तुरे माळून सूर्य अस्ताला जायचा, गंगेच्या घाटावर उभ्या असलेल्या जहाजांच्या डोलकाठ्यांच्या पलीकडल्या प्रदेशात नाना रंगांच्या लांब लांब ढगांच्या रेषा दिवसाच्या सीमेला वेढा घालायच्या. हळूहळू तो वेढा दिसेनासा व्हायचा. चर्चच्या मनोऱ्यावरून चंद्र उगवायचा. अस्फुट हलक्याश्या प्रकाशात शहर स्वप्नासारखं दिसायचं. जणू अलौकिक मायापुरी. मनात प्रश्न उठायचा, खरंच का जीवन इतकं अविचल, इतकं काठिण्यपूर्ण असतं? आणि इतकं कृपण? मोकळेपण देणार नाही, आनंद देणार नाही, एकदम मन बंड करून उठायचं, खूप द्वाडपणा करावासा वाटायचा, मोठ्यानं ओरडून सांगावंस वाटायचं, "मी कशाकरशाला जुमानत नाही."

नीरदनं रिसर्चचं जे काम हाती घेतलं होतं, ते पूर्ण झालं. युरोपमधल्या कोणत्या तरी वैज्ञानिक संस्थेकडे लेख पाठवून दिला. त्यांनी तारीफ केली, त्याबरोबरच एक स्कॉलरशीपही मिळाली - ठरवलं की तिथल्या विश्वविद्यालयाकडून डिग्री घेण्यासाठी समुद्र ओलांडायचा.

निरोप घेण्याच्यावेळी कोणतंही दु:खाचं बोलणं झालं नाही. फक्त हीच गोष्ट पुन्हा पुन्हा सांगितली गेली, "मी जातो आहे. आता तुझ्या कर्तव्यसाधनेत ढिलेपणा येईल याचीच मला काळजी आहे."

ऊर्मी म्हणाली, "काही काळजी करू नका."

नीरद म्हणाला, "कसं वागायचं, अभ्यास कसा करायचा त्याच्या सविस्तर सूचना लिहून ठेवल्या आहेत."

ऊर्मी म्हणाली, "मी अगदी त्याप्रमाणेच वागेन."

"तुझ्या या कपाटातली पुस्तकं मात्र मी माझ्या घरी नेऊन बंद करून ठेवायची म्हणतोय."

"घेऊन जा." असं म्हणून ऊर्मीनं त्याच्या हातात कपाटाची किल्ली दिली. सतारीकडे एकदा नीरदचं लक्ष गेलं होतं. थोडं द्विधा होऊन थांबलं.

अखेरीस अत्यंत कर्तव्यभावनेनं नीरदला सांगावं लागलं, "मला फक्त एकच भीती आहे. शशांकबाबूंकडे जर पुन्हा तुझं वारंवार येणं जाणं व्हायला लागलं, तर तुझा निश्चय दुबळा होईल यात काही शंका नाही. असं समजू नको की मी शशांकबाबूंची निंदा करतो आहे. ते खूप चांगले गृहस्थ आहेत. व्यवसाय करण्यासंबंधी या प्रकारचा उत्साह, या प्रकारची बुद्धिमत्ता बंगाल्यांमध्ये कमीच आढळते. त्यांच्यामध्ये एकच दोष आहे, तो म्हणजे ते कोणतंही "आयडिअल" मानत नाहीत. खरं सांगतो, त्यांच्याबद्दल मला अनेक वेळा काळजी वाटते."

यानंतर शशांकच्या अनेक दोषांबद्दल बोलणं झालं. आणि जे दोष आज झाकलेले आहेत ते वाढत्या वयाबरोबर एक एक करून मोठ्या स्वरूपात उघडकीला येतील ही अत्यंत शोचनीय अशी काळजीची बाब नीरद लपवून ठेवू शकला नाही.

पण तसं असलं तरी सुद्धा ते खूप चांगले गृहस्थ आहेत ही गोष्टसुद्धा त्याला मोकळेपणानं मान्य करावीशी वाटत होती. त्याचबरोबर हेदेखील म्हणायचं होतं की त्यांच्या सहवासापासून, त्यांच्या घरच्या वातावरणापासून स्वत:ला दूर ठेवणं ऊर्मीसाठी विशेष आवश्यक होतं. ऊर्मीचं मन जर त्यांच्या पातळीवर येऊन ठेपलं तर ते अध:पतन झालं असतं.

ऊर्मी म्हणाली, "तुम्ही इतकी काळजी का करता आहात?"

"का करतोय ऐकायचंय, रागावणार नाहीस?"

"सत्य ऐकण्याची शक्ती तुमच्याकडूनच मला मिळाली आहे. ते सोपं नाही हे माहीत आहे, पण तरी सहन करू शकते."

"तर मग सांगतो, ऐक. तुझ्या स्वभावाशी शशांकबाबूंचा स्वभाव काहीसा मिळता जुळता आहे, हे माझ्या लक्षात आलेलं आहे. त्यांचं मन जरा उथळ आहे, स्वभाव काहीसा बेफिकीर आहे. तेच तुला आवडतं. खरं की नाही सांग."

उर्मीला वाटलं, हा खरंच सर्वज्ञ आहे. आपल्या बहिणीचे यजमान तिला खूप आवडत असत, यात शंका नव्हती. त्याचं मुख्य कारण शशांक गडगडाट करून हसायचा, खोड्या काढायचा, चेष्टा मस्करी करायचा आणि उर्मीला कोणतं फूल आवडतं आणि कोणत्या रंगाची साडी आवडते, हे त्याला बरोबर माहीत असायचं.

उर्मी म्हणाली, "हो, मला आवडतं हे खरं आहे."

नीरद म्हणाला, "शर्मिलादिदीचं प्रेम स्निग्धगंभीर आहे, सेवा करणं हे तिच्यासाठी पुण्यकर्म आहे. कर्तव्य करण्यात ती कधीच चुकत नाही. तिच्याच प्रभावामुळे शशांकबाबू एकाग्रचित्तानं काम करायला शिकले आहेत. पण ज्या दिवशी तू भवानीपुरला जातेस त्या दिवशी लगेच त्यांचा जणू काही मुखवटा दूर होतो.

तुझ्याशी त्यांची छेडखानी सुरू होते. तुझ्या केसातला आकडा काढून अंबाडा विस्कटून टाकतात, तुझ्या हातात पुस्तक दिसलं तर ते हिसकावून घेऊन कपाटाच्या वर ठेवून देतात, त्यांच्या हातात काम असलं तरी टेनिस खेळायची हौस अचानक उफाळून येते.''

ऊर्मीला मनातल्या मनात कबूल करावंच लागलं की शशांकदा अशा खोड्या काढायचे म्हणूनच तिला ते इतके आवडायचे. तिचा स्वत:चा पोरपणा त्यांच्या सहवासात आल्यावर उसळी घेऊन उठायचा. ती सुद्धा त्यांना कमी त्रास देत नसे. त्या दोघांची अशी दांडगाई पाहून दिदी तिचं सौम्य, स्निग्ध हास्य करायची. कधीकधी थोडी नाराजीही दाखवायची, पण ते नाराजीचं केवळ सोंग असायचं.

बोलणं आवरतं घेत नीरद उपसंहारादाखल म्हणाला, ''जिथे तुझ्या मूळ स्वभावाला उत्तेजन मिळणार नाही अशाच ठिकाणी तू रहावंस असं मला वाटतं. मी जवळ होतो तेव्हा काळजी नसायची. कारण माझा स्वभाव तुझ्या स्वभावाच्या अगदी विरुद्ध आहे. तुझं मन राखण्यासाठी तुझ्या मनाची माती होऊ देणं मला कधीच शक्य झालं नसतं.''

ऊर्मी मान खाली घालून म्हणाली, ''तुमचं बोलणं मी नेहमी लक्षात ठेवीन.''

नीरद म्हणाला, ''मी तुझ्यासाठी बरीच पुस्तकं ठेवून जातो आहे. त्यातल्या ज्या ज्या चॅप्टरवर खुणा केल्यायत ते खास करून वाच. पुढे उपयोगी पडतील.''

ऊर्मीला या मदतीची आवश्यकता होती. कारण अलीकडे अधून मधून तिच्या मनाची स्थिती द्विधा व्हायला लागली होती. तिला वाटायला लागलं होतं - सुरुवातीच्या उत्साहाच्या भरात चूक झाली असं वाटतं, डॉक्टरी कदाचित माझ्या स्वभावाशी जुळणार नाही. नीरदनं खुणा करून ठेवलेली पुस्तकं तिच्यासाठी मजबूत दोरखंडाचं काम करतील. तिला प्रवाहाच्या विरुद्ध दिशेनं ओढत नेत जातील.

नीरद गेल्यावर उर्मीनं स्वत:वर आणखी कठोर अत्याचार सुरू केला. कॉलेजात जायची, आणि उरलेला वेळ स्वत:ला जणू काही अंत:पुरात बंदिस्त करून घ्यायची. सगळा दिवस बाहेर काढून घरी परत आल्यावर तिच्या थकलेल्या शरीर-मनाला खरं तर जरा आराम हवा असायचा. पण ती अगदी कठोरपणे स्वत:ला अभ्यासाच्या साखळीत बांधून अडकवून ठेवायची.

अभ्यास पुढे सरकत नसे. मन एकाच पानावर पुन्हा पुन्हा व्यर्थ घोटाळत रहायचं. पण तरी ती हार मानायला तयार नसायची. नीरद हजर नाही म्हटल्यावर त्याची इच्छाशक्ती लांब अंतरावरून तिच्यावर अधिकच परिणाम करायला लागली.

काम करता करता पूर्वीच्या दिवसांतल्या गोष्टी जेव्हा पुन्हा पुन्हा आठवायच्या तेव्हा ती स्वत:चा सगळ्यात जास्त धिक्कार करायची. तरुण मुलांमध्ये तिचे अनेक

चाहते भक्त होते. त्या दिवसात तिने बऱ्याच लोकांकडे दुर्लक्षही केलं होतं, तर काहींच्याकडे तिचं मन ओढलंही गेलं होतं. प्रेमात परिणती झाली नव्हती पण प्रेम करण्याची इच्छा तिच्या मनात वसंतऋतूच्या मृदुमंद वायुलहरीसारखी घोटाळत रहायची. ती आपल्या मनाशी गाणी गुणगुणायची, आवडलेल्या कविता वहीत उतरवून ठेवायची. मन खूप अधीर झालं की सतार वाजवायची. आजकाल कधीकधी संध्याकाळच्या वेळी जेव्हा ती वहीच्या पानावर नजर लावून बसलेली असायची, तेव्हा अचानक चमकून तिच्या लक्षात यायचं की तिच्या मनात पूर्वीच्या त्या दिवसांमधल्या कोणातरी व्यक्तीचा चेहरा डोकावतो आहे, ज्या व्यक्तीकडे त्या काळात तिनं कधीच फारसं लक्ष दिलं नव्हतं. इतकंच काय पण तेव्हा त्या व्यक्तीनं केलेला आग्रही अनुनय तिला त्रासदायक वाटला होता. आज त्याच अनुनयाची स्मृती तिच्या अंतरातल्या अतृप्तीच्या वेदनेला स्पर्श करून जात होती, फुलपाखराच्या हलक्या पंखानं फुलाला वसंतऋतूचा हलकासा स्पर्श करून द्यावा, तशी.

हे सगळे विचार ती ज्या आवेगानं मनातून काढून टाकण्याचा प्रयत्न करायची तो आवेग तितकाच उलटून त्या विचारांना तिच्या मनात आणून घुमवायचा. तिनं डेस्कवर नीरदचा एक फोटो ठेवला होता. त्याच्याकडे ती एकटक बघत रहायची. त्याच्या चेहऱ्यावर बुद्धीचं तेज होतं, अनुनयाची खूण नव्हती. तो तिला हाक मारत नव्हता, तर मग तिचं मन कुणाला प्रतिसाद देणार होतं. ती फक्त मनातल्या मनात जपत रहायची. ''केवढी प्रतिभा! केवढी तपस्या! किती निर्मल चारित्र्य! केवढं माझं अकल्पनीय सौभाग्य!''

एका बाबतीत नीरदचा विजय झाला होता, ते सांगणंदेखील आवश्यक आहे. नीरदशी उर्मीचं लग्न ठरलं, तेव्हा, शशांक, आणि आणखी दहा जण कुत्सितपणे हसले होते. म्हणाले होते, ''राजारामबाबू सरळ गृहस्थ आहेत. नीरद आयडिॲलिस्ट आहे, असं समजून चालले आहेत. तो आयडिॲलिअम उर्मीच्या पैशांच्या पिशवीत गुपचूप अंडी घालेल ही गोष्ट लंब्या चौड्या गोड गोड बोलण्यानं झाकून थोडीच टाकता येणार आहे. त्यानं स्वत: सॅक्रिफाईस केलं असेल, पण ज्या देवीसमोर सॅक्रिफाईस केलंय, तिचं मंदिर इंपिरिअल बँकेत आहे. आम्ही लोक सरळ सरळ सासऱ्यांना सांगतो, पैशाची गरज आहे, आणि तो पैसा पाण्यात जाणार नाही, त्यांच्याच मुलीच्या उपयोगाला येईल. हे गृहस्थ महान, म्हणतायत महान उद्देशानंच लग्न करणार आहेत, त्यानंतर तोच उद्देश रोजच्या रोज सासऱ्यांच्या चेकबुकांच्या पानावर उतरवून काढतील.''

नीरदला माहीत होतं की अशा प्रकारची बोलणी होणं अपरिहार्य होतं. तो उर्मीला म्हणाला, ''लग्नाबद्दल माझी एक अट आहे. तुझ्या संपत्तीतला एक पैसा देखील मी घेणार नाही. माझा सगळा खर्च माझ्या कमाईतून होईल. सासऱ्यांनी

त्याला युरोपला पाठवण्याचा प्रस्ताव दिला होता. त्याला तो अजिबात राजी झाला नाही. युरोपला जाण्यासाठी त्याला मग बरेच दिवस वाट पहावी लागली होती. राजारामबाबूंना त्यानं सांगितलं होतं. "हॉस्पिटल काढण्यासाठी जितका पैसा तुम्हाला द्यायचा असेल, तो सगळा आपल्या मुलीच्या नावानं द्या. मी जेव्हा त्या हॉस्पिटलची जबाबदारी घेईन तेव्हा तिथून पगार घेणार नाही. मी डॉक्टर आहे. उपजीविका चालवण्याची मला काळजी नाही."

ही त्याची पराकोटीची निःस्पृहता पाहून राजारामबाबूंची त्याच्यावरची भक्ती आणखी दृढ झाली; आणि उर्मीला देखील खूप अभिमान वाटला. तिच्या अभिमानाचं कारण कळलं तेव्हा शर्मिलाचं नीरदच्या बाबतीतलं मत एकदम बिघडून गेलं. "हाः! पाहू मिजास किती दिवस टिकत्येय!" त्यावेळेपासून नीरद जेव्हा त्याच्या पद्धतीप्रमाणे अतिशय गंभीरपणे काही बोलायला लागायचा, तेव्हा शर्मिला मधेच एकदम उठायची, आणि मान वेळावून खोलीतून बाहेर निघून जायची. तिच्या पावलांचा आवाज बऱ्याच लांब जाईपर्यंत ऐकू यायचा. ऊर्मीचा संबंध होता म्हणून तो काही बोलत नसे, पण तिच्या त्या न बोलण्यातलं वाकडेपण चांगलंच तीक्ष्ण आणि दाहक होतं.

सुरुवातीला नीरद प्रत्येक डाकेला पत्रातून चार-पाच पानं भरून सविस्तर उपदेश लिहून पाठवत असे. काही दिवसांनंतर एक धक्कादायक टेलिग्रॅम पाठवला. अभ्यासासाठी खूप मोठ्या रकमेची गरज आहे. जो अभिमान ऊर्मीचा इतक्या दिवसांचा मुख्य आधार होता त्यावर मोठा आघात झाला खरा, पण मनाला जरा दिलासाही मिळाला. दिवस जसजसे जात होते, आणि नीरदची अनुपस्थिती लांबत होती तसतसा ऊर्मीचा मूळ स्वभाव कर्तव्याच्या कुंपणामधल्या फटी शोधत फिरायला लागला होता. वेगवेगळी निमित्त करून ती स्वतःला फसवायची, त्याबद्दल पश्चातापही करायची. अशा मन थकवणाऱ्या वेळी नीरदला पैशाची मदत करणं तिच्या तप्त मनाचं शांतवन करणारं होतं.

ऊर्मीनं टेलिग्रॅम मॅनेजर बाबूंच्या हातात देऊन संकोचानं म्हटलं, "काका पैसे...."

मॅनेजर बाबू म्हणाले, "काहीतरी गडबड दिसते आहे. आपल्या माहितीप्रमाणे आपल्या पैशाला तो स्पर्शही करणार नव्हता."

मॅनेजरबाबूंना नीरद आवडत नसे.

ऊर्मी म्हणाली, "पण परदेशात..." बोलणं ती पूर्ण करू शकली नाही.

काकाबाबू म्हणाले, "या देशातला स्वभाव परदेशच्या मातीत बदलून जाऊ शकतो, ते माहीत आहे, पण आपण त्याच्याशी मेळ कसा जमवायचा."

ऊर्मी म्हणाली, "पैसे मिळाले नाहीत, तर कदाचित खूप अडचण येईल."

''ठीक आहे, पाठवतो बेटा, तू जास्त विचार करू नको. एवढं मात्र सांगतो, ही सुरुवात आहे, पण हा शेवट नाही.''

शेवट नव्हता हे लौकरच आणखी मोठ्या प्रमाणानं सिद्ध झालं. यावेळेस कारण होतं प्रकृतीचं. मॅनेजरबाबू गंभीर स्वरात म्हणाले, ''शशांकबाबूंचा सल्ला घेतलेला बरा.''

ऊर्मी गडबडीनं म्हणाली, ''आणखी काहीही करा, पण दिदीपर्यंत ही गोष्ट पोचता कामा नये.''

''मला एकट्याला ही जबाबदारी घेणं बरोबर वाटत नाही.'' मॅनेजरबाबू म्हणाले. ''एक ना एक दिवस हा पैसा त्यांच्याच हातात पडणार आहे.'' ऊर्मी म्हणाली.

''त्याआधी पहावं लागेल पाण्यात पडतोय की काय ते.''

''पण त्यांच्या प्रकृतीचा विचार तर करायला हवा.''

''प्रकृतीचं अस्वास्थ्य नाना प्रकारचं असतं. हे अस्वास्थ्य कोणत्या प्रकारचं आहे ते मला समजत नाहीये. इकडे परत आले तर कदाचित हवाबदल होऊन प्रकृती ठीक होईल. परतीच्या प्रवासाची व्यवस्था केलेली बरी.''

नीरदच्या परत येण्याच्या कल्पनेनं ऊर्मी अतिशय अस्वस्थ झाली. तिला स्वत:ला वाटलं की त्याच्या उच्च ध्येयामध्ये बाधा येईल, हेच त्याचं कारण आहे.

काकाबाबू म्हणाले, ''या वेळेस पैसे पाठवतोय पण मला वाटतंय की यामुळे डॉक्टरबाबूंची तब्येत आणखी बिघडेल.''

मॅनेजर राधागोविंदबाबू ऊर्मीचे जवळचे नातेवाईक होते. त्यांच्या बोलण्यातला इशारा तिच्या मनाला लागला. मनात शंका उत्पन्न झाली. वाटायला लागलं, ''दिदीला बहुतेक सांगावं लागेल.'' इकडे स्वत:ला हलवून ती वारंवार विचारत होती, ''व्हायला हवं तितकं दु:ख मला का होत नाहीये.''

याच सुमाराला शर्मिलाच्या आजाराबद्दल काळजी निर्माण झाली होती. भावाच्या आजाराची आठवण होऊन भीती वाटायची. वेगवेगळे डॉक्टर वेगवेगळ्या प्रकारांनी दुखण्याचं निदान करायला लागले. शर्मिला म्लान हास्य करून म्हणाली, ''सी.आय्.डी. च्या हातून गुन्हेगार निसटून जाईल. निरपराध माणूस घाव बसून मरेल.''

शशांक काळजीच्या स्वरात म्हणाला, ''शरीराचा तपास शास्त्राप्रमाणे चालू दे. घाव-बिव कुठे बसणार नाही.''

याच सुमाराला शशांककडे दोन मोठी कामं आली होती. एक गंगेच्या काठावर विटांच्या भट्टीच्या मजूर वस्तीत आणि एक टॉलीगंज भागात मीरपूरच्या जमीनदारांच्या नवीन बागानवाडीत. मजूर वस्तीतलं काम तीन महिन्यात पूर्ण करायचं होतं. निरनिराळ्या ठिकाणी बऱ्याच ट्यूबवेल्स्‌चं काम होतं. शशांकला अजिबात फुरसत

नव्हती. शर्मिलाच्या आजारामुळे तो घरात अडकून पडायचा, आणि त्याच्या डोक्याला काळजी असायची त्याच्या कामाची.

त्यांच्या लग्नाला इतकी वर्षं झाली होती पण शशांकला काळजी वाटावी असा कोणताच आजार कधी शर्मिलाला झाला नव्हता. त्यामुळे या वेळेस या दुखण्याच्या काळजीनं त्याचं मन लहान मुलासारखं तडफडत होतं. कामं संपवून परत येऊन तो हताश झाल्यासारखा तिच्या बिछान्याजवळ येऊन बसायचा. तिच्या कपाळावरून हात फिरवायचा, विचारायचा, ''कशी आहेस?'' शर्मिला लगेच म्हणायची, ''तुम्ही उगीच विचार करू नका. मी चांगलीच आहे.'' ते खरं नव्हतं. परंतु त्यावर विश्वास ठेवायची तीव्र इच्छा असल्यामुळे शशांक त्यावर लगेच विश्वास ठेवून आश्वस्त व्हायचा.

शशांक म्हणाला, ''टेंकानलच्या राजाचं एक मोठं काम माझ्याकडे आलं आहे, त्याच्या प्लॅनसंबंधी त्यांच्या दिवाणसाहेबांशी बोलणं करावं लागेल. शक्य तितक्या लौकर परत येईन. डॉक्टर येण्याच्या आधीच.''

शर्मिला विनवणी करत म्हणाली, ''माझी शपथ आहे, घाई घाई करून काम बिघडवू नका. मला समजतंय तुम्हाला त्यांच्या गावाला जाण्याची गरज आहे. जरूर जा. गेला नाहीत तर मला बरं वाटणार नाही. मला बघायला इथे भरपूर लोक आहेत.''

खूप प्रचंड संपत्ती गोळा करण्याचा विचार शशांकच्या मनात रात्रंदिवस घोळत असायचा. त्याला आकर्षण संपत्तीचं नव्हतं, प्रचंडपणाचं होतं. काहीतरी प्रचंड निर्माण करणं हे पुरुषाचं दायित्व असतं. जर नुसतेच दिवस ढकलायचे असतील तर पैसा या गोष्टीला तुच्छ समजून त्याची अवज्ञा करून चालेल. जेव्हा त्याची रास उंचउंच होत जाते, तेव्हा लोकांना त्याच्याबद्दल आदर वाटायला लागतो. तो उपयोगी पडतो म्हणून नव्हे, तर त्या राशीचा प्रचंड आकार पाहूनच चित्ताला स्फुरण चढतं. शर्मिलाच्या उशाशी बसलेलं असताना एकीकडे त्याच्या मनात तिच्याबद्दल काळजी असायची, पण त्याचवेळी हा विचारही तो दूर सारू शकत नसे. की त्याची कामं चालली आहेत त्याठिकाणी कुठेतरी काहीतरी गडबड तर झाली नसेल नं. शर्मिलाला माहीत होतं की शशांकच्या मनातला हा विचार कृपण माणसाचा विचार नव्हता. स्वत:च्या परिस्थितीतल्या सगळ्यात खालच्या पातळीवरून सर्वोच्च पातळीपर्यंत पोचण्याच्या इच्छेचा हा पुरुषार्थी विचार होता. शशांकच्या या गौरवात आपली सेवा करण्यासाठी आपल्या पतीनं त्याच्या कामात चालढकल करावी ही गोष्ट तिला सुखकारक असली, तरी आनंददायक नव्हती. ती सारखी त्याला त्याच्या कामावर परत पाठवायची.

इकडे स्वत:च्या गृहकर्तव्यांच्या बाबतीत शर्मिलेच्या काळजीला सीमा नव्हती.

ती अशी बिछान्यावर पडलेली – स्वैपाकी, गडीमाणसं काय गोंधळ घालतायत कोण पहाणार. तिला खात्री होती की स्वैपाकात वाशेळं तूप वापरलेलं असेल, न्हाणीघरात वेळेवर गरम पाणी नेऊन ठेवायला विसरले असतील, बिछान्यावरची चादर बदललेली नसेल, झाडूवाला जाळ्या नियमित साफ करत नसेल, तिकडे धोब्याकडचे कपडे यादीप्रमाणे मोजून घेतले नाहीत, तर काय गोंधळ होतो, ते माहीतच होतं. ती मग स्वत:ला थांबवू शकत नसे. गुपचूप बिछान्यावरून उठून चौकशी करायला जायची, वेदना वाढायच्या, ताप चढायचा, डॉक्टरांना कळायचं नाही, असं कसं झालं!

शेवटी तिनं उर्मिलालाच बोलावणं पाठवलं. म्हणाली, "थोडे दिवस तुझं कॉलेज राहू दे. माझा संसार जरा सांभाळ बाई, नाही तर मी निश्चिंतपणे मरू देखील शकणार नाही."

इथपर्यंत ज्यांनी वाचलंय ते या ठिकाणी येऊन गालातल्या गालात हसून म्हणतील, "समजलं!" समजायला फार जास्त हुषारीची गरज नाही. जे घडायचं असतं, तेच घडतं, आणि ते पुरेसं असतं. असंही समजण्याचं कारण नाही की शर्मिलाच्या डोळ्यांत धूळ फेकून, पत्त्यातले पत्ते लपवून नशिबाचा खेळ सुरू होणार होता.

"दिदीची सेवा करायला जायचं" म्हणून ऊर्मीचं मन खूप उल्हसित झालं. कर्तव्यपूर्तीसाठी इतर सर्व कामं बाजूला सारावीच लागतील. इलाजच नव्हता. शिवाय हे शुश्रूषेचं काम तिच्या भविष्यकाळातल्या डॉक्टरीच्या कामाशी संबंधित होतं, हा विचारही तिच्या मनात आला होता.

खास विचार करून तिनं एक चामड्याच्या बांधणीचं नोटबुक घेतलं, त्यात आजारांचा रोजचा चढउतार नोंदण्यासाठी चौकटी होत्या. डॉक्टरांनी आपल्याला अडाणी समजून कमी ठरवू नये म्हणून तिनं ठरवलं की दिदीच्या आजारासंबंधी जिथे जी काही माहिती मिळेल ती वाचून काढायची. तिच्या एम्-एससी. परीक्षेचा विषय शरीरशास्त्र हा होता. त्यामुळे आजाराबद्दलची शास्त्रीय परिभाषा समजायला तिला त्रास पडला नाही. दिदीच्या सेवेच्या बाबतीत आपलं कर्तव्य ढिलं पडणार नाही, उलट अधिक मन लावून, अधिक लक्षपूर्वक त्याचं पालन करावं लागेल ही गोष्ट मनाशी निश्चित करून तिनं आपली अभ्यासाची पुस्तकं आणि वह्या बॅगेत भरल्या, आणि ती भवानीपुरच्या घरी येऊन हजर झाली. दीदीच्या आजारासंबंधी जाडी जाडी पुस्तकं उलट सुलट करून पहायची वेळ आली नाही, कारण तज्ज्ञ डॉक्टरदेखील आजाराचं नाव नक्की सांगू शकले नाहीत.

उर्मीला मनात वाटलं आता तिच्यावर देखरेख करण्याची जबाबदारी आपल्यावर पडली आहे. म्हणून ती गंभीरपणे दिदीला म्हणाली, "डॉक्टरांच्या म्हणण्याप्रमाणे

सगळं चाललंय की नाही ते पहाण्याचं काम माझ्याकडे आहे. मी सांगितलेलं सगळं तुला ऐकावं लागेल, सांगून ठेवते.''

दिदी तिचा जबाबदारपणाचा आविर्भाव पाहून हसून म्हणाली, ''तरीच मला वाटलं, इतकं गंभीर व्हायला तू कोणत्या गुरूकडून शिकलीस. नव्यानंच काम अंगावर घेतलंय म्हणूनच इतका उत्साह आहे. माझं ऐकशील म्हणून मी तुला बोलावणं पाठवलं होतं. तुझं हॉस्पिटल तर अजून तयार नाहीये. माझा घरसंसार सुसज्ज आहे. सध्या त्याचीच जबाबदारी घे. तुझ्या दिदीला जरा मोकळीक मिळू दे.''

दिदीनं आग्रह करून ऊर्मीला आपल्या शुश्रूषेच्या कामातून बाजूला सारलं.

आज दिदीच्या राज्यात ती प्रधान होती. राज्यात गोंधळ माजला होता. तो लौकर मार्गी लावायला हवा होता. त्या घरातल्या सर्वोच्च स्थानावर जो एकमेव पुरुष विराजमान झाला होता त्याच्या सेवेत जराशी देखील कमतरता राहू नये या महान ध्येयासाठी घरात रहाणाऱ्या लहान मोठ्या सगळ्यांनी संपूर्ण त्यागाचा स्वीकार करणं, हा त्या साऱ्यांचा सततचा प्रयत्न असायचा. तो पुरुष अत्यंत असाहाय्य आहे. आणि स्वतःच्या दैहिक गरजांची देखील काळजी घ्यायला दयनीय वाटावा इतका असमर्थ आहे, हे शर्मिलाचं ठाम मत तिच्या मनातून काही केल्या पुसून जायला तयार नव्हतं. तिला जेव्हा दिसायचं बारीक डाग पडला आहे, आणि त्याला ते कळलेलंही नाही तेव्हा तिला हसू यायचं, आणि तिचं मन प्रेमानं भरून जायचं. सकाळी उठल्यावर तोंड धुवून झोपायच्या खोलीतला नळ तसाच वाहता ठेवून इंजिनिअरसाहेब कामाच्या घाईत धावतच बाहेर पडायचे. परत आल्यावर बघायचे पाणी टेबलावर थुई थुई करतंय् आणि कार्पेट कामातून गेलंय. खोलीत नळ बसवून घ्यायच्या वेळेस शर्मिलानं आधीपासूनच हरकत घेतली होती. तिला माहीत होतं बिछान्याच्या इतक्या जवळच्या या कोपऱ्यात या गृहस्थाच्या हातून रोजच सगळीकडे थब् थब् पाणी साचून एक नवीन कटकट उपस्थित होईल. पण हे फक्कड इंजिनिअर स्वतःच्या सोयीचं कारण देऊन उत्साहानं सर्व प्रकारच्या गैरसोयी निर्माण करून ठेवत असत.

एक दिवस उगीचच काय डोक्यात घेतलं, स्वतःच्या एका संपूर्ण ओरिजिनल प्लॅननं एक चुलाण तयार केलं. त्याच्या या बाजूला झडप, त्याबाजूला झडप. या बाजूला पाईप, त्याबाजूला आणखी एक पाईप. एका बाजूला ज्वाळा पूर्ण पेटल्यावर दुसऱ्या बाजूच्या उतारावरून राख पूर्णपणे खाली येणार. भाजण्यासाठी, तळण्यासाठी, शिजवण्यासाठी, पाणी तापवण्यासाठी, नाना आकारांच्या शेगड्या, भोकं, बिळ, वळद – उत्तम तंत्रकुशलतेचा नमुना. हे यंत्र शर्मिलानं खूप उत्साह दाखवून आणि कौतुक करून स्वीकारलं होतं – उपयोग करण्यासाठी नाही – घरात शांतता आणि सद्भावना राखण्यासाठी! ही एका वयानं वाढलेल्या बालकाची क्रीडा होती.

आडकाठी केली तर अनर्थ होणार, पण दोन दिवसांतच विसरून जाणार. पूर्वीपासून चालत आलेली व्यवस्था मनाला येत नसे. विचित्र काहीतरी तयार करायचं, आणि बायकोचं काम म्हणजे बोलताना त्याच्याशी सहमत व्हायचं आणि वागताना आपल्या मताप्रमाणे वागायचं. नवऱ्याला सांभाळण्याची ही जबाबदारी इतके दिवस शर्मिला आनंदानं पेलत होती.

इतका काळ लोटला. शर्मिला स्वत:ला वगळून शशांकच्या जगाची कल्पना देखील करू शकत नव्हती. आज भीती वाटत होती मृत्यूचा दूत येऊन जगत् आणि जगद्धात्री यांना विलग करतो की काय! इतकंच काय, तिला तर वाटायचं की मृत्यूनंतर सुद्धा शशांकचा स्वत:बद्दलचा बेफिकीरपणा तिच्या विदेही आत्म्याला शांती मिळू देणार नाही. सुदैवानं ऊर्मी होती. ती शर्मिलासारखी शांत स्वभावाची नव्हती. तरीपण ती असल्यामुळे कामकाज चालत राहिलं असतं. ते सुद्धा बाईच्या हातचंच काम असतं. त्या प्रेमळ हाताचा स्पर्श झाला नाही तर पुरुषांच्या रोजच्या आयुष्यात गोडीच रहात नाही. सगळं काही जसं विशोभित होऊन जातं. म्हणूनच ऊर्मी जेव्हा तिच्या सुंदर हातात सुरी घेऊन ॲपलची साल काढून फोडी करून ठेवायची, संत्र्याच्या फोडी सोलून संगमरवराच्या बशीत एका बाजूला ठेवायची, डाळिंब फोडून त्याचे दाणे नीट गोळा करून ठेवायची, तेव्हा शर्मिलाला स्वत:च्या बहिणीत स्वत:लाच बघितल्यासारखं वाटायचं. बिछान्यावर पडल्या पडल्या ती सारखी तिला काही ना काही करायला सांगायची.

त्यांची सिगारेट केस भरून ठेवलीस, उर्मी?

पाहिलंस नं, मळलेला रुमाल बदलायचे काही लक्षात ठेवत नाहीत!

ही बघ, बुटांमध्ये सिमेंटची धूळ घट्ट जमून बसलीय. बेअररला साफ करायला सांगण्याचं सुद्धा भान नाही.

उशांचे अभ्रे बदल की गं जरा.

हे सगळे फाडलेले कागद फेकून दे कचऱ्यात.

एकदा ऑफिसच्या खोलीत बघून ये बरं उर्मी, मी नक्की सांगते त्यांच्या कॅशबॉक्सची किल्ली डेस्कवर टाकून बाहेर निघून गेलेत.

फुलकोबीची रोपं काढून दुसरीकडे लावायची वेळ झालीय. आठवण असू दे. माळ्याला सांग गुलाबाच्या फांद्या छाटायला.

हा बघा, कोटाच्या मागे चुना लागलाय – इतकी घाई कसली, थांबा ना – उर्मी, ब्रशनं झटकून दे बेटा.

ऊर्मी पुस्तकं वाचणारी मुलगी होती, कामं करणारी मुलगी नव्हती. पण तरी तिला खूप मजा यायची. ती ज्या बंधनात होती त्यातून बाहेर येऊन ही सगळी कामं करताना तिला बंधनातून मोकळं झाल्यासारखं वाटायचं. संसारातल्या या सतत

चालू असलेल्या कामांच्या आतल्या आत जो तणाव होता, जी तपश्चर्या होती त्याची जाणीव तिच्या मनाला नव्हती – त्या चिंतेचं सूत्र तिच्या दिदीच्या मनात होतं. म्हणूनच ऊर्मीसाठी ही सगळी कामं खेळासारखी होती – एक प्रकारची मोकळीक, एक निरुद्देश कालव्यय. ती इतके दिवस जिथे होती तिथल्यापेक्षा हे जग संपूर्णपणे वेगळं होतं. इथे तिच्या समोर कोणतंही उद्दिष्ट उभं नव्हतं. दिवसभर कामं असायची, पण ती कामं करण्यात चूक झाली, राहून गेलं तर त्याच्यासाठी कुणाला जाब द्यायचा नव्हता. जर कधी दिदीनं जरा रागवायचा प्रयत्न केला, तर शशांक हसून उडवून लावायचा, जणू काही उर्मीनं चूक करणं ही एक मजेची गोष्ट होती. खरं पहाता आजकाल इथल्या घरकामाच्या जबाबदारीचं गांभीर्य निघून गेलं होतं. चूकभूल झाली तरी विशेष काही बिघडत नाही, अशी एक वेगळीच मन:स्थिती तयार झाली होती. ही गोष्ट शशांकसाठी खूप सैलावणारी, आणि नवलाचीही होती. वाटायचं जणू काही पिकनिक चालली आहे. आणि ऊर्मी कशामुळेही काळजीत पडत नाही, संकोचून जात नाही, सगळ्या गोष्टींबद्दल उत्साही असते या गोष्टींमुळे शशांकच्या मनावरचा त्याच्या कामाचा ताण हलका होत असे. काम संपल्याबरोबर, इतकंच काय पण काम संपलं नसलं तरी देखील घरी परत येण्यासाठी त्याचं मन उत्सुक असायचं.

हे कबूल करायलाच हवं की उर्मी घरकामात तरबेज नव्हती. तरी पण एक गोष्ट जाणवत होती की काम पूर्ण करून नाही तरी पण स्वत:च्या अस्तित्वानचं ती या घरातला अनेक दिवसांपासूनचा एक मोठा अभाव पूर्ण करत होती. तो अभाव नक्की कोणता ते शब्दात सांगणं कठीण होतं. शशांक जेव्हा घरी यायचा तेव्हा तिथल्या हवेत खेळणारा एक मोकळेपणाचा हिंदोळा त्याच्या अनुभवाला यायचा. हा मोकळेपणा केवळ घरातल्या कामामधला नव्हता, केवळ वातावरणातला नव्हता. त्याचं स्वत:चं असं एक रसपूर्ण अस्तित्व होतं. खरंतर ऊर्मीलानं तिच्या मोकळीकीमुळे तिला मिळालेल्या आनंदानं इथलं समग्र शून्यत्व भरून काढलं होतं, दिवस आणि रात्री चंचल झाल्या होत्या. हेच सर्वव्यापी चांचल्य कामानं थकलेल्या शशांकच्या रक्ताला दोलायमान करत होतं. आता शशांक उर्मीच्या तिथल्या असण्यानं आनंदित व्हायचा, हीच गोष्ट ऊर्मीला आनंद देत असे. हे सुख उर्मीला कधी मिळालं नव्हतं. स्वत:च्या केवळ अस्तित्वानं ती एखाद्याला आनंद देऊ शकते, हे सत्य तिच्यापासून लपलेलं होतं, आणि त्यामुळे ती अवमानित होत होती.

आपलं जेवणखाण नेहमीप्रमाणे होतं आहे की नाही, योग्य वेळी योग्य वस्तू आपल्याला मिळते आहे की नाही, हे शशांकच्या दृष्टीनं आज अगदी गौण ठरत होतं. असाच, अकारणच तो प्रसन्न असायचा. शर्मिलाला तो म्हणायचा, "तू लहान सहान गोष्टींची इतकी काळजी का करतेस. रोजचा कार्यक्रम थोडा मागे पुढे झाला,

तर त्यात मजाच वाटते, गैरसोय होत नाही.''

शशांकचं मन भरती ओहोटीच्या मधल्या काळातल्या नदीसारखं होऊन गेलं होतं. त्याच्या कामाचा वेग मंदावला होता. कुठे थोडा उशीर झाला, किंवा अडचण आली तर नुकसान होईल अशी काळजीची भाषा त्याच्या तोंडून ऐकू येईनाशी झाली होती. तसं काही म्हटलं तर ऊर्मी हसायला लागायची आणि त्याच्या चेहऱ्यावरचे भाव बघून म्हणायची, ''आज तुमचा बागुलबुवा आला होता वाटतं, तो हिरवी पगडी घातलेला, कुठला तरी दलाल - तुम्हाला भीती दाखवून गेला वाटतं.''

शशांक आश्चर्यानं म्हणायचा, ''तू त्याला कसं ओळखलंस?''

''मी चांगलं ओळखते त्याला. तुम्ही त्यादिवशी बाहेर गेला होता, तो व्हरांड्यात एकटा बसला होता. मी त्याच्याशी काही बोलून त्याला गुंतवून ठेवलं होतं. त्याचं घर बिकानेरला आहे. त्याची बायको मच्छरदाणीला आग लागून जळून मेली. तो पुन्हा लग्न करायच्या विचारात आहे.''

''म्हणजे बहुतेक आता रोज मी जेव्हा घरातून बाहेर पडेन तेव्हा हा येत जाईल. जितके दिवस दुसरी बायको मिळत नाही तितके दिवस त्याचे चांगले जातील!''

''मला सांगून जा त्याच्याकडून काय काम करवून घ्यायचंय ते. त्याचा रागरंग पाहून वाटतंय मी ते करू शकेन.''

शशांकच्या हिशोबाच्या वहीत जे मोठेमोठे आकडे सारखे वाढतीवर होते त्यात आजकाल अधून मधून थोडी ढिलाई आली तरी शशांक पूर्वीसारखा अस्वस्थ होत नसे. संध्याकाळी रेडिओजवळ कान लावून बसण्याचा शशांक मजूमदारचा उत्साह इतके दिवस कुणी पाहिला नव्हता. आज काल ऊर्मी जेव्हा त्याला ओढून आणायची तेव्हा त्याला ती गोष्ट फालतू आणि वेळेचा अपव्यय करणारी वाटेनाशी झाली. एक दिवस विमानाचं उड्डाण पहायला पहाटे पहाटे डमडमला जाणं झालं. वैज्ञानिक कुतूहल हे त्याचं मुख्य कारण नव्हतं. न्यू मार्केट मधे खरेदीला जायची हीच त्याची पहिली वेळ. यापूर्वी शर्मिला अधून मधून मांस, मच्छी, फळंभाज्या खरेदी करायला तिथे जात असे. तिला माहीत होतं हे काम खास करून तिच्याच खात्यातलं आहे. याबाबतीत शशांक तिला सोबत करेल असलं काही कधी तिला वाटलं नाही, आणि तिनं तशी कधी इच्छाही दर्शवली नाही. पण ऊर्मी काही खरेदी करण्यासाठी जात नसे. फक्त वस्तू उलटसुलट करून पहात हिंडायची, तासन्तास हिंडायची, घासाघीस करायची. शशांक जर तिला काही विकत घेऊन द्यायला लागला तर त्याचं पैशाचं पाकीट त्याच्याकडून काढून घ्यायची, आणि आपल्या पर्समध्ये ठेवायची.

शशांकची त्याच्या कामाबद्दलची ओढ तिला अजिबात समजत नसे. कधीकधी ती फारच अडवायला लागली तर तिला शशांककडून रागावून घ्यायला लागायचं.

एकदा त्याचा परिणाम इतका दु:खदायक झाला की तिचं दु:ख दूर करण्यासाठी शशांकला दुप्पट वेळ द्यावा लागला. एका बाजूला ऊर्मीच्या डोळ्यातले अश्रू, दुसरीकडे जरुरीच्या कामाची घाई. त्यामुळे पंचाईत होऊन शेवटी घराच्या बाहेरच्या बाजूला चेंबरमधे ते सर्व काम पूर्ण करण्याचा प्रयत्न करायचा. पण संध्याकाळ झाली की तिथे बसणं असह्य व्हायचं. काही कारणानं ज्या दिवशी जास्त उशीर व्हायचा त्यादिवशी ऊर्मीचा राग अभेद्य मौनाआड झाकला जायचा. आवरलेल्या अश्रुपानाच्या धुक्याआडचा हा राग शशांकला आतल्या आत आनंदित करत असे. तो साळसूदपणे म्हणत असे, "ऊर्मी, बोलणार नाहीस, हे ठीक आहे, पण खेळणार नाहीस अशी तर काही अट नव्हती." मग टेनिसची रॅकेट घेऊन यायचा. खेळताना शशांक जिंकण्याच्या जवळपास येऊन मुद्दाम हरायचा, वेळ फुकट घालवल्याबद्दल मग दुसऱ्या दिवशी सकाळी उठल्या उठल्या पश्चाताप करायचा.

एक दिवस सुटीच्या दिवशी संध्याकाळच्या वेळी शशांक उजव्या हातात लाल-निळी पेन्सिल घेऊन डाव्या हाताच्या बोटांनी डोक्यावरचे केस उगीचच विस्कटून टाकत ऑफिसातल्या डेस्कजवळ बसून एका महत्त्वाच्या कामात गर्क होता. तेव्हा ऊर्मी येऊन म्हणाली, "तुमच्या त्या दलालाशी बोलून ठरवलंय. तो आज मला परेशनाथाचं मंदिर दाखवायला घेऊन जाईल म्हणून. चला ना माझ्याबरोबर." शशांक विनवणी करत म्हणाला, "नको गं, आज नको. आत्ता मला इथून उठायला अजिबात वेळ नाही."

कामाच्या महत्त्वाला उर्मी अजिबात भीक घालत नसे. म्हणाली, "अबला रमणीला अरक्षित अवस्थेत हिरवी पगडी घालणाऱ्याच्या हाती सोपवून द्यायला काही वाटत नाही, ही तुमची 'शिव्हलरी" वाटतं!"

अखेर तिच्या जबरदस्तीखातर शशांक काम टाकून मोटार चालवत तिला घेऊन जायचा. अशी सगळी दांडगाई चालत असल्याचं ऐकून शर्मिला अतिशय अस्वस्थ व्हायची. पुरुषांच्या कामाच्या क्षेत्रात बायकांनी परवानगीशिवाय घुसणं तिच्यालेखी कोणत्याही परिस्थितीत क्षम्य नव्हतं. शर्मिलाला ऊर्मी नेहमी लहान मुलीसारखी पोरकट वाटत असे. आज देखील तिच्या मनातली भावना तीच होती. पण म्हणून ऑफिसची खोली म्हणजे काही लहान मुलांची खेळण्याची जागा नाही. तिनं ऊर्मीला बोलावलं, आणि अतिशय कडक शब्दात तिला समज दिली. त्या रागावण्याचा परिणाम झाला असता, पण बायकोच्या रागावण्याचा आवाज ऐकून शशांक येऊन दरवाज्याच्या बाहेर उभा राहिला, आणि आपण उर्मीच्या बाजूचे आहोत हे दाखवण्यासाठी तिच्याकडे पाहून डोळे मिचकावले. पत्त्यांचा जोड दाखवून खूण केली की नीघ इथून. ऑफिसच्या खोलीत बसून तुला "पोकर" शिकवतो.

ही वेळ खेळण्याची अजिबात नव्हती. आणि खेळण्याचं मनात यावं अशी वेळ आणि मन:स्थिती देखील नव्हती. पण दिदीच्या कठोर निर्भत्सनेमुळे ऊर्मीच्या मनाला ज्या वेदना झाल्या त्याचं दु:ख उर्मीपेक्षा शशांकला जास्त झालं. तो स्वत:च तिला समजावून कदाचित थोडं रागावूनही, कामाच्या जागेवरून तिला बाहेर काढू शकला असता. पण या गोष्टीवरून शर्मिला वाक्ताडन करेल हे सहन करणं त्याला फार कठीण होतं.

शर्मिलानं शशांकला बोलावून विचारलं, "तुम्ही नेहमी नेहमी असा तिचा पोरकटपणा चालवून घेत गेलात, तर कसं चालेल? काळ नाही, वेळ नाही. तुमच्या कामाचं नुकसान नाही होत का?"

शशांक म्हणाला, "कसं गं तुला समजत नाही! इथे तिला कुणी मैत्रीण नाही. तिला जरा खेळा-बागडायला मिळालं नाही तर होईल कसं तिचं?"

पोरकटपणा हळूहळू जात चालला. शशांक जेव्हा घर बांधण्याचा प्लॅन घेऊन बसायचा तेव्हा ती त्याच्याजवळ खुर्ची ओढून आणायची आणि म्हणायची, "मला पण समजावून सांगा." तिला सहजपणे सगळं समजायचं. गणिताचे नियम कठीण वाटायचे नाहीत. शशांक खुष होऊन तिला प्रॉब्लेम द्यायचा, ती तो सोडवून आणायची. ज्यूट कंपनीच्या स्टीम लाँचवर शशांक कामाची पूर्वतयारी करायला निघाला, ती धरून बसली मी पण येईन. फक्त जायची असं नाही, मापं घेण्याच्या हिशोबावरून वाद घालायची. शशांक आनंदानं रोमांचित व्हायचा. यातली गोडी कवितेतल्या गोडीपेक्षा जास्त होती. त्यामुळे आता चेंबरमधलं काम जेव्हा तो घरी घेऊन यायचा तेव्हा त्याला त्याबद्दल काही काळजी वाटायची नाही. रेघा आखणं, आकडेमोड करणं यात त्याला आता जोडीदार मिळाला होता. ऊर्मीला जवळ बसवून समजावून सांगत सांगत काम पुढे सरकायचं. खूप वेगानं सरकत नसेल, पण झालेला उशीर सार्थकी असल्यासारखं वाटायचं.

हीच गोष्ट शर्मिलाला विशेष धक्कादायक वाटायची. उर्मीचा पोरकटपणा तिला समजायचा, तिच्या घरकामातल्या चुका ती प्रेमानं सहन करायची. पण पतीच्या व्यवसायाच्या बाबतीत पत्नीनं पतीपासून दूर रहाणं आवश्यक आहे अशी तिची पक्की धारणा होती. त्याबाबतीतलं ऊर्मीचं बिनदिक्कत चाललेलं वागणं तिला अजिबात पसंत नव्हतं. तिच्यामते तो निव्वळ आगाऊपणा होता. आपापल्या मर्यादेत राहून वागण्यालाच गीतेमध्ये 'स्वधर्म' म्हटलं होतं.

मनातल्या मनात खूप दिवस विचारावंसं वाटत होतं. एक दिवस तिनं विचारलंच, "काय गं ऊर्मी, हे सगळं रेघा काढणं, आकडेमोड करणं, ट्रेस करणं, हे सगळं खरंच तुला आवडतं?"

"मला खूप आवडतं दिदी."

शर्मिला अविश्वासाच्या स्वरात आणि काहीशा नाराजीनं म्हणाली, "हो! आवडतं म्हणे! त्यांना खुष करण्यासाठी दाखवतेस आवडतं म्हणून."

कदाचित असेलही तसंच. शशांकला खायला प्यायला घालून, त्याची कामं करून, त्याला खुष करणं शर्मिलाला आवडायचं. पण ऊर्मीला वाटणाऱ्या आनंदाचा प्रकार तिच्या स्वत:च्या आनंदाशी जुळत नव्हता. ती वारंवार शशांकला बोलावून म्हणायची, "तिच्या मागे लागून तुम्ही तुमचा वेळ का वाया घालवताय? तुमच्या कामाचं नुकसान होतंय त्यामुळे. ती पोरकट आहे. तिला हे सगळं काय समजणार?"

शशांक म्हणायचा, "माझ्यापेक्षा काही कमी समजत नाही." त्याला वाटायचं ऊर्मीची अशी तारीफ केली की तिच्या मोठ्या बहिणीला आनंद होईल! बावळटच नाही तर काय! स्वत:च्या कामाचं महत्त्व वाटत असल्यामुळे शशांक जेव्हा शर्मिलाकडे लक्ष देण्यात कुचराई करायचा, तेव्हा तिला ते केवळ अपरिहार्य वाटायचं असं नाही, तर त्याबद्दल त्याचा अभिमान वाटायचा. म्हणूनच तिनं स्वत:च्या सेवा परायण मनाचा त्याच्यावरचा अधिकार खूप कमी करत आणला होता. ती म्हणायची, पुरुषांची जात राजाची असते. त्यांना सतत काही ना काही तरी आव्हान पत्करून स्वत:चं मोठेपण सिद्ध करत रहावं लागतं. नाहीतर ते बायकांपेक्षा खालच्या पातळीवर जातील. बायका स्वत:च्या स्वाभाविक गोडव्यानं, प्रेमाच्या जन्मजात श्रीमंतीनं संसारातलं आपलं स्थान रोजच्या रोज सार्थक करून दाखवत असतात. पण पुरुषांना स्वत:ला सार्थक करून दाखवावं लागतं रोजच्या रोज युद्ध करून. पूर्वीच्या काळी राजे लोक काही कारण नसताना राज्याचा विस्तार करण्यासाठी बाहेर पडायचे. राज्याच्या लोभामुळे नाही, तर पुन्हा एकदा आपल्या पौरुषाचा गरिमा सिद्ध करण्यासाठी. या पुरुषार्थाला बायकांनी अडवता कामा नये. शर्मिलानं अडवलं नव्हतं. स्वत:च्या इच्छेनं तिनं शशांकला त्याचं ध्येय पूर्ण करण्यासाठी सगळा रस्ता मोकळा ठेवला होता. एके काळी तिनं त्याला स्वत:च्या स्वभावाच्या जाळ्यात अडकवलं होतं. नंतर स्वत:चं मन दु:खी होत असताना देखील ते जाळं क्रमानं आखडत आणलं होतं. आता सेवा चालायची, पण नजरेआड, पडद्याआड.

पण, काय हे दैव म्हणायचं, आज तिच्या पतीचा रोजच्या रोज पराभव होताना दिसतो आहे. रुग्णशय्येवरून तिला सगळं काही दिसायचं नाही, पण पुरेशी कल्पना यायची. शशांकचा चेहरा पाहिल्याबरोबर तिला कळायचं. तो नेहमी कसल्या ना कसल्या तरी विचारात गढलेला दिसायचा. या एवढ्याशा पोरीनं येऊन इतक्या थोड्या दिवसांत कर्तव्य साधनेच्या इतक्या उच्च आसनावरून या कर्मकठोर पुरुषाला विचलित केलं होतं. आपल्या पतीचा असा अश्रद्धपणा शर्मिलाला तिच्या दुखण्यापेक्षा कितीतरी अधिक वेदना देत होता. शशांकचं खाणंपिणं, कपडालत्ता,

बसणं-उठणं यांच्या नेहमीच्या व्यवस्थेत अनेक प्रकारच्या त्रुटी रहात होत्या, यात शंका नव्हती. जे पदार्थ त्याला विशेष आवडायचे, तेच जेवणाच्या वेळेस पहावं तर पानात नसायचे. त्याचं कारण दिलं जायचं. पण इतके दिवस या घरात असं कोणतंही कारण ऐकून घेतलं गेलं नव्हतं. हे सगळं दुर्लक्ष अक्षम्य होतं. कडक शिक्षेला पात्र होतं. त्याच नियमबद्ध संसारात आज इतकं मोठं युगांतर घडलं होतं की मोठाले अपराधदेखील हसून उडवून लावण्याजोगे समजले जाऊ लागले होते.

दोष कुणाला देणार!

दिदीच्या आदेशाप्रमाणे ऊर्मी जेव्हा स्वैपाकघरात वेताच्या मोढ्यावर बसून स्वयंपाकाच्या कामावर देखरेख करत असायची, आणि त्याबरोबरच स्वैपाकीणबाईच्या जुन्या आठवणींची उजळणी आणि त्यावरची टिप्पणीही चाललेली असायची, तेव्हा शशांक अचानक येऊन म्हणायचा, "हे सगळं राहू दे आता."

"का, काय करायचंय?"

"मला आत्ता रिकामा वेळ आहे. चल, व्हिक्टोरिया मेमोरियलची बिल्डिंग पहायला जाऊ या. तिचा घुमट पाहिल्यावर हसू का येतं ते तुला दाखवतो."

इतकं मोठं प्रलोभन समोर आल्यावर कर्तव्यातून सुटका करून घेण्यासाठी ऊर्मीचं मन लागलीच चुळबुळ करायला लागायचं. शर्मिलाला माहीत होतं तिची बहीण स्वैपाकघरातून अंतर्धान पावली तरी स्वैपाकाच्या पदार्थाच्या चवीत कोणतीही कमतरता रहाणार नव्हती. पण स्नेहभरल्या हृदयानं स्वैपाकात घातलेलं लक्ष पदार्थांची चव शशांकसाठी अधिकच रुचकर करीत असे. पण असा विचार करण्यात आता काय अर्थ राहिला होता? रोजच्या रोज स्पष्ट दिसून येत होतं की सुखसोयींची गरज राहिली नव्हती, आणि पती मात्र खुषीत होता.

त्यामुळेच शर्मिला अस्वस्थ झाली होती. रुग्णशय्येवर सतत या कुशीवरून त्या कुशीवर वळताना स्वत:शी सारखं म्हणत रहायची - आता हे कळलं, बाकी सर्व केलं पण त्यांना आनंदित करू शकले नाही. वाटलं होतं, उर्मिलामध्ये स्वत:ला पाहू शकेन, पण ती म्हणजे मी नाही. ती तर संपूर्ण वेगळी मुलगी आहे. खिडकीच्या बाहेर पहात म्हणायची, माझी जागा तिनं घेतली नाही. तिची जागा मी घेऊ शकणार नाही. मी गेले तर गैरसोय होईल, पण ती गेली तर सर्व शून्य होऊन जाईल.

विचार करता करता एकदम आठवण झाली, थंडीचे दिवस येतायत. गरम कपड्यांना ऊन दाखवायला हवं. ऊर्मी त्यावेळेस शशांक बरोबर पिंगपाँग खेळत होती. तिला बोलावणं पाठवलं. म्हणाली, "ऊर्मी, या किल्ल्या घे. गरम कपडे गच्चीवर उन्हात पसरून ठेव."

ऊर्मीनं जेमतेम कपाटाला किल्ली लावली होती, तेवढ्यात शशांक येऊन

म्हणाला, ''ते सगळं नंतर होईल. भरपूर अवकाश आहे. खेळ पूर्ण करून जा.''

''पण दिदी...''

''ठीक आहे, दिदीकडून परवानगी घेऊन येतो.''

दिदीनं परवानगी दिली. त्याबरोबरच एक दीर्घ निश्वास सोडला. कामाच्या बाईला बोलावून म्हणाली, ''जरा माझ्या कपाळावर गार पाण्याची पट्टी ठेव.''

अनेक दिवसांनंतर मोकळेपणा मिळाल्यामुळे ऊर्मीला जुन्या सगळ्या गोष्टींचा विसर पडला होता. पण तरी मध्येच एखाद्या दिवशी अचानक तिला तिच्या आयुष्यातल्या कठीण जबाबदारीची आठवण व्हायची. ती काही स्वतंत्र नव्हती. ती तिच्या व्रताशी बांधलेली होती. आणि त्या व्रताच्या जोडीनंच ज्या बंधनानं तिला एका विशिष्ट व्यक्तीशी जखडून ठेवलं होतं, त्या व्यक्तीच्या कर्तव्यांमधल्या बारीक सारीक गोष्टी त्यानंच तर ठरवून दिल्या होत्या. तिच्या आयुष्यावर त्याचा कायमचा अधिकार होता. ही गोष्ट ऊर्मी कोणत्याही प्रकारे नाकारू शकत नव्हती. जेव्हा नीरद समोर होता तेव्हा हे मान्य करणं सोपं होतं. मनाला रेटा असायचा. आत्ता तिची इच्छा अजिबात राहिली नव्हती, पण कर्तव्यबुद्धीची टोचणी होती. कर्तव्यबुद्धीच्या दडपणामुळे मन आणखी विचलित होत होतं. स्वत:च्या अपराधाला क्षमा करणं कठीण व्हायला लागलं म्हणूनच की काय अपराध भावना वाढतच चालली. वेदनेवर अफूचा अंमल चढवण्यासाठी शशांकशी चेष्टामस्करी करण्यात स्वत:ला सतत विसरण्याचा प्रयत्न करायची. स्वत:ला सांगायची, जेव्हा वेळ येईल तेव्हा सर्व ठीक होईल. आता जितके दिवस मोकळेपणा मिळतो आहे तितके दिवस ती आठवण नको. पुन्हा एकदम एखाद्या दिवशी डोकं झटकून ट्रंकेतून वह्या पुस्तकं बाहेर काढून त्यात डोकं घालून बसायची. मग शशांकशी गाठ पडायची. वह्या ओढून घेऊन पुन्हा ट्रंकेत ठेवून तो त्या ट्रंकेवरच दडपून बसायचा.

ऊर्मी म्हणायची, शशांकदा, हे बरोबर नाही. माझा वेळ फुकट घालवू नका.''

शशांक म्हणायचा, ''तुझा वेळ फुकट घालवण्यात माझाही वेळ फुकट जातो, म्हणजे फिटं फाट.'' त्यानंतर थोडा वेळ काढाकाढी करण्याचा प्रयत्न करून शेवटी ऊर्मी हार मानायची, तिला त्यात फार काही हरकत वाटायची, असं दिसत नव्हतं. अशा प्रकारच्या अडचणी आल्यावरही कर्तव्यबुद्धीची टोचणी पाच सहा दिवस चालू रहायची. त्यानंतर पुन्हा तिची तीव्रता कमी होत जायची. तरी ती म्हणायची, ''शशांकदा, मला दुबळी समजू नका. मी पक्का निश्चय केलेला आहे.''

''उदाहरणार्थ?''

''उदाहरणार्थ इथे डिग्री घेऊन युरोपला डॉक्टरी शिकायला जाणार आहे.''

''त्यानंतर?''

''त्यानंतर हॉस्पिटल काढून त्याची जबाबदारी घेणार आहे.''

"आणखी कुणाची जबाबदारी घेणार आहेस? त्याच त्या नीरद मुखुज्जे नावाच्या एका इनसफरेबल्..."

शशांकच्या तोंडावर हात धरून ऊर्मी म्हणायची, "गप्प बसा, असलं काही बोलाल तर तुमच्याशी भांडण होईल."

ऊर्मी मन घट्ट करून स्वत:लाच सांगत रहायची, "मला ठरल्याप्रमाणे वागायला हवं, ठरल्याप्रमाणे वागायला हवं.' नीरदशी तिचं जे नातं तिचे "बाबा" स्वत: पक्कं करून गेले होते त्या नात्याला धक्का पोचणं तिच्यालेखी तिच्या सतीत्वाला धक्का पोचण्यासारखं होतं.

पण मुष्कील ही होती की दुसऱ्या पक्षाकडून काहीच प्रतिसाद मिळत नव्हता. ऊर्मी अशा एखाद्या झाडासारखी होती जे मातीत रुजलेलं होतं पण आकाशातल्या प्रकाशापासून वंचित होतं, त्याची पानं पांढुरकी पडली होती.

कधी कधी तिची सहनशक्ती संपुष्टात यायची. तिला वाटत रहायचं हा माणूस एक साधं पत्रासारखं पत्र का लिहू शकत नाही. ऊर्मी बरेच दिवस कॉन्व्हेंटमधे शिकलेली होती. बाकी काही नाही तरी इंग्रजी भाषेत ती पक्की होती. ही गोष्ट नीरदला माहीत होती. म्हणूनच इंग्रजीत लिहून तिला हरवायचं असा त्यानं पणच केला होता. बंगालीत पत्र लिहिलं तर एवढा त्रास पडला नसता. पण आपल्याला इंग्रजी चांगलं येत नाही हेच त्याला बिचाऱ्याला माहीत नव्हतं. मोठे मोठे शब्द गोळा करायचा, लांब लांब पुस्तकी शब्दप्रयोग वापरायचा, ओझ्यानं बैलगाडी भरावी तसे ते शब्दप्रयोग वाक्यात वापरायचा. ऊर्मीला हसू यायचं, पण हसायला तिला संकोच वाटायचा. स्वत:ला बोल लावून ती म्हणायची, बंगाली माणसाच्या इंग्रजीत चुका झाल्या तर त्याबद्दल त्याला दोष देणं स्नॉबिशपणाचं आहे.

इथे असताना जेव्हा वादविवादाच्या वेळी नीरद वरचेवर उपदेशाच्या गोष्टी सांगायचा तेव्हा त्याच्या एकूण आविर्भावामुळे त्याच्याबद्दल तिला अभिमान वाटायचा आणि ती मूक होऊन जायची. तो जे काही बोलायचा ते त्याच्या बोलण्याच्या पद्धतीमुळे वजनदार वाटायचं. पण पत्रामधल्या मजकुरात अशा प्रकारच्या आविर्भावाला वाव नसतो, तयार करून ठेवलेले मोठे मोठे विचार हलके होऊन जातात. मोठ्या आवाजाच्या अभावी बोलण्याच्या विषयातली कमतरता उघडी पडते.

नीरदचं जे वागणं तिनं जवळ असताना सहन केलं होतं तेच आता दुरून तिला जास्त टोचायला लागलं होतं. त्याला हास्य विनोदाचं अजिबात वावडं होतं. पत्रातून सगळ्यात जास्त दिसून यायची ती ही त्रुटी. याबद्दलच तिच्या मनात शशांकबरोबरची तुलना आपोआप सुरू व्हायची.

तुलनेचं एक कारण असंच त्यादिवशी अचानक घडून आलं होतं. पेटीत कपडे शोधत असताना पेटीच्या तळाशी एक अर्धवट भरतकाम केलेली रेशमी जूती

सापडली. चार वर्षांपूर्वीची ती गोष्ट होती. तेव्हा हेमंत होता. ते सगळेजण मिळून दार्जिलिंगला गेले होते. आनंदाला पारावार नव्हता. हेमंत आणि शशांक यांनी मिळून थट्टा मस्करीला ऊत आणला होता. ऊर्मी तिच्या एका मावशीकडून रेशमाचं भरतकाम नुकतंच शिकून आली होती. दादाला त्याच्या वाढदिवसाच्या दिवशी देण्यासाठी म्हणून भरतकाम केलेले जोडे तयार केले होते. त्यावरून शशांकनं सारखी तिची चेष्टा चालवली होती. म्हणाला, "दादाला इतर काहीही दे, पण जोडे द्यायचे नाहीत. भगवान मनूनं सांगून ठेवलंय, जोडे भेट दिल्यामुळे वडील माणसांचा अवमान होतो."

ऊर्मी तिरप्या नजरेनं त्याच्याकडे पहात म्हणाली, "तर मग भगवान मनूनं जोडे कुणाला भेट द्यायला सांगितलेत?"

शशांक गंभीर चेहऱ्यानं म्हणाला, "अवमानावर सनातन अधिकार बहिणीच्या नवऱ्याचा असतो. तुझ्याकडून माझं येणं आहे. त्याच्यावर आता व्याज देखील चढलेलं आहे."

"मला तर काही आठवत नाही."

"कसं आठवणार? तेव्हा तू अगदी लहान होतीस. म्हणून तुझ्या दिदीशी ज्या दिवशी शुभमुहूर्तावर या भाग्यवंताचं लग्न झालं त्यादिवशी रात्रीच्या कार्यक्रमात तू भाग घेऊच शकली नव्हतीस. त्यादिवशी तुझ्या कोमल हातांनी करण्याच्या राहून गेलेल्या कानपिळीच्या विधीनं आता या कोमल करपल्लवांनी भरतकाम केलेल्या जोड्यांचं रूप घेतलं आहे. या जोड्यांवर माझा हक्क आहे. सांगून ठेवतो."

हक्क दिला गेला नाही. ते जोडे यथावकाश दादाच्या चरणांवर अर्पण केले गेले. त्यानंतर काही दिवसांनी ऊर्मीला शशांककडून एक पत्र आलं. पत्र वाचून तिला खूप हसू आलं होतं. ते पत्र आजदेखील तिच्या पेटीत ठेवलेलं होतं. आज तिनं ते पुन्हा उघडून वाचलं -

"तू तर काल परत गेलीस. तुझी आठवण जुनी होते न होते तोच तुझ्या नावाला बट्टा लागेल अशी एक गोष्ट घडली आहे. ती तुझ्यापासून लपवून ठेवणं बरोबर होणार नाही, असं मला वाटतं. माझ्या पायातले जोडे बऱ्याच जणांनी पाहिलेले आहेत. पण त्यात त्यांच्या विशेष लक्षात लक्षात आली आहे ती जोड्यांना पडलेल्या भोकांमधून डोकावणारी माझ्या पावलांच्या नखांची ओळ - ढगाबाहेर आलेल्या चंद्रकोरीसारखी. (भारतचंद्रांचं अन्नदामंगल पहावं. उपमा यथार्थ आहे की नाही याबद्दल संदेह असला तर आपल्या दिदीला विचारावं) आज सकाळी माझ्या ऑफिसात वृंदावन नंदीनं जेव्हा माझ्या जोडे घातलेल्या पायाला स्पर्श करून नमस्कार केला तेव्हा माझ्या पावलांची जी दारुण स्थिती दिसून आली त्यामुळे शरमेनं मन एवढंसं झालं. नोकराला विचारलं, 'महेश, माझे ते दुसरे नवीन जोडे

कोणाच्या पायात गेले आहेत?' तो मान खाली घालून म्हणाला, "त्या घरच्या ऊर्मी मावशी वगैरेंच्या बरोबर तुम्ही जेव्हा दार्जिलिंगला गेला होता तेव्हा जोडे देखील बरोबर नेले होते. तुम्ही परत आलात तेव्हा त्यातला एक जोडा परत आला - आणि दुसरा जोडा" त्याचं तोंड बंद झालं. मी दरडावून म्हणालो, "पुरे! चूप!" यावेळेस तिथे बरीच मंडळी बसली होती.

जोडे चोरणं हे वाईट काम आहे. माणसाचं मन दुर्बल असतं, लोभ दुर्दम्य असतो, असं काही तरी करून बसतो. ईश्वर त्याला बहुतेक क्षमा करेल, असं वाटतं. तरी पण चोरीच्या बाबतीत डोकं वापरल्याचं दिसलं तर वाईट काम केल्याची शरम थोडी कमी होऊ शकते. पण एक जोडा! धिक्कार असो!!

ज्यानं हे काम केलंय त्याचं नाव मी जमलं तितकं गुप्त ठेवलंय. त्यानं जर त्याच्या बडबड्या स्वभावानुसार या बाबतीत उगीचच काही हल्लागुल्ला केला तर गोष्ट वाढवली जाईल. जोड्यावरून तेव्हा जुंपते जेव्हा मनात किंतु असतो. महेशसारख्या निंदकाचं तोंड आत्ताच बंद करू शकशील, भरतकाम केलेल्या जोड्यांच्या मदतीनं. काय त्याची हिम्मत! या पत्राबरोबर पायाचं माप पाठवतो आहे."

पत्र मिळाल्यावर ऊर्मी गालातल्या गालात हसत रेशमाच्या भरतकामाचे जोडे तयार करायली बसली. पण ते काम पूर्ण करू शकली नाही. भरतकामाबद्दल तिला फारसा उत्साह नव्हता. आज हा अर्धवट तयार झालेला जोडा सापडल्यावर तिनं ठरवलं की हाच जोडा दार्जिलिंग यात्रेच्या वर्षगाठीच्या दिवशी शशांकला भेट द्यायचा. तो दिवस काही आठवड्यातच येणार होता. तिच्या तोंडून एक गंभीर दीर्घ निश्वास बाहेर पडला. हाय रे, कुठे गेले हास्यानं उज्ज्वल झालेल्या आकाशात हलके हलके उडत जाणारे दिवस! आता इथून पुढे पसरलंय अंतहीन, कर्तव्यकठोर वाळवंटातलं आयुष्य.

आज फाल्गुनाचा सव्विसावा दिवस. होळी खेळायचा दिवस. बाहेरगावच्या कामामुळे शशांकला या खेळासाठी वेळ नव्हता. या दिवसाची गोष्ट ते सगळे विसरूनच गेले होते. बिछान्यावर पडून असलेल्या दिदीच्या पावलांवर गुलालाची बोटं टेकवून ऊर्मीनं तिला प्रणाम केला होता. नंतर शोधत गेल्यावर दिसलं, शशांक त्याच्या ऑफिसातल्या डेस्कवर वाकून एकाग्र चित्तानं काम करत होता. मागच्या बाजूनं जाऊन तिनं त्याच्या कपाळाला गुलाल लावला. त्याचे सगळे कागदपत्र लाल होऊन गेले. दंगामस्ती सुरू झाली. डेस्कवर दौतीत लाल शाई होती. शशांकनं ती ऊर्मीच्या साडीवर ओतली. ऊर्मीचा हात घट्ट धरून तिच्या पदरातून गुलाल काढून घेतला आणि तिच्या चेहऱ्यावर फासला. त्यानंतर ढकलाढकली, धावाधावी, आरडाओरडा. उशीर होत गेला. अंघोळीची, जेवणाची वेळ टळून गेली. ऊर्मीच्या उंच स्वरातल्या खळखळून हसण्यानं सगळं घर भरून गेलं. शेवटी

शशांकच्या तब्येतीच्या काळजीनं शर्मिलानं निरोपावर निरोप पाठवून त्यांना थांबवलं.

दिवस मावळला होता. बरीच रात्र झाली होती. बहरलेल्या गुलमोहोराच्या फांद्यांचं जाळं ओलांडून पूर्णचंद्र वर मोकळ्या आकाशात आला होता. अचानक उठलेल्या फाल्गुनातल्या वाऱ्यानं बागेतली सगळी झाडंझुडपं सळसळ आवाज करीत, हिंदोळे घ्यायला लागली. त्यांच्या तळाशी असलेलं सावल्यांचं जाळं त्यांना साथ द्यायला लागलं. ऊर्मी मूकपणे खिडकीत बसली होती. काही केल्या झोप येत नव्हती. उरातला हिंदोळा शांत व्हायला तयार नव्हता. आंब्याच्या मोहोराच्या गंधानं मन भरून गेलं होतं. वसंतातल्या माधवी लतेच्या अंगाप्रत्यंगातून फुलून येणारी वेदना ऊर्मीच्या सर्वांगाला आतून बाहेरून पयुत्युक करत होती. जवळच्या न्हाणीघरात जाऊन केस धुतले. ओल्या टॉवेलनं अंग पुसलं. बिछान्यात पडून या कुशीवरून त्या कुशीवर करता करता काही वेळानं स्वप्नभरल्या निद्रेत प्रवेश केला.

रात्री तीनच्या सुमारास जाग आली. त्यावेळी चंद्र खिडकीसमोर नव्हता. खोलीत अंधार होता. बाहेर छायाप्रकाशानं नटलेली सुपारीच्या झाडांची रांग होती. ऊर्मीलाला छाती फुटून आल्यासारखे हुंदके यायला लागले. काही केल्या थांबेनात. पालथं पडून उशीत डोकं खुपसून रडायला लागली. प्राणातून फुटणारं आक्रंदन. त्यासाठी भाषेत शब्द नाहीत, अर्थ नाही. विचारलं तर काय सांगितलं असतं, वेदनेच्या या उसळत्या लाटा तिच्या देहमनात कुठून उफाळून येत होत्या? दिवसाची कामांची रांग, रात्रीची सुखाची झोप आपल्यात बुडवून वाहून नेत होत्या?

सकाळी जेव्हा ऊर्मी झोपेतून जागी झाली तेव्हा खोलीत ऊन आलेलं होतं. सकाळची कामं करायची राहून गेली. दमली असेल असं समजून शर्मिलानं तिला माफ केलं. आज कोणत्या गोष्टीचा पश्चाताप वाटून ऊर्मी उदास झाली होती? का? तिला वाटत होतं तिचा पराभव होत चाललाय म्हणून. दिदीकडे जाऊन म्हणाली, "दिदी, मी तुझं कोणतंच काम नीट करू शकत नाहीये - घरी परत जाऊ का?"

आज शर्मिला म्हणू शकली नाही, "नाही, नको जाऊस." म्हणाली, "ठीक आहे, जा तू. तुझ्या अभ्यासाचं नुकसान होतं आहे. अधूनमधून जेव्हा वेळ मिळेल तेव्हा येऊन पाहून जा."

शशांक तेव्हा कामासाठी बाहेर गेला होता. ती संधी घेऊन ऊर्मी त्याच दिवशी घरी परत गेली.

शशांक त्यादिवशी फोटो काढण्याचं एक यंत्र त्याच्या सर्व सरंजामासकट विकत घेऊन घरी आला. ऊर्मीला देणार होता. बोलणं झालेलं होतं, तिला हे काम शिकवायचं. परत आल्यावर ऊर्मी नेहमीच्या ठिकाणी दिसली नाही म्हणून शर्मिलाच्या खोलीत येऊन विचारलं,

"ऊर्मी गेली कुठे?"

शर्मिला म्हणाली, ''इथे तिच्या अभ्यासाची गैरसोय होते म्हणून ती घरी गेली.''

''काही दिवस गैरसोय होईल याची तयारी ठेवूनच तर ती आली होती. गैरसोय अचानक आजच कशी वाटायला लागली?''

शशांकच्या बोलण्याचा स्वर ऐकून शर्मिलाला समजलं की त्याला तिचाच संशय आला आहे. त्या संबंधात जास्त काही न बोलता ती म्हणाली, ''माझ्या नावानं तुम्ही तिला बोलावून घेऊन या. ती नक्की 'नाही' म्हणणार नाही.''

ऊर्मीनं घरी आल्यावर पाहिलं, बऱ्याच दिवसांपासून विलायतेहून तिच्या नावानं नीरदचं पत्र येऊन तिची वाट पहात होतं. भीतीनं ती ते उघडूच शकली नाही. तिला मनातून माहीत होतं, तिच्या खात्यात अपराध जमा झालेले आहेत. नियम मोडल्याचं स्पष्टीकरण देताना तिनं पूर्वी दिदीच्या आजारपणाचा उल्लेख केला होता. काही दिवसांपासून ते कारण जवळपास खोटंच ठरत आलं होतं. शशांकनं खूप हट्ट करून शर्मिलासाठी एक दिवसाची आणि एक रात्रीची अशा दोन नर्सेस ठेवल्या होत्या. रुग्णाच्या खोलीत नातेवाईकांचं सारखं जाणं येणं डॉक्टरांनी बंद केलं होतं. ऊर्मीला माहीत होतं की दिदीच्या आजारपणाचं कारणदेखील नीरदला फारसं महत्त्वाचं वाटणार नाही. म्हणाला असता, ''ही काही विशेष महत्त्वाची गोष्ट नाहीये.'' खरोखरच महत्त्वाची गोष्ट नव्हती. माझी तर काही गरजच नाहीये.

पश्चातापपूर्ण मनानं ठरवलं, या वेळेस चूक कबूल करून क्षमा मागेन. म्हणेन, ''आता कधी कमी रहाणार नाही. काही झालं तरी नियम मोडणार नाही.''

पत्र फोडण्याआधी आज बऱ्याच दिवसांनंतर तो फोटोग्राफ बाहेर काढला. टेबलावर ठेवला. माहीत होतं हा फोटोग्राफ पाहून शशांक टिंगल करेल, पण त्याच्या बोलण्यामुळे ऊर्मी अजिबात स्वत:ची चलबिचल होऊ देणार नाही. हेच तिचं प्रायश्चित्त. नीरदशी तिचं लग्न होणार आहे ही गोष्ट दिदीच्या घरी ती मनाआड करत असे. दुसरेही तिचा उल्लेख करत नसत. कारण ही गोष्ट तिथल्या सगळ्यांना न आवडणारी होती. आज उर्मीनं मुठी वळवून निश्चय केला की आपल्या सगळ्या वागण्यामधून आपण या बातमीची जोरदार घोषणा करायची. काही दिवसांपासून तिनं एंगेजमेंट रिंग लपवून ठेवली होती. ती काढून बोटात घातली. अंगठी अगदी स्वस्तातली होती. नीरदनं त्याच्या ''ऑनेस्ट गरिबियाना''च्या अहंकारानं त्या स्वस्तातल्या अंगठीचं मूल्य हिऱ्यापेक्षा जास्त वाढवून ठेवलं होतं. आविर्भाव असा की अंगठीचं मोल हे माझं मोल नाही, माझं मोल हे अंगठीचं मोल आहे.''

स्वत:ला शक्य तितकं शुद्ध करून घेऊन ऊर्मीनं अतिशय सावकाशीनं लिफाफा उघडला.

पत्र वाचून एकदम हसायला लागली. नाचावंसं वाटत होतं, पण तिला

नाचायची सवय नव्हती. सतार बिछान्यावर होती. ती उचलून घेऊन तारा न जुळवताच झना झन झंकार करत ती हे - ते वाजवायला लागली. नेमक्या याच वेळी शशांकनं खोलीत शिरत विचारलं, ''प्रकार काय आहे? लग्नाचा दिवस ठरलाय असं दिसतं.''

''हो शशांकदा, ठरला.''

''जरा देखील मागे पुढे होणार नाही?''

''जरादेखील नाही.''

''तर मग आत्ताच सनईवाल्याला सांगतो. आणि भीम नागांकडचा संदेश?''

''तुम्हाला काहीही करावं लागणार नाही.''

''सगळं काही स्वतःच करशील? धन्य वीरांगना! आणि वधूला आशिर्वाद?''

''त्या आशीर्वादाचा पैसा माझ्या स्वतःच्या पाकिटातूनच गेलाय.''

''माशाच्या तेलातच मासा तळला? नीट समजलं नाही.''

''हे घ्या, काय समजतंय पहा.''

वाचून शशांक मोठ्यांदा हसत सुटला. लिहीलं होतं. रिसर्चच्या ज्या दुष्कर कामात नीरद स्वतःला झोकून देऊ इच्छित होता ते काम भारतवर्षात करणं शक्य नाही. म्हणूनच त्याला त्याच्या आयुष्यात आणखी एक मोठा सॅक्रिफाइस करावा लागला आहे. ऊर्मीशी ठरलेलं लग्न मोडण्याखेरीज गत्यंतर नाही. एक युरोपियन महिला त्याच्याशी लग्न करून त्याच्या कामासाठी स्वतःचं जीवन अर्पण करायला तयार झाली आहे. पण काम तेच, एक तर भारतात केलं जावं किंवा इथे. राजारामबाबू या कामासाठी अर्थसाहाय्य देऊ इच्छित होते त्यातला काही भाग इकडे पाठवला तर त्यात काही चूक नाही. त्यायोगे मृत व्यक्तीला आदर दाखवल्यासारखंच होईल.''

शशांक म्हणाला, ''जिवंत व्यक्तीला थोडं थोडं काहीतरी देऊन जर त्या दूर देशातच त्याला दीर्घकाळ जिवंत ठेवू शकलीस तर चांगलंच. पैसे बंद केले तर भुकेनं मरायला टेकून इकडे धावत येईल, ही भीती आहे.

ऊर्मी हसून म्हणाली, ''तुम्हाला ही भीती असेल, तर पैसे तुम्हीच द्या. मी एक पैसा देखील देणार नाही.''

शशांक म्हणाला, ''पुन्हा विचार बदलणार तर नाही? मानिनीचा अभिमान अविचल राहील?''

''बदलला तर त्याचं तुम्हाला काय शशांकदा?''

''प्रश्नाचं खरं उत्तर दिलं तर अहंकार वाढेल, म्हणून तुझ्या हितासाठी गप्प रहातो, पण मनात येतं, या गृहस्थाचा घट्टपणा तर पहा – इंग्रजीत ज्याला म्हणतात ''चीक.''

ऊर्मीच्या मनावरून एक प्रचंड दडपण उतरून गेलं. अनेक दिवसांचं दडपण.

मुक्त झाल्याच्या आनंदात काय करावं तेच तिला कळत नव्हतं. तिनं तिच्या कामाची यादी फाडून टाकली. गल्लीत भिकारी भीक मागत उभा होता. अंगठी काढून खिडकीतून त्याच्या दिशेनं भिरकावून दिली.

शशांकला विचारलं, ''पेन्सिलीनं खुणा केलेली ही जाडी पुस्तकं कुणी रद्दीवाला विकत घेईल?''

''नाही समजा घेतली विकत, तर पुढे काय होईल, ते आधी ऐकू दे.''

''जर त्यांच्यात गतकाळातली भुतं रहात असतील, तर अधूनमधून अर्ध्या रात्री माझ्या बिछान्याजवळ येऊन उभी रहातील, आणि माझ्याकडे बोटं दाखवतील.''

''ती भीती वाटत असेल, तर रद्दीवाल्याची वाट पाहू नको. मीच स्वत: ती विकत घेईन.''

''घेऊन काय कराल?''

''हिंदुशास्त्रानुसार अंत्यसंस्कार. गयेपर्यंत जायला तयार आहे, त्यातून तुझ्या मनाला शांती मिळत असेल तर.''

''नको, अगदी इतकं करायला नको.''

''ठीक आहे. माझ्या लायब्ररीच्या कोपऱ्यात पिरॅमिडसारखी रचून त्याची ममी करून ठेवेन.''

''मात्र आज तुम्ही कामासाठी बाहेर जायचं नाही?''

''सबंध दिवस?''

''हो, सबंध दिवस.''

''काय करायचा बेत आहे?''

''मोटारीत बसून कुठेतरी गायब होऊन जाऊ.''

''दिदीकडून परवानगी आण मग.''

''नाही, परत आल्यावर दिदीला सांगेन, तेव्हा तिची खूप बोलणी खाईन. ती सगळी सहन करेन.''

''ठीक आहे. मी देखील तुझ्या दिदीची बोलणी पचवायला तयार आहे. टायर फाटला तर काळजी करू नको. ताशी पंचेचाळीस मैलांच्या वेगानं, दोन-चार माणसांना धक्के देत तुरुंगापर्यंत पोचायलाही माझी हरकत नाही. पण तीन वेळा वचन दे, की मोटार यात्रा पुरी झाल्यावर तू आमच्या घरी परत येशील.''

''येईन, येईन, येईन.''

मोटार यात्रा संपल्यावर दोघं भवानीपुरच्या घरी आले. पण ताशी पंचेचाळीस मैलांचा वेग रक्तातून काही केल्या उतरायला तयार नव्हता. संसाराची सर्व जबाबदारी, सर्व भयलज्जा या वेगात लोपून गेली. बरेच दिवस शशांकची सर्व कामं घोळत पडली. मनातल्या मनात त्याला समजत होतं की जे चाललंय ते बरोबर नाही.

कामाचं खूप मोठं नुकसानही होऊ शकेल. रात्री बिछान्यात पडल्या पडल्या काय काय वाईट घडू शकेल त्याची काळजी मोठालं रूप धारण करायची. पण दुसऱ्या दिवशी पुन्हा तो ''स्वाधिकारप्रमत्त'' व्हायचा - मेघदूतातल्या यक्षाप्रमाणे. दारू एकदा प्यायली की ती प्यायल्याचा पश्चाताप झाकण्यासाठी पुन्हा प्यावी लागते.

शशांक

काही दिवस असेच गेले. दृष्टीवर पटल आलं. मन डुचमळलं.

स्वत:ला स्पष्टपणे समजून घ्यायला ऊर्मीला जरा वेळ लागला. पण एक दिवस मनात एकदम काहीतरी चमकून गेलं, आणि सगळं स्पष्टपणे समजलं. मथुरदादाला ऊर्मी का घाबरायची कोण जाणे. त्याला टाळत फिरायची. त्या दिवशी मथुर सकाळी दिदीच्या खोलीत आला आणि दुपारपर्यंत तिथेच होता.

त्यानंतर दिदीनं ऊर्मीला बोलावून घेतलं. तिचा चेहरा कठोर, पण शांत होता. म्हणाली, ''रोज रोज त्यांच्या कामात व्यत्त्यय आणून काय प्रसंग आणलायस माहीत आहे?''

ऊर्मी घाबरून गेली. म्हणाली, ''काय झालंय दिदी?'' दिदी म्हणाली, ''मथुरदादा सांगायला आला होता. काही दिवसांपासून तुझे जिजाजी आपल्या कामाकडे अजिबात लक्ष देत नाहीयेत. जवाहरलालवर सगळी जबाबदारी टाकली होती. त्यानं दोन्ही हातांनी सर्व सामानाची लूट केली. गोदामांच्या छतात मोठ्या मोठ्या भेगा पडल्या होत्या. त्यादिवशीच्या पावसात पाणी गळून सगळा माल खराब झाला. आमच्या कंपनीचं नाव चांगलं आहे. म्हणून त्यांनी तपासून पाहिलं नव्हतं. आता प्रचंड बदनामी आणि त्याचबरोबर आर्थिक नुकसान यांची जबाबदारी डोक्यावर येऊन पडली आहे. मथुरदादा वेगळे होतायत.''

ऊर्मीच्या छातीत धडधडायला लागलं. चेहरा पांढरा-फटक पडला. एका क्षणात, जणू विजेच्या प्रकाशात तिच्या मनातलं झाकलेलं रहस्य उघडं पडलं. तिला स्पष्टपणे कळलं, केव्हा तिचं मन खोलातून धुंद होऊन उठलं होतं, बरं-वाईटाचा विचार करू शकलं नव्हतं, शशांकचं कामच जणूकाही तिचा प्रतिस्पर्धी झालं होतं. त्याच्या कामातून त्याला ओढून घेऊन सदासर्वकाळ पूर्णपणे स्वत:जवळ ठेवण्यासाठी ऊर्मी आतल्या आत तडफडत असायची. कितीतरी वेळा असं झालं होतं, शशांक स्नानाला गेलेला असताना लोक कामाची बोलणी करायला आले होते आणि ऊर्मीनं कसलाही विचार न करता बेधडक सांगून पाठवलं होतं, ''जाऊन सांग, आत्ता भेटणार नाहीत म्हणून.''

तिला वाटायचं स्नान करून आल्यावर लगेच कामाला सुरुवात केली की नंतर

शशांकला वेळ मिळणार नाही आणि ऊर्मीचा दिवस वाया जाईल. तिच्यावर चढलेल्या धुंदीचा भयंकर परिणाम संपूर्णपणे तिच्या नजरेसमोर आला. तत्क्षणी ती धाडकन दिदीच्या पायाशी पडली. भरल्या गळ्यानं पुन्हा पुन्हा म्हणायला लागली, ''हाकलून दे मला तुझ्या घरातून! आत्ताच्या आत्ता दूर लोटून हाकलून दे.''

आज दिदीनं पक्कं ठरवलं होतं, काहीही झालं तरी ऊर्मीला क्षमा करायची नाही. पण मन विरघळलं. ऊर्मिलाच्या डोक्यावरून हळू हळू हात फिरवत म्हणाली, ''काही काळजी करू नको. जे काही झालंय त्यावर मार्ग सापडेल.''

ऊर्मी उठून बसली, म्हणाली, ''तुमचंच का म्हणून नुकसान होऊ द्यायचं? माझ्याकडे पण पैसे आहेत.''

शर्मिला म्हणाली, ''वेडी आहेस. माझ्याकडे काहीच नाही की काय? मथुरदादाला सांगितलंय, हेच घेऊन बसून त्यांना काही गोंधळ घालण्याचं कारण नाही. मी नुकसान भरून देईन. आणि तुलाही सांगते, मला काही कळलंय याची वार्ता तुझ्या जिजाजींपर्यंत पोचता कामा नये.''

''माफ कर दिदी, मला माफ कर.'' असं म्हणत ऊर्मी पुन्हा दिदीच्या पायावर पडून कपाळ आपटायला लागली.

शर्मिला डोळ्यांतलं पाणी पुसून थकलेल्या आवाजात म्हणाली, ''कुणाकुणाला माफ करणार बाई गं! संसार फार गुंतागुंतीचा असतो. जे मनात असतं ते होत नाही, ज्यासाठी प्राण पणाला लावलेले असतात, ते निसटून जातं.''

ऊर्मी एक क्षणभरही दिदीला सोडून रहात नव्हती. औषध द्यायचं, स्नान घालायचं, जेवू घालायचं, झोपवायचं - सगळी लहान मोठी कामं स्वतःच्या हातानं. पुन्हा अभ्यास करायला सुरुवात केली होती, तेदेखील दिदीच्या बिछान्याजवळ बसून. आता ती स्वतःवरही विश्वास ठेवत नव्हती, आणि शशांकवरही.

परिणाम हा झाला की शशांक पुन्हा पुन्हा शर्मिलाच्या खोलीत यायला लागला. पुरुष जातीच्या आंधळेपणामुळे त्याला हे समजू शकलं नाही की त्याच्या अस्वस्थपणाचं कारण त्याच्या बायकोला समजलं आहे, आणि ऊर्मी शरमेनं मरते आहे. शशांक मोहनबागानच्या फुटबॉल मॅचचं प्रलोभन घेऊन यायचा. फुकट जायचं. पेन्सिलीनं खुणा केलेलं वर्तमानपत्र आणून दाखवायचा, जाहिरातीत चार्ली चॅपलिनचं नाव असायचं. काही उपयोग व्हायचा नाही. ऊर्मी जेव्हा दुर्लभ नव्हती तेव्हा तिनं त्याच्या कामात अडथळे आणले तरी तो कामात नेट धरण्याचा प्रयत्न करीत असे. आता ते शक्य होईना.

बिचारा असा स्वतःला निरर्थक त्रास करून घ्यायचा. त्यामुळे सुरुवातीला शर्मिलाला तिच्या दुःखातही सुख मिळायचं. पण हळू हळू पाहिलं की त्याला या सगळ्याच्या खूप मानसिक यातना होताहेत. त्याचा चेहरा सुकला आहे, डोळ्यांखाली

काळी वर्तुळं उमटली आहेत. जेवायच्या वेळेस ऊर्मी जवळ बसत नसे म्हणून शशांकची जेवायची इच्छा आणि आहारही कमी झाला होता. या घरी आनंदाचं जे उधाण आलं होतं त्याला आता अचानक संपूर्ण ओहोटी लागली होती आणि पूर्वी या घराचा जो नेहमीचा दिनक्रम होता तोही राहिला नव्हता.

एके काळी शशांक स्वत:च्या दिसण्याबद्दल बेफिकीर असायचा. न्हाव्याकडे जाऊन केस कापूस घ्यायला टाळाटाळ करायचा. विंचरण्याचं काम तर उडवूनच लावलं होतं. त्यावरून शर्मिलानं कित्येक वेळा मोठ्ठं भांडण केलं होतं. नंतर सोडून दिलं. पण आता ऊर्मीनं मोठ्यांदा हसून केलेली छोटीसी टिप्पणी मोठ्ठं काम करून गेली होती. नव्यानं कापलेल्या केसांशी सुगंधी तेलाचा संगम शशांकच्या डोक्यावर प्रथमच घडून आला. पण हल्ली आता केसांच्या निगेकडे त्याचं पुन्हा दुर्लक्ष व्हायला लागलं होतं. त्यातून त्याच्या अंतरंगातलं दु:ख उमटून येत होतं. मात्र एवढं बरं होतं की या गोष्टीवरून प्रकट किंवा छुपं टिंगलखोर हास्य आता ऐकू येत नव्हतं.

शर्मिलाला वाटणारी काळजी आता तिच्या रागाला मागे टाकून पुढे गेली. पतीबद्दलची सहानुभूती आणि स्वत:बद्दलचा धिक्कार तिच्या छातीत ठण् ठण् वाजायला लागला. आजार बाजूला पडला.

मैदानावर किल्ल्यातल्या सैन्याच्या कौशल्याचं प्रदर्शन होणार होतं. शशांक दबकत दबकत विचारायला आला, ‘‘चलणार पहायला ऊर्मी? मी चांगल्या जागा राखून ठेवल्या आहेत.’’ ऊर्मी काही उत्तर देण्याआधीच शर्मिला म्हणाली, ‘‘का नाही चलणार. नक्की जाईल. जरा बाहेर फिरून येण्यासाठी तिच्या मनाची तडफड चालली आहे.’’

दोन दिवस झाले नसतील, तोच संधी मिळताच प्रश्न आला, ‘‘सर्कस’’?

या प्रस्तावाबाबत ऊर्मिलाचा उत्साहच दिसून आला. त्यानंतर ‘‘बोटॅनिकल गार्डन’’?

इथे जरा पंचाईत झाली. दिदीला सोडून फार वेळ बाहेर रहायला ऊर्मीचं मन तयार होईना. दिदीनं स्वत: शशांकची बाजू घेतली.

कामाच्या मजुरांबरोबर सकाळ-दुपार फिरून फिरून खेटे घालून माणूस वैतागून जातो. सबंध दिवस धुळीमातीत कष्टात जातो. जरा मोकळं फिरलं नाही तर शरीर कामच करेनासं होईल.

या एका कारणाखातर स्टीमरमधे बसून राजगंजपर्यंत फिरून येणं म्हणजे काही चुकीचं म्हणता आलं नसतं.

शर्मिला मनातल्या मनात म्हणायची, ‘‘जिच्यासाठी व्यवसाय हातातून गेल्याचंही त्याला काही वाटलं नाही ती स्वत:च हातातून गेली तर ते त्याला सहन होणार नाही.’’

शशांकला स्पष्टपणे कुणी काही म्हटलं नव्हतं, पण चारीकडून त्याला एक मूक पाठिंबा मिळत होता. शशांक मनातून धरून चालला होता की शर्मिलाच्या मनात काही किंतु नाही, त्या दोघांना एकत्र आनंदात पाहून तिलाही आनंदच होतो. सर्वसाधारण स्त्रीच्या बाबतीत असं झालं नसतं, पण शर्मिला अ-साधारण होती. शशांक नोकरीत असताना एका आर्टिस्टनं रंगीत पेन्सिलीनं शर्मिलाचं एक चित्र काढलं होतं. इतके दिवस ते पोर्ट फोलिओत ठेवलेलं होतं. ते बाहेर काढून एका विलायती मालाच्या दुकानातून खूप खर्च करून त्यानं ते फ्रेममध्ये बसवून घेतलं, आणि ऑफिसच्या खोलीत तो जिथे बसायचा त्याच्या बरोबर समोरच्या भिंतीवर टांगून ठेवलं. त्याच्या समोरच्या फुलदाणीत माळी रोज फुलं आणून ठेवत असे.

अखेर एक दिवस बागेत सूर्यफूलं कशी फुलली आहेत हे ऊर्मीला दाखवताना शशांकनं एकदम तिचा हात घट्ट धरला आणि म्हणाला, "तुला नक्की माहीत आहे, माझं तुझ्यावर प्रेम आहे, आणि तुझी दिदी, ती तर देवी आहे. तिच्यावर माझी जितकी भक्ती आहे तितकी भक्ती मी आयुष्यात कुणावरही केलेली नाही. ती पृथ्वीवरची माणूस नाही. ती आपल्यापेक्षा खूप वरच्या पातळीवर आहे."

दिदीनं ऊर्मीला पुन्हा पुन्हा सांगितलं होतं की ती स्वत: जेव्हा या जगात नसेल तेव्हा ऊर्मीचं शशांकजवळ असणं तिच्या आत्म्याला सांत्वना देईल. तिच्या संसारात इतर कुणा मुलीचा प्रवेश होण्याची कल्पनासुद्धा तिला सहन होत नसे. पण त्याचवेळी शशांकची काळजी घेणारी कुणी स्त्री त्याच्या जवळपास नसेल अशा परिस्थितीची देखील कल्पना तिला सहन होत नसे. त्याच्या व्यवसायाबद्दल तिनं ऊर्मीला समजावून सांगितलं होतं. म्हणाली होती, जर त्याच्यावर माया करणारं कुणी नसेल तर त्याचं त्याच्या कामात लक्ष लागणार नाही, कामाचं नुकसान होईल. त्याचं मन तृप्त असेल तेव्हा काम नीट रांगेनं होत राहील.

शशांकचं मन धुंद झालं होतं. तो एका चंद्रलोकात रहात होता जिथे संसाराची सर्व जबाबदारी मोहनिद्रेत विलीन झाली होती. आजकाल रविवारची सुट्टी मनवण्यात त्याची ख्रिश्चनांसारखी निष्ठा दिसून यायची. एक दिवस शर्मिलाकडे जाऊन म्हणाला, "बरं का, ज्यूट कंपनीच्या साहेबाकडून त्यांची स्टीम लाँच मिळाली आहे. उद्या रविवार आहे. विचार करतोय सकाळी सकाळीच ऊर्मीला घेऊन डायमंड हार्बरच्या बाजूला जावं. संध्याकाळ व्हायच्या आत परत येऊ."

शर्मिलाच्या हृदयाच्या तारा कुणीतरी जणू काही जोरानं पिळल्या. त्या वेदनेनं कपाळावरची त्वचा आक्रसून गेली. शशांकच्या लक्षातही आलं नाही.

शर्मिलानं फक्त एवढंच विचारलं, "खाण्यापिण्याचं काय करणार?"

शशांक म्हणाला, "एका हॉटेलात सांगून ठेवलंय."

एकेकाळी ही सर्व व्यवस्था करण्याची जबाबदारी जेव्हा शर्मिलावर होती तेव्हा

शशांकचं या गोष्टीकडे अजिबात लक्ष नसे. आता सगळं काही उलटं पालटं झालं होतं.

शर्मिला म्हणाली, "ठीक आहे. जा तर मग." आणि मग तिथे एक क्षणभरही न थांबता शशांक झटक्यात खोलीच्या बाहेर पडला. शर्मिलाला आक्रोश करून रडावंसं वाटलं. उशीत डोकं खुपसून पुन्हा पुन्हा म्हणत राहिली, "आता कशाला जगते आहे मी?"

उद्याच्या रविवारी त्यांच्या लग्नाचा वाढदिवस होता. आजपर्यंत कोणत्याही वर्षी तो साजरा करण्यात खंड पडला नव्हता. यावर्षी देखील पतीला न सांगता शर्मिलानं बिछान्यात पडल्या पडल्या सगळा कार्यक्रम आखला होता. आणखी काही नाही तरी लग्नाच्या दिवशी शशांकनं जो लाल रंगाचा बनारसी कापडाचा पोषाख घातला होता तो त्याला घालायला लावायचा, आपण स्वत: लग्नातला वधूवेष घालायचा, पतीच्या गळ्यात माळ घालून त्याच्या समोर बसून त्याला जेवू घालायचं, उदबत्ती लावायची. शेजारच्या खोलीत ग्रामोफोनवर सनईची रेकॉर्ड लावायची. आधीच्या सर्व वर्षी शशांक तिला आधीपासून कळू न देता तिच्यासाठी एखादी आवडीची वस्तू विकत आणायचा. शर्मिलाला वाटलं होतं, "या वर्षीही नक्की आणेल. उद्या कळेलच."

आज तिला काहीही सहन होईनासं झालं. खोलीत जेव्हा कोणी नसेल तेव्हा सारखं म्हणत रहायची - खोटं! सगळं खोटं! सगळं सगळं खोटं! काय होणार आहे या खेळाचं?"

रात्री झोप लागली नाही. पहाटेच्या वेळेस मोटार दरवाज्या जवळून गेल्याचा आवाज आला. शर्मिला आक्रंदून उठली, "परमेश्वरा, तू खोटा आहेस!"

यानंतर आजार वेगानं वाढत चालला. यातना ज्यादिवशी अतिशय तीव्र झाल्या त्यादिवशी शर्मिलानं पतीला बोलावून घेतलं. संध्याकाळची वेळ. खोलीत क्षीण प्रकाश. नर्सला खुणेनं जायला सांगितलं. पतीला जवळ बसवून त्याचा हात धरून म्हणाली, "मला परमेश्वराकडून पती म्हणून तुम्ही प्राप्त झालात, पण तुमच्या योग्यतेला साथ देईल अशी क्षमता परमेश्वरानं मला दिली नाही. जे शक्य होतं ते मी केलं. खूप चुका झाल्या आहेत. मला क्षमा करा."

शशांक काहीतरी बोलणार होता, त्याला अडवून म्हणाली, "नका, काही बोलू नका. ऊर्मीला तुमच्या हाती सोपवून जाते आहे. ती माझी सख्खी बहीण आहे, तिच्यात तुम्हाला मीच भेटेन. आणखी बरंच काही मिळेल जे माझ्याकडून मिळालं नाही. नाही, बोलू नका, काही बोलू नका. मृत्यू समीप आल्यावर माझं सौभाग्य पूर्ण झालं. तुम्हाला सुखी करू शकले."

नर्स बाहेरून म्हणाली, "डॉक्टरबाबू आले आहेत."

शर्मिला म्हणाली, "बोलाव त्यांना."

बोलणं संपलं.

शर्मिलाच्या मामांना वेगवेगळ्या देशी चिकित्सा पद्धतीचं संशोधन करण्यामध्ये खूप रस होता. सध्या ते एका संन्याशाच्या सेवेत लागलेले होते. जेव्हा डॉक्टर म्हणाले की आता काही करता येण्यासारखं नाही तेव्हा त्यांनी आग्रह धरला की हिमालयात राहून आलेल्या बाबाजींचं औषध घेऊन पहावं. कुठल्यातरी तिबेटी मुळीचं चूर्ण आणि दूध, एवढंच औषध होतं. शशांकला कुठले तरी वैदू-बिदू सहन होत नसत. त्यानं हरकत घेतली. शर्मिला म्हणाली, "आणखी काही उपयोग झाला नाही तरी निदान मामाचं समाधान होईल."

बघता बघता गुण यायला लागला. श्वासाचा त्रास कमी झाला. रक्त पडणं बंद झालं. सात दिवस गेले. पंधरा दिवस गेले. शर्मिला उठून बसली. डॉक्टर म्हणाले, मृत्यूच्या धक्क्यानंच अनेकदा शरीर मरणपंथाला लागतं. अखेरच्या धक्क्यानं स्वत:च स्वत:ला सावरून धरतं.

शर्मिला सावरली गेली.

त्यानंतर तिला वाटायला लागलं, हे काय संकट आलं!

काय करावं! शेवटच्या घटकेला जीव वाचला हा मृत्यूचा पुढचा टप्पा म्हणायचा की काय?

तिकडे ऊर्मी सामान आवरत होती. तिचा इथला शेर संपला होता.

दिदी येऊन म्हणाली, "तू जाऊ शकणार नाहीस."

"हे तू काय बोलते आहेस?"

"हिंदू समाजात बहिणीच्या घरी तिची सवत होऊन कधी कुणी मुलगी राहिली नाहीये का?"

"छी:!"

"लोकनिंदा! विधिलिखित काय आहे यापेक्षा लोक काय म्हणतील ते अधिक महत्त्वाचं."

शशांकला बोलावून म्हणाली, "चला, आपण नेपाळला जाऊ." तिकडच्या राजदरबारात तुम्हाला काम देण्याविषयी बोलणं झालं होतं. प्रयत्न केला की मिळेल. त्या देशात कुणी काही बोलणार नाही."

शर्मिलानं कुणाला आणखी काही बोलण्याची संधी दिली नाही. जाण्याची तयारी चालली होती. तरीदेखील ऊर्मी विचित्र मन:स्थितीत घरातल्या घरात तोंड लपवत फिरत होती.

शशांक तिला म्हणाला, "आज जर तू मला सोडून गेलीस तर माझी काय दशा होईल त्याचा विचार करून पहा."

ऊर्मी म्हणाली, ''मी कसलाच विचार करू शकत नाहीये. तुम्ही दोघं जे ठरवाल तेच होईल.''

आवराआवर करायला काही दिवस लागले. त्यानंतर जेव्हा निघायची वेळ जवळ आली तेव्हा ऊर्मी म्हणाली, ''आणखी सातेक दिवस थांबा. काकाबाबूंना भेटून कामाच्या बाबी संपवून येते.''

ऊर्मी निघून गेली.

त्याच सुमाराला मथुर शर्मिलाकडे गंभीर चेहऱ्यानं आला. म्हणाला, ''तुम्ही योग्य वेळी निघून जाता आहा. तुझ्याशी बोलणी झाल्यावर लगेच मी आपसात ठरवून शशांकसाठी वेगळं काम बाजूला काढून दिलं होतं. त्याच्या फायद्या तोट्याच्या जबाबदारीचा संबंध माझ्याशी ठेवला नाही. काम बंद करण्याच्या संदर्भात शशांकनं काही दिवसांपूर्वी सगळा हिशोब समजावून घेतला होता. त्यावेळी दिसलं की तुझा पैसा संपूर्ण बुडाला आहे. ते बाजूला ठेवलं तरी जे कर्ज रहातं त्यासाठी बहुतेक घर विकावं लागेल.''

शर्मिलानं विचारलं, ''विनाश या थरापर्यंत येऊन पोचला होता, त्यांना कळलं नाही?''

मथुर म्हणाला, ''सर्वनाश बरेच वेळा ससाण्याच्या पकडीसारखा असतो. ज्या क्षणी झेप घेऊन पंजा मारतो त्याच्या आधीच्या क्षणापर्यंत त्याची पूर्ण कल्पना येऊ देत नाही. त्याला माहीत होतं त्याचं नुकसान झालेलं आहे. त्याचवेळी सावरता आलं असतं. पण दुर्बुद्धी झाली. नुकसान लौकर भरून काढण्यासाठी मला कळू न देता दगडी कोळशाच्या बाजारात तेजीमंदीचा खेळ सुरू केला. चढत्या किंमतीच्या बाजारात केलेली खरेदी उतरत्या किंमतीच्या बाजारात विकावी लागली. अचानक आज लक्षात आलं, त्याचं सगळं काही दारुकामासारखं जळून उडून गेलं आहे. उरली आहे राख. आता देवाच्या कृपेनं नेपाळमध्ये काम मिळालं तर तुम्हाला काळजी करावी लागणार नाही.''

शर्मिला गरिबीला भीत नव्हती. उलट तिला माहीत होतं अभावाच्या काळात पतीच्या संसारात तिचं स्थान आणखी उंचावर जाईल. दारिद्र्याच्या कठोरपणाला शक्य तितकं सौम्य करीत ती दिवस काढू शकेल, हा विश्वास तिला होता. विशेषत: हातात जे दागिने शिल्लक राहिले होते त्यामुळे सध्यातरी काही दिवस त्रास झाला नसता. हा विचारसुद्धा संकोचानं का होईना पण तिच्या मनात डोकावला होता की ऊर्मीशी लग्न झाल्यानंतर तिची संपत्तीसुद्धा तिच्या पतीचीच झाली असती. पण केवळ दिवस ढकलणं पुरेसं नसतं. इतक्या दिवसात ज्यासाठी पतीनं स्वत:च्या हिमतीनं, स्वत:च्या हातानं संपत्ती निर्माण केली होती, ज्यासाठी शर्मिलानं आपल्या मनातल्या अनेक तीव्र इच्छा स्वत:च्या मर्जीनं दिवसेंदिवस मागे सारल्या होत्या ती

त्या उभयतांच्या एकत्रित जीवनाची मूर्तिमंत आशा आज मृगजळासारखी विरून गेली. या मानहानीनं शर्मिलाला मातीत लोटून दिलं. मनातल्या मनात म्हणाली, ''तेव्हाच जर मरून गेले असते तर ही मानहानी तरी वाचली असती. माझ्या नशिबात जे व्हायचं होतं ते झालं. पण दैन्य आणि अपमान यांनी आयुष्याला आणलेली भयानक शून्यता त्यांना कधी पश्चाताप नाही करायला लावणार? जिच्या मोहानं उन्मत्त होऊन हे सर्व घडलं तिला कदाचित ते क्षमा करू शकणार नाहीत. तिनं वाढलेलं अन्न त्यांना विषासारखं वाटेल. स्वत:च्या धुंदीचा परिणाम पाहून शरम वाटेल, पण दोष देतील मदिरेला. अखेरीस जर ऊर्मीच्या संपत्तीवर अवलंबून रहाणं आवश्यक झालं तर त्या अपमानित स्थितीच्या क्षोभानं ऊर्मीला क्षणाक्षणाला जाळून मारतील.

इकडे मथुरबरोबर सगळे हिशोबाचे कागदपत्र पहाता पहाता शशांकच्या एकदम लक्षात आलं की त्याच्या धंद्यात शर्मिलाचा सगळा पैसा बुडाला आहे. ही गोष्ट शर्मिलानं इतके दिवस त्याला समजू दिली नव्हती. मथुरबरोबर प्रकरण मिटवून टाकलं होतं. शशांकला आठवलं, नोकरी सोडल्यानंतर त्यानं शर्मिलाचा पैसा व्याजावर घेऊन त्याचा व्यवसाय उभा केला होता. आज व्यवसाय बुडाल्यावर त्याच शर्मिलाचं कर्ज डोक्यावर घेऊन तो नोकरी करायला निघाला होता. हे कर्ज तो यापुढे उतरवू शकला नसता. नोकरीच्या पगाराच्या पैशातून कधी काळीही ते फिटणं शक्य नव्हतं.

नेपाळला जायला आणखी दहा-एक दिवस बाकी होते. रात्रभर झोप आली नाही. पहाटे शशांक धडपड करून बिछान्यातून उठल्या उठल्या आरशाच्या टेबलावर जोरात मूठ आपटून म्हणाला, ''नाही जाणार नेपाळला. पक्का निश्चय केला. आपण दोघांनी ऊर्मीसकट कलकत्त्याला रहायचं - भुवया उंचावून पहाणाऱ्या समाजाच्या क्रूर नजरेच्या समोरच. आणि याच ठिकाणी मोडलेला व्यवसाय पुन्हा एकदा उभा करेन, याच कलकत्त्यात बसून.''

कोणकोणत्या वस्तू बरोबर घेऊन जायच्या, कोणत्या ठेवून जाव्या लागतील त्यांची यादी शर्मिला बसल्या बसल्या एका वहीत करत होती. हाक ऐकू आली, ''शर्मिला! शर्मिला!''

घाईघाईनं वही टाकून पतीच्या खोलीत गेली. काहीतरी वाईट घडणार असल्याची शंका अचानक मनात उद्‌भवली. कंपित मनानं विचारलं, ''काय झालं?''

म्हणाला, ''नाही जाणार नेपाळला. समाजाची पर्वा करणार नाही. इथेच राहीन.''

शर्मिलानं विचारलं, ''का? काय झालं?''

शशांक म्हणाला, ''काम आहे.''

तीच जुनी गोष्ट "काम आहे."

शर्मिलाच्या छातीत धडधड व्हायला लागली. "शर्मी, मी नामर्द आहे असं समजू नको. जबाबदारी टाकून मी पळून जाईन इतकं माझं अध:पतन होण्याची तू कल्पना तरी कशी करू शकतेस?"

शर्मिला त्याच्या जवळ जाऊन त्याचा हात धरून म्हणाली, "काय झालंय ते मला समजेल असं सांगा."

शशांक म्हणाला, "पुन्हा मला तुझं कर्ज झालं आहे, ही गोष्ट लपवू नको."

शर्मिला म्हणाली, "अच्छा, ठीक आहे."

शशांक म्हणाला, "त्या दिवशीसारखाच आजपासून कर्जाची फेड करायला बसलो आहे. जे बुडवलं आहे ते पुन्हा खेचून वर आणेन, हे वचन देतो. ऐकून ठेव. एक दिवस तू जसा माझ्यावर विश्वास ठेवला होतास तसाच विश्वास आजही ठेव."

शर्मिला पतीच्या छातीवर मस्तक टेकवून म्हणाली, "तुम्हीदेखील माझ्यावर विश्वास ठेवा. मला कामं समजावून सांगा. माझी त्यासाठी तयारी करून घ्या. तुम्हाला कामात मदत करण्यासाठी ज्या प्रकारानं मी योग्य ठरू शकेन त्या प्रकारचं शिक्षण आजपासून मला द्या."

बाहेरून आवाज आला, "पत्र."

ऊर्मीच्या हस्ताक्षरात दोन पत्रं. एक शशांकच्या नावानं -

"मी आत्ता मुंबईच्या मार्गावर आहे. विलायतेला चालले आहे. बाबांना सांगितलं होतं त्याप्रमाणे डॉक्टरी शिकून येईन. सहा-सात वर्षं लागणार आहेत. तुमच्या संसारात येऊन जी मोडतोड करून गेले ती या दरम्यान तुम्हीच नीट करून घ्या. माझी काळजी करू नका. तुमचीच काळजी आहे माझ्या मनात."

शर्मिलाला पत्र -

"दिदी, तुझ्या पायापाशी शतसहस्त्र प्रणाम. नकळत अपराध केला आहे, क्षमा कर. जर तो अपराध नसेल, तर तसं कळल्यानं मनाला शांत वाटेल. याहून अधिक सुखी होण्याची आशा मनात बाळगणार नाही. कशात सुख आहे ते तरी नक्की कुठे माहीत आहे. आणि सुख जर नसेल तर नसू देत.

◆